திரைக்கதை நூல் வரிசை 8

சுப்ரபாரதிமணியன்

வெளியீடு:

கனவு

8/2635 பாண்டியன் நகர்,
திருப்பூர்–641 6022
மின்னஞ்சல்:
subrabharathi@gmail.com
094861101003

விற்பனை உரிமை :

நிவேதிதா பதிப்பகம்
சென்னை

நூற்குறிப்பு

நூல் பெயர்	;	*திரைக்கதை நூல் வரிசை 8*
நூல் ஆசிரியர்	:	*சுப்ரபாரதிமணியன்*
பக்கங்கள்	;	*414*
உரிமை	;	*ஆசிரியருக்கு*
விலை	:	*ரூ. 400/-*
முதல் பதிப்பு	:	*ஆகஸ்ட்- 2024*

அட்டை அழகு : *தூரிகை சின்னராஜ்*
நூல் வடிவமைப்பு ; *முகவரி ஊடகம் 9894111383*
மின்னஞ்சல் : *artchinnaraj@gmail.com*

(இதுவரை 8 திரைக்கதை நூல்களில் 72 திரைக்கதைகள் இடம் பெற்றுள்ளன. விலை ரூ 2500 /)
விற்பனை உரிமை : நிவேதிதா பதிப்பகம், சென்னை.

வெளியீடு: **கனவு**

8/2635 பாண்டியன் நகர்,
திருப்பூர்-641 6022
மின்னஞ்சல்:
subrabharathi@gmail.com
094861101003

ISBN Number

9 789362 742292

சமர்ப்பணம்:

இயக்குனர்
போகர் சீனிவாசன்
என்கிற
சீனிவாசன்
அவர்களுக்கு..

உள்ளடக்கம்

திரைக்கதைகள் :

1. மலையோரம் மயிலே..!

2. சிங்காரி

3. யோகம் வந்தாச்சு

4. தேர்தல் தீ.

5. கருப்புக்குதிரைகள்

மலையோரம் மயிலே..!

மலைப்பகுதி. செருப்பு போடும் பழக்கமில்லாத கிராம மக்கள். செருப்பைப்போட்டு நடப்பதால் நிலம் எனும் தாயை அவமதிக்கிறோம் என்ற நம்பிக்கை உடையவர்கள்.

ஆனால் கீழ்சமவெளிப் பகுதியில் இருந்து வரும் மருமகள் செருப்போடு வருகிறாள். குடும்பத்தில், கிராமத்தில் பிரச்சினையாகிறது. குடும்பப் பிளவுகள் ஏற்படுகிறது.

பிரச்சினைகள் தீர்ந்ததா.. புதுப்பெண் செருப்போடு நடமாட முடிந்ததா..

காட்சி 01.
மலைவாழ் மக்கள் வாழும் வீதி
காலை - உள்ளே/ வெளியே.

குளிர்காற்று சில்லென்று வீசிக்கொண்டிருந்தது அந்த மலை பிரதேசத்தில், காற்றின் வேகத்தில் அடர்ந்த காட்டில் நிறைந்திருந்த மரங்களில், பலதிசைகளில் பரவிக்கிடந்த கிளைகளில் இருந்த இலைகள் அசைந்தாடிய ஓசை, ஒரு நல்ல இசை அமைப்பாளரின் ஆர்மோனிய பெட்டியிலிருந்து தோன்றிய மெல்லிசை போல காதில் ஒலித்தது.

"டேய்,சீனி நீ போய்,இந்த தேனை எல்லாம் திருவண்ணாமலையில கொடுத்துட்டு பைசா வாங்கீட்டு வா"

குப்புதாய் சொல்லிக்கொண்டே ஆட்டுகல்லில் ஊறவைத்த சோளத்தை ஆட்டிக் கொண்டிருந்தாள். கொல்லைப்புறத்தில் ஆடுகளுக்கு தீனி போட்டுக்கொண்டிருந்த சீனி அவற்றை ஒரு மரநிழலில் கட்டிவைத்து விட்டு உள்ளே வந்தான்.

"ஆயி, அப்படியே அனமன்டி(அண்ணன் மனைவி அண்ணி) சொன்ன சிட்டுக்கோழி (காட்டுக்கோழி) கிடைச்சா வாங்கீட்டு வந்திடவா"

அப்போது கொட்டாயில்(மாட்டுக்கொட்டகை) இருந்து வீட்டினுள் நுழைந்தாள் அண்ணி கண்ணம்மா. சீனி சொன்னதை கேட்டுட்டு,

"அயித்த(அத்தை,மாமி) சொன்னாதான் வாங்கீட்டு வருவயா?"

"அப்படி சொல்லல அனமன்டி,அது கூட வேற ஏதாவது,
ஆயி(அம்மா) வாங்கீட்டு வர சொல்லும்.அதுதான் சொன்னேன்."

இவர்கள் பேசுவதை மாவாட்டிக்கொண்டே, கேட்ட,குப்புதாய்,

"சீனி,உன்னோட அனமன்டி ஆசைப்பட்டு கேட்டதையே வாங்கீட்டு வா,வேற ஏதாவது வேணும்னு அவக்கிட்டயே கேளு."

"வேற ஒண்ணும் வேணா அயித்தெ."

"சின்னான் எங்கே?"

"நாச்சாமல காட்டுல தேன் எடுக்க, காலையிலேயே போனாரு.இன்னும் வரல"

அப்போது வீதியில் பறை அடிக்கும் சத்தம் கேட்டது.

"இதனால்,நம்ம ஊர் மக்களுக்கு தெரியப்படுத்துவது என்னான்னா... இன்னைக்குசாயந்திரம், நம்ம ஊர் வேப்பம்பாறை அரசமரத்தடியில் தெய்வம் செய்தல் (திருவிழா) பற்றி முடிவெடுக்க, ஊரான் பஞ்சாயத்தெ கூட்டி இருக்கார்.அதனால எல்லோரும் மறக்காம,சாயந்திரம் வேப்பம்பாறை அரசமரத்தடிக்கு வந்துடுங்க, இது ஊரான் உத்தரவு....."

என்றுகூறி பறையை மீண்டும் அடித்துவிட்டு, அங்கிருந்து ,அடுத்த வீதிக்கு நகர்ந்தான்.

“சீனி,சீக்கிரமாக போயிட்டு,வந்துடு, பஞ்சாயத்துக்கு போகனும்.”

கண்ணம்மா, • ராகிக் களியை தட்டில் கொண்டு வந்து வைத்தாள். சீனி விரைவாக எடுத்து சாப்பிடத் தொடங்கினான்.

“கண்ணாம்மா”

உள்ளே நுழைந்தான் சின்னான்.

“கை கால் பூசிட்டு(பூசு - கழுவு) வா மாமா”

தான் கொண்டு வந்த தேனடைகள் நிரம்பிய அலுமினிய பாத்திரத்தை உள்ளே வைத்து விட்டு கை,கால்கள் கழுவ போனான் சின்னான்.
கண்ணம்மா தன் கணவனுக்கும் ஒருதட்டில் களியை கொண்டு வந்து வைத்தாள்.சின்னான் வந்து உட்கார்ந்து சாப்பிடத்
தொடங்கினான்.

“அண்ணே,நான் திருவண்ணாமலைக்கு போய் தேனெ கொடுத்துட்டு வரேன்.”

“சீக்கிரமாக வா.சாயந்தரம் பஞ்சாயத்து இருக்கு தெரியும் தானே.?”

“தெரியும்.சீக்கிரமா வந்தர்றேன்.”

சாப்பிட்ட கையை கழுவ எழுந்தான் சீனி.

காட்சி 02
கடைவீதி.
பகல் - உள்ளே/ வெளியே.

திருவண்ணாமலை பேருந்து நிலையத்தில் இறங்கினான் சீனி.பின்பு அங்கிருந்து கால்நடையாக நடந்து,சற்று தொலைவில் இருந்த கடைவீதிக்கு சென்றான்.

அங்கு சுமார் முப்பது கடைகள் இருந்தது. இரண்டாவது வரிசையில் மூன்றாவது கடை ரத்தினசாமியின் கடை.நேராக சென்றான் சீனி.

"அண்ணே"

"வாப்பா சீனி. தேன் கொண்டு வந்துட்டியா?"

"இந்தாண்ணே"

தான் கொண்டு வந்த தேன் குப்பிகளை அவரிடம் கொடுத்தார்.

அவர் அவற்றை எண்ணிக்,கடையில் இருந்த மர அலமாரியில் வைத்து பூட்டினார்.பிறகு கணக்கு போட்டு பணத்தை கொடுத்தார்.

"சரியாக இருக்கான்னு பாத்துக்கோ சின்னா"

"நீ ஏமாத்தமாட்டிங்க"

"என்ன இன்னைக்கு கொஞ்சம் வேகமா இருக்கெ?"

"ஊர்ல இன்னைக்கு பஞ்சாயத்து இருக்கு. வீட்டுல இருக்குற ஆம்பளைங்க எல்லாம் முக்கியமா போகனும்."

"ஆமா, நேத்து யாரோ இங்கெ பேசியதெ கேட்டேன். ஊர் கோவில் திருவிழா வரப்போகுதாம்."

"ஆமாண்ணே, அதெ பத்தி முடிவுபண்ணதான் இந்த பஞ்சாயத்து."

"சரி சீக்கிரமாக கிளம்பு. பஸ் கிடைக்காட்டி, அம்புட்டு தான் அப்புறம் ஜாமம் ஆயிடும்."

சீனி சிரித்துக்கொண்டே அங்கிருந்து கிளம்பினான்.

"ஏம்பா, சீனி வந்துட்டானா?"
"இல்லெ ஆயி."

"கண்ணம்மா, குழம்பெ கொஞ்சம் காரம் கூட்டி வை. பன்னி கறிக்கு மிளகு கொஞ்சம் சாஸ்தியா இருந்தா, ருசி கூடி இருக்கும்."

"சரி அயித்த, சீனி, சிட்டுக்கோழி வாங்கீட்டு வருவானோ? என்னமோ?"

"நீ சொல்லீட்ட இல்லெ, எங்கெயாவதும் தேடிபிடிச்சு வாங்கீட்டு வந்துடுவான். அனமன்டி மேலெ அவ்ளோ பாசம் வச்சிருக்கான்."

"நெசந்தான் அயித்த"

அவர்கள் பேசிக்கொண்டிருக்க, சின்னான் கொட்டகையில் இருந்த மாடுகளுக்கு பசும்புல்லை போட்டுக் கொண்டிருந்தான்.

திருவண்ணாமலையில் இருந்து,தனது கிராமத்திற்கு பேருந்தில் வந்துக்கொண்டிருந்தான் சீனி.அவனது கையில் கண்ணம்மா சொல்லி அனுப்பிய காட்டுக்கோழி உயிருடன்,கால்களை கயிற்றால் கட்டி,தனது மடியில் வைத்திருந்தான் சீனி.பேருந்து மலைப்பாதை என்பதால் மெதுவாக போய் கொண்டிருந்தது.அவனுக்கு பின்புறம் இருந்த இருக்கையில் ஒரு பெண்ணின் மெல்லிய சிரிப்பொலி கேட்டது.சீனி மெதுவாக திரும்பி பார்த்தான். அந்த இருக்கையில் ஒரு இளம் பெண்ணும்,இளைஞனும் அமர்ந்திருந்தார்கள்.அவர்கள் ஒருவரை ஒருவர் சீண்டி விளையாடுவது,அவன் அந்த பெண்ணின் இடையை கிள்ளுவதும்,அவள் சிரிப்பதுமாக இருந்தார்கள்.

“என்ன இது இத்தன பேர் வர்ற பஸ்சுல இப்படியா?”

தனக்குள் கேட்டுக்கொண்ட சீனி.அவர்களை நன்றாக பார்த்தான் வெளியூர்க்காரர்கள் போல தான் இருந்தது.

“சிறுபாவெ, நாம சீக்கிரமா சுத்தி பாத்துட்டு கிளம்பீடனும்.அப்புறம் நம்ம ஊருக்கு போக பஸ் கிடைக்காது.”

இவன் பேசியது, சீனியின் காதுகளில் விழுந்தது.

“ ஓ...காதல் ஜோடியா நாம நெனச்சது சரிதான். ஏதோ ஊரெ சுத்தி பார்க்க வராங்க.இருந்தாலும் பஸ்ல இப்படியா?”

தனக்குள் நினைத்து கொண்டான்.
அப்போது பேருந்து நடத்துனர் விசில் ஊதினார்.உடனே பேருந்து நின்றது.

"செண்பகதோப்பு அணைக்கு போறவங்க. இங்கெ இறங்குங்க"

நடத்துனர் சொல்ல,சில விரைவாக இறங்கினார்கள். அவர்களுடன் அந்த காதல் ஜோடியும் இறங்கியது.

அதன் பிறகு,சிலர் பேருந்தில் ஏறினார்கள் அவர்களில் ஒரு தாய்,மகள். தாய் முதலில் பேருந்தில் ஏறினாள். அவளுக்கு பின்னால் இரண்டு பெண்மணிகள் ஏறினார்கள்.

"மொட்டச்சியம்மா, வண்டி எடுத்துட போறாங்க. சீக்கிரமாக ஏறு."

பேருந்து உள்ளிருந்து,அந்த தாய் கூப்பிட,

"இதோ,ஏறுறேன்.நீ சட்டுன்னு உட்காந்து இடம்புடி"

சொல்லிக்கொண்டே வண்டியில் ஏறினாள் மொட்டச்சியம்மா என்ற பெயர்கொண்ட அந்த இளம்பெண். பெயர் தான் பழையது போல இருந்தது. ஆனால் அவள் பார்ப்பதற்கு புதுசா பூத்த ரோஜா மலர்போல தழதழவென்று இருந்தாள்.அவளும்,அவளின் அம்மாவும் இவனுக்கு அருகில் இருந்த இருக்கையில் அமர்ந்தார்கள். பேருந்து தனது பயணத்தை தொடர்ந்தது,காற்றில் அவளது கூந்தல் மயிலிறகாய் பறக்க தனது கைவிரல்களால் அவற்றை கட்டுபடுத்திக்கொண்டிருந்தாள். அப்போது அவள் கட்டி

இருந்த பூப்போட்ட தாவணி விலக,அவளது இடுப்பை நன்றாக பார்த்தான் சீனி.அதை அவள் கவனித்தவளாக, சட்டென,தனது தாவணியை இழுத்து, இடுப்பை மறைத்து செருகிக்கொண்டாள்.உடனே,சீனி மெதுவாக திரும்பி விட்டான், சிறிது நேரத்திற்கு பின்னால் அவன் அவள் இருக்கும் இருக்கையை நடக்க, அவள் இவனை பார்த்துக்கொண்டிருந்தாள். சீனி அதை கவனித்தது. அவள் சட்டென திரும்பி விட்டாள். அவனும் கண்களை மெதுவாக மூடி உறங்க தொடங்கினான். ஜமுனாமரத்தூர் செல்ல, இன்னும் ஒரு மணிநேரம் ஆகும்.

"அண்ணே மணி என்னாச்சு?"

மொட்டச்சியம்மா, நடத்துனரிடம் கேட்க,

இரண்டரை என பதில் வந்தது.அப்போது ஏதோ ஒரு நிறுத்தம் வர,நடத்துனர் விசிலை ஊதினார்.

காட்சி *03*

அரசமரத்தடி.

மாலை - உள்ளே/ வெளியே.

ஊர்மக்கள் அனைவரும் அரசமரத்டியில் வந்து கூடினார்கள்.அந்த அரசமரம் பல ஆண்டுகள் கடந்த பிரமாண்டமான மரம்.அதன் நிழல் ஏறக்குறைய ஐம்பது அடி சுற்றளவில் இருந்தது.மாலைநேரம் என்பதால் பறவைகள் தங்கள் கூட்டைதேடி பறந்து வந்துக்கொண்டிருந்தது.அந்த மரத்திலயே, பலகூடுகள் இருந்தது.ஊர்மக்கள் அவற்றை தொந்தரவு செய்வதில்லை.

கூட்டம் கூடிக்கொண்டே இருந்தது.அப்போது இரட்டை மாடு பூட்டப்பட்ட,ஒரு வண்டி வந்தது. அதிலிருந்து முதலில் கங்காணி இறங்கினார்.அவரை தொடர்ந்து,அந்த ஊரில் ஊரான் இறங்கினார்.ஒரு ஊரானை பத்து ஊர் நாட்டாமைகள் சேர்ந்து தேர்ந்தெடுப்பார்கள். ஊரானுக்கு உதவியாக இருப்பவர் கங்காணி.

“எல்லோரும் கொஞ்சம் ஒதுங்க...ஊரான் வர்றாரு”

கூட்டம் ஒதுங்கி வழிவிட்டது.ஊரான் அரசமரத்தடியில் இருந்த திண்ணையில் அமர்ந்தார்.அப்போது கூட்டத்தை நோக்கி ஒரு வயது முதிர்ந்த பெண்மணி கதறியபடி ஓடி வந்தாள்.

கூட்டம் அவளது சத்தத்தை கேட்டு திரும்பி பார்த்தது.

அவள் கூட்டத்தை நெருங்கிவிட்டாள்.அப்போது ஒரு பெண்மணி,

“என்ன கல்லாயி, கதறீட்டு வரெ?”

“என்னோட ஆட்டு கிடாயை எவனோ களவாடீட்டான். அவனெ கண்டுபிடிச்சு.என்னோட கிடாயெ வாங்கி கொடுங்க சாமி.”

ஊரான் முன்னால் அழுதாள் கல்லாயி.

“என்ன இது அபசகுனமாக இருக்கு.

ஊர்த்திருவிழா பற்றி பேசக்கூட்டம் போட்டா, திருட்டு நடந்ததை விசாரிக்க வேண்டி ஆயிடுச்சே?"

"அதெல்லாம் ஒண்ணுமில்ல.
கங்காணி. முதல்ல திருடனெ கண்டு பிடிக்கிறோம்.அது அப்புறமா,மத்த விசயத்தெ பத்தி பேசுவோம்."

கூட்டம் ஆர்வத்துடன் நின்று கொண்டிருந்தது.

"கல்லாயி,நடந்ததெ இம்மி பிசகாம சொல்லு?"

சாமி,நான் பஞ்சாயத்துக்கு வர்றதுக்காக, தண்ணி வார்த்தீட்டு(குளிச்சிட்டு) இருந்தேன்.அப்ப குட்டாயில,ஆடுகள் சத்தம் கேட்டது.உடனே,சேலெயெ எடுத்து உடம்புல சுத்திட்டு வெளியே வந்து,குட்டாயில போய் பார்த்தேன்.அப்ப நல்லா வளந்திருந்த என்னோட மச்சகாளையெ காணோம்."

"என்ன கல்லாயி,மாத்தி மாத்தி பேசுறெ?
கொஞ்சமுன்னால
கிடாயெ காணமுன்னு சொன்னே.இப்ப என்னான்னா மச்சக்காளையெ காணமுன்னு சொல்றெ?"

கங்காணி கேள்விக்கு,

"மச்சக்காளெ கிடாயோட பேரு சாமி."

கூட்டத்தில் ஒருவர்,
"உங்கிட்ட ஒருகிடாய் மட்டும் தான் இருக்கா?"

"இன்னும் ஒண்ணு இருக்கு."

“அது பேரு என்ன முரட்டு காளையா?”

கூட்டத்தில் இருந்தவர்கள் சிரித்தார்கள்.

“என்ன கேலி பேசுறீங்களா?”

அதுதில்ல கல்லாயி, கிடாவுக்கு மச்சக்காளையின்னு பேர் வெச்சிருக்குறியே, அப்ப காளை இருந்தா என்ன பேரு வெச்சிருப்பன்னு நெனச்சு சிரிச்சோம்.”

அனைவரும் மீண்டும் சிரித்தார்கள்.

“அமைதி...அமைதி.கல்லாயி நீ சொல்லாயி.”

கூட்டம் அமைதியானது. கல்லாயி தொடர்ந்து பேசினாள்.

“நான் குட்டாயிலெ போய் பார்த்தப்ப,என்னோட மச்சக்காளையெ காணம்.”

அழுதாள் கல்லாயி.

“அப்ப நீ யாரையாவது பார்த்தியா?”

“ரொம்ப தூரத்துல யாரோ ஒருத்தர் போயிட்டு இருந்தாங்க.பார்வெ சரியா தெரியலெ.”

“அந்த உருவத்து கையில,மச்சக்காளை இருந்ததா?”
“தெரியலெ”

“இப்படி சொன்னா, கள்ளனெ எப்படி பிடிக்கிறது?”

“தெரியலையே சாமி?”

“பட்டுன்னு சொல்லீட்டெ தெரியலெயின்னு.இனி நாங்க தானே மண்டையெ உடைக்கனும்.”

கூட்டத்தை பார்த்து,

“இன்னும் ரெண்டு நாள்ல,திருடனவங்க யாருக்கும் தெரியாம,

மச்சக்காளையெ,மக்கள் பார்வையில படுறெ பொது இடத்துல கட்டி வச்சிருங்க.இல்லாட்டி இரண்டு நாள் கழிச்சு.இதெ இடத்துல கூடுற பஞ்சாயத்துல திருவிழாவுக்கு தேதி குறிச்ச பிறகு,

பதிபோடுதல்(திருவிழா) செய்யும்ப(சாமிகளியிடம் உத்தரவு) வாங்குற நேரத்துல பூசாரி அந்த திருடனை குறி சொல்லி காட்டி கொடுத்துடுவார். அப்புறம் தண்டனை எப்படி இருக்குமுன்னு தெரியும் தானே? கல்லாயி நீ பயப்படாம போ,நம்ம ஊர் ஆத்தா காளியம்மா,அந்த கள்ளனெ இரண்டு நாள்ல காட்டி கொடுத்திடுவா.”

பேசிமுடித்தார் ஊரான்.

“இன்னைக்கு இதோட பஞ்சாயத்து முடியுது.இரண்டு நாள் கழிச்சு,இதெ இடத்துல,இதே நேரத்துல பஞ்சாயத்து நடக்கும்.எல்லோரும் இப்ப கலஞ்சு போகலாம்.”

கங்காணி சொன்னவுடன் கூட்டம் கலையத்தொடங்கியது.

காட்சி 04.

அணை

காலை - உள்ளே/ வெளியே.

செண்பக தோப்பு அணையை காண பொதுமக்கள் கூட்டமாக செல்வது.

மாலினி தன் கணவன் காசிநாதனிடம்,

"என்னங்க அப்படியே ஜவ்வாது மலைக்கு போயிட்டு வர்லாங்க."

"அந்த மலையை பத்தி உனக்கு ஏதாவது தெரியுமா?"

"அங்கெ இருக்குறவங்க எல்லோரும் ஊருக்கு கட்டுப்பட்டு வாழ்க்கெ நடத்துறவங்கன்னு எங்க பாட்டி சொல்லி இருக்காங்க"

"அப்படியா?"

"அதுமட்டும் இல்லாம,அந்த ஊர் ஒரு கிராமத்துல,கால்ல செருப்பே போடமாட்டாங்களாம்."

"என்ன காரணம்?"

"அது தெரியல."

"அப்ப முதல்ல அத நாம தெரிஞ்சுக்குவோம். அப்பதான் நாம அந்த மலைக்கு போகமுடியும்"

“அதுக்கும்,இதுக்கும் என்ன சம்மந்தம்?”

“ஒருவேளை ஜவ்வாது மலைக்கு அந்த ஊரை தாண்டி போகவேண்டி இருந்தா,நாம செருப்பு காலோட அந்த ஊருக்குள்ளெ புகுந்தா,
பிரச்சனை வேற மாதிரி ஆயிடும்.அதனால இந்த மாதிரி இடத்துக்கு போறதுக்கு முன்னால அந்த இடத்தின் வரலாறு நல்லா தெரிஞ்சுட்டு போனாதான் நல்லது.அதனால இந்த தடவெ நம்ம சுற்றுலாவெ,இந்த அணையோட நிறுத்திடலாம்.அடுத்தமுறை நிச்சயமா,அந்த மலைக்கு போலாம்.”

கணவன் சொல்வது கூட நல்லதுதான் என்று நினைத்த மாலினி,அவனை கட்டி அணைத்தபடி,செண்பக தோப்பு அணையை சுற்றி நடந்தாள்.

வழக்கம் போல திருவண்ணாமலைக்கு, தேன் குப்பிகளை கொடுக்க, சீனி பேருந்தில் சென்றுக்கொண்டிருந்தான். அப்போது பேருந்து செண்பகதோப்பு நிறுத்தத்தில் நின்று பயணிகளை ஏற்றிக்கொண்டது.அப்போது அந்த பேருந்தில் அவள் ஏறினாள். அவள்மட்டும் தான் இந்த முறை பேருந்தில் தனியாக ஏறினாள் மொட்டச்சியம்மா.

அவள் ஏறியதும் சீனி அவளை கண்டுக்கொண்டான். அவளும் கண்டுக்கொண்டாள்.

“என்ன இந்த பொண்ணு,
அன்னைக்கு திருவண்ணாமலையிலிருந்து திரும்பி வரும்போது இதே இடத்தில் ஏறினாள்.இன்னைக்கு

திருவண்ணாமலைக்கு போகும்போது, இதே இடத்திலிருந்து ஏறுறா?"

தனக்குள் நினைத்துக் கொண்டான்.

"எங்கம்மா போகனும்?"

"திருவண்ணாமல ஒரு சீட்டு கொடுங்க."

டிக்கெட்டை கிழித்து, மொட்டச்சியம்மா கையில் கொடுத்தார் நடத்துனர். அவள் அதை வாங்கி, தனது ரவிக்கைக்குள் பத்திரப்படுத்திக் கொண்டாள். பின்பு மெதுவாக ஓரக்கண்ணால் சீனியை பார்த்தாள். அவனும் அவளை பார்த்தான். மெதுவாக புன்னகை அவள் இதழில் தெரிந்தது. அந்த புன்னகை இவனது மனதில் பல சிந்தனைகளை சிறக்கடிக்க செய்தது.

கிடா காணாமல் போன வருத்தத்தில் கல்லாயி, கஞ்சி கூட குடிக்காமல் மூலையில் முடங்கி கிடந்தாள்.

"ஏண்டி கல்லாயி எப்பவும் குத்துகல்லாட்டம் நிப்பே, இன்னைக்கு என்ன இப்படி துவண்டு போன அவரெ கொடியாட்டம் மொடங்கீட்டே?"

கல்லாயி வயதை ஒத்து ஆராயி கேட்டாள்.

"என்ன பண்ணுறது மச்சக்காளெ காணாத போன பிறகு, கஞ்சி குடிக்க கூட மனசு வர்ல. கண்ணுல துளி தூக்கம் வர்ல"

"மச்சக்காளெ தானே காணாம போச்சு. என்னமோ

உன்னோட மச்சினெ தொலச்சமாதிரி கிடக்குறெ?"

சொல்லி சிரித்தாள் ஆராயி.

"இங்கெபாரு,ஆராயி,மச்சக்காளெ எனக்கு மச்சானெ விட பெரிசுன்னு உனக்கு தெரியாதா?"

மச்சக்காளெ யார் வீட்டு சட்டியில வெந்துட்டு இருக்கோ தெரியல.நீ என்னான்னா அத நெனச்சு நொந்துட்டு இருக்கெ.பேசாம போய் சாப்பிடு.அது திரும்ப வருமுன்னு நினைக்கிறது கனவு."

சொல்லிவிட்டு அங்கிருந்து நகர்ந்தாள் ஆராயி.

காட்சி 05
அரசமரத்தடி.
மாலை - உள்ளே/ வெளியே.

ஊர்மக்கள் அனைவரும் ஒன்றுகூடி,அங்கு நின்றிருந்தார்கள். அலங்காரத்துடன் மாட்டு வண்டி வந்து நின்றது.அதிலிருந்து கங்காணி முதலில் இறங்கினார். பிறகு வழக்கம் போல,ஊரான் இறங்கினார்.இருவரும் அரசமரத்தடி மேடையை நோக்கி வந்தார்கள்.கூட்டம் வழிவிட,இருவரும் மேடையில் அமர்ந்தார்கள்.

"இப்போது ஊர் திருவிழா கொண்டாடுவதை குறித்து,நம்ம ஊரான் உங்ககிட்ட பேசுவார்."

கங்காணி பேச்சை முடித்தவுடன்,ஊரான் பேச்செ தொடங்கினார்.

"இந்த வருஷத்தோட தெய்வம் செய்தல் வர்ற மார்கழி மாசத்துல ஆரம்பிக்கலாமுன்னு இருக்கோம். அதுக்கான உத்தரவை ஊர்மக்கள் முன்னால நான் தரேன். அதனால ஊர் பூசாரி முனுசாமி தெய்வம் செய்தலுக்கு சாமி கேட்டு சொல்லனமுன்னு ஊர் சார்பாக கேட்டுக்கிறேன்."

உடனே, ஊர் பூசாரி, முனுசாமி, கற்பூர தட்டில், தீபத்தை ஏத்தி, கடவுளை மனதுக்குள் நினைத்து, கண்களை மூடினார். சற்று நேரம் கழித்து, கண்களை மூடியபடி, தனது கையை வடதிசையில் நீட்டி,

"இதோ இந்த திசையில் செல்லுங்கள். அந்த காட்டின் நடுமையத்திற்கு இன்னைக்கு சாயந்திரம் அஞ்சு மணிக்கு பிறகு செல்லுங்கள். நீங்கள் செல்லும் போது, உங்களுக்கு இடதுபுறமாக ஒரு விலங்கின் சத்தம் கேட்கும். அந்த விலங்கு கருத்த நிறத்தில் பருத்து இருக்கும். அந்த விலங்கை வேட்டையாடி பிடித்து வந்து, அதன் சீசீ (இறைச்சி) யை கடவுளுக்கு படையலாக படைத்து விட்டு திருவிழாவை ஆரம்பிக்கலாம்."

சற்று மௌனம். பிறகு மெதுவாக கண்களை திறந்தார் ஊர் பூசாரி முனுசாமி.

"என்னப்பா பூசாரி சொன்ன திசையில் போய், அந்த விலங்கை வேட்டையாடிட்டு வாங்க"

ஊரான் சொல்லுக்கு கட்டுப்பட்டு, சில இளைஞர்கள் வேட்டைக்கு தயாரானார்கள். அவர்களில் சீனியும் ஒருவன்.

“அய்யா சாமி அப்படியே என்னோட மச்சக்காளையையும்,
கண்டுபிடிச்சு தாங்க” என்று கல்லாயி சொன்னாள். அப்போது கூட்டத்தினருக்கு பின்னால் “மே...மே...” என்ற சத்தம் கேட்டது.கல்லாயி உட்பட அனைவரும் திரும்பி பார்த்தார்கள்.அங்கெ கல்லாயின் மச்சக்காளை நின்றிருந்தது.

“கல்லாயி,ஆத்தா உன்னோட மச்சக்காளையை கொண்டு வந்து விட்டிருச்சு.வீட்டுக்கு கூட்டீட்டு போ”. கங்காணி சொன்னான்.

“ஆடு வழி தவறி போகலெ.ஆனா யாரோ திருடிட்டு போயிட்டாங்க.

இப்ப தண்டனைக்கு பயந்து கொண்டு வந்து விட்டுட்டாங்க. அதனால நாம அந்த திருடனை கண்டுபிடிக்க வேண்டிய அவசியம் இப்ப ஏற்படல.இதே மாதிரி இன்னொரு முறை நடந்தா,தண்டனை கடுமையா இருக்குமுன்னு, ஊர்மக்கள் முன்னால சொல்லுறேன். அப்புறம் வேட்டைக்கு செல்லும் இளைஞர்கள் சாயந்திரம் பூசாரியிடம் வந்து விபூதி வாங்கிவிட்டு காட்டுக்கு செல்லுங்கள்.

கூட்டம் இப்ப கலையலாம்.
கூட்டம் அப்படியே கலையத்தொடங்கியது.

கல்லாயி மச்சக்காளையை கட்டி அணைத்து,முகத்தில் முத்தமிட்டாள்.

காட்சி 06.
கிராமம்.
காலை - உள்ளே/ வெளியே.

ஜமுனாமரத்தூரில் உள்ள சீங்காடு கிராமம்.

தன்னுடைய விவசாய நிலத்தில் உழுது கொண்டிருந்தார் காங்கேயன்.அப்போது அந்த கிராமத்திற்கு புதிதாக இளம் மருத்துவ செவிலிய பெண் வருவது...

காங்கேயன் உழுது கொண்டிருப்பதை கண்டதும்,

"அண்ணே,சீங்காடு ஊருக்குள்ளெ போற பாதை இதுதானா?"

"நீ யாரும்மா புதுசா இருக்கெ?"

"ஊருக்குள்ள காலரா நோய் பரவாம இருக்கெ. எல்லோருக்கும் தடுப்பூசி போட வந்திருக்கேன்."

அப்போது,அந்த பெண்மணியின் காலில் செருப்பு அணிந்திருப்பதை கவனித்த காங்கேயன் பதறியபடி,

"பெண்ணு அங்கேயே நில்லு.இதோ வரேன்."

கலப்பையை நிலத்தில் போட்டுவிட்டு,ஓடோடி பெண் அருகே வந்தான்.

இங்கெ பாரும்மா.ஒரு ஊருக்குள்ள நுழையறதற்கு முன்னால,அந்த ஊரை பற்றியும்,அந்த ஊரோட

கட்டுபாடுகளை பத்தியும் தெரிஞ்சுக்கணும்.முதல்ல நீ உங்காலுல போட்டிருக்குறெ செருப்பெ கழற்று"

"எதுக்குங்க"

பெண் காங்கேயனை ஒருமாதிரியாக முறைத்தாள்.

"முறைக்காதேம்மா செருப்பெ கழற்று"

மீண்டும் சொன்னான் காங்கேயன்.

"முதல்ல விசயத்தெ சொல்லுங்க."

"நமக்கு சோறுக்கொடுக்குற தாயி.இந்த பூமி தாய். அவ நெஞ்சுமேலே தான் நம்மள தாங்குறா.அப்படிப்பட்ட தாயோட நெஞ்செ செருப்பால மிதிக்குறது தப்புன்னு,எங்க கிராமத்துல காலம் காலமாக செருப்பே போட்டுகிறதில்ல. அதுமாதிரி எங்க கிராமத்துக்கு வர்றவங்களும் செருப்பு போட கூடாதுங்குறதும் எங்க எழுதாத சட்டம்.அதை மதிக்காத யாரையும் நாங்க ஊருக்குள்ளெ விடுறதில்ல."

"என்னங்க முட்டாள் தனமா இருக்கு?"

எங்களெ முட்டாள்ன்னு சொல்லு பைத்தியமுன்னு சொல்லு.ஆனா, நீ செருப்பெ கழற்றாம ஊருக்குள்ளெ போகமுடியாது."

காங்கேயன் உறுதியுடன் சொன்னான். அவளும் வேறு வழியில்லாமல் செருப்பை கழற்றி கையில் எடுத்துக்கொண்டாள்.

"இங்கெ பாரும்மா,அதோ தெரியுது பாரு, ஒரு குடிசை,அதிலெ இந்த செருப்பே போட்டுட்டு வா. யாரும் எடுக்க மாட்டாங்க.நீ திரும்பி வரும்ப எடுத்துக்கலாம்."

அந்த பெண்ணும் காங்கேயன் சொன்னபடி செய்தாள். பிறகு இருவரும் கிராமத்தை நோக்கி நடந்தார்கள்.ஊர் எல்லையை நெருங்கியதும்,

"இங்கே நில்லும்மா.இதோ வர்றேன்."

காங்கேயன் ஊருக்குள்ள நுழைந்து,
சில நிமிடங்களில் ஒரு பூசாரியுடன் திரும்பினார்.

"இந்த பொண்ணு தாங்க"

பூசாரி தன் கையில் இருந்த சொம்பில் இருந்து தீர்த்தத்தை எடுத்து,வானத்தை நோக்கி,கடவுளை வணங்கிவிட்டு,அவள் தலையில் தெளித்தார்.

"இப்ப உள்ளெ வாம்மா.செருப்பு காலோட வந்தவங்களெ,
ஊர் எல்லையில நிறுத்தி,தீர்த்தம் தெளித்த பிறகுதான் உள்ளே நுழையவிடுவோம்.இது காலம் காலமா நாங்க கடைப்பிடிக்கிற சம்ப்ரதாயம்"

சொல்லிவிட்டு பூசாரி முன்னே செல்ல,அவரை தொடர்ந்து,செவிலிய பெண்ணும் சென்றாள்.காங்கேயன் மீண்டும் தனது விவசாய நிலத்தை நோக்கி நடந்தார்.

காட்சி 07

காடு.

மாலை - உள்ளே/ வெளியே.

சீனி,மற்றும் சிலர் இளைஞர்கள் பூசாரி சொன்ன வடக்கு திசையில் வேட்டையாட சென்றார்கள்.அவர்கள் காட்டிற்குள் வெகு தொலைவு சென்றும் எந்த மிருகமும் கண்ணில் அகப்படவில்லை.

"என்ன சீனி,ச்இம்புட்டு தூரம் வந்துட்டோம் சீசீ சிக்கலயே.?"

"கடவுளுக்கு படைக்க வேண்டியது எதுன்னு கடவுளுக்கு தெரியும். நாம இன்னும் கொஞ்ச முன்னால போவோம்.நிச்சயமா சிக்கீடும்."

"எப்படியும் இன்னைக்கு சீசீ பிடிக்காம, ஊருக்குள்ள நுழையமுடியாது."

கூட இருந்தவன் அலுத்துக்கொண்டான்.

சீனி காட்டுக்குள் இன்னும் கொஞ்சம் முன்னேறி சென்றான்.

திடீரென "ஆ" அலறினான். அனைவரும்,"என்னாச்சு" என கேட்டார்கள். சீனி தனது வலதுகால் பாதத்தில் ஒரு காட்டு முள் குத்தி இருந்ததை காட்டினான்.உடனே ஒருவன் ஓடிவந்து அந்த முள்ளை பிடிங்கி எடுத்தான். ரத்தம் பொளக்கென்று வெளியே வந்தது.

அதற்குள் இன்னொருவன் ஒரு மூலிகை செடியை பறித்து வந்து,அவனது பாதத்தில் ரத்தம் வந்த இடத்தில் செடியை கசக்கி அதன் சாற்றை நன்றாக பிழிந்து விட்டான். என்ன ஆச்சரியம் ரத்தம் வழிவது உடனே கட்டப்பட்டு விட்டது.

“கொஞ்ச நேரம் அப்படியே உட்காரு. அப்புறம் போகலாம்.”

அனைவரும் அங்கேயே அமர்ந்தார்கள்.சீங்காடு கிராமம்.இவர்கள் குடியிருக்கும் எல்லையில் இருப்பதால் இவர்களும் காலில் செருப்பை அணிவதில்லை.
அதனால் சிலநேரங்களில் இப்படி காயங்கள் ஏற்படுவதும் உண்டு.ஆனாலும் இந்த மலைவாழ் மக்கள் அதைபற்றி கவலை கொள்ளாமல்,தங்கள் வாழ்க்கையை முன்னோக்கி நடத்தினார்கள். சிறிது நேர ஓய்வுக்கு பிறகு அனைவரும் எழுந்து நடக்க தொடங்கினார்கள்.அப்போது அவர்களுக்கு இடது புறமாக ஏதோ ஒரு விலங்கின் சத்தம் கேட்டது. உடனே சீனி தனது காதை கூர்மையாக்கி,சத்தம் வந்த திசையை கவனித்தான்.அது ஒரு காட்டு பன்றியின் சத்தம். உடனே சீனி மற்றவர்களை பார்த்து,

“பூசாரி சொன்ன சீசீ சிக்கீருச்சு.அந்த இடத்தை சுத்தி வளையுங்க”

அந்த இடத்தை சுற்றி வளைத்து முன்னேறி சென்றார்கள். அப்போது பூசாரி சொன்ன அடையாளத்துடன்,கருத்து,பெருத்து இருந்தது அந்த காட்டுப்பன்றி.அவர்கள் ஏழு பேர் இருந்தார்.பன்றி தப்பிக்க முடியாதபடி அரண் அமைத்து,அந்த பன்றியை

வேல் கம்பால் தாக்கி பிடித்து விட்டார்கள்.பிறகு அதன் கால்களை கட்டி, நீண்ட மூக்கில் கம்பில் அதனை கட்டி,தூக்கிக்கொண்டு ஊருக்குள்செல்ல தொடங்கினார்கள்.

காட்சி 08.
கிராமம்.
பகல் - உள்ளே/ வெளியே.

செவிலிய பெண் ஊருக்கு வெளியே நடந்து வந்துக் கொண்டிருந்தாள்.ஊருக்கு வெளியே வந்தவுடன்,தான் செருப்பை கழற்றி வைத்திருந்த குடிசையை நோக்கி போனாள்.அங்கே அவள் போட்ட இடத்திலே செருப்பு இருந்தது. அவள் செருப்பை எடுத்து அணிந்துக்கொண்டாள். குடிசையிலிருந்து வெளியே வந்தாள். பாதையை நோக்கி நடந்தாள்.அப்போது அவளுக்கு எதிரே கால்ஊனமுற்ற முதியவர் ஒருவர் வந்தார். அவருக்கு ஒரு கால்மட்டும் தான் இருந்தது.இன்னொரு கால் கட்டை. அவர் நிஜகாலில் செருப்பை அணிந்திருந்தார்.

அதை கவனித்த செவிலிய பெண்மணி,அவர் எப்படி ஊருக்குள் நுழைகிறார் என்பதை கவனிக்க, பாதையில் இருந்த ஒரு மண் திட்டின் மேல் அமர்ந்தாள். பெரியவர் ஊர் எல்லை நெருங்கியதும்,அங்கு இருந்த,ஒரு சின்ன கல்லின் மேல் உட்கார்ந்தார்.தனது செருப்பை கழற்றினார். பிறகு தனது தோள் பையில் இருந்து சமம் சாக்கு துண்டை எடுத்தார்.பாதத்தில் நன்றாக சுற்றிக்கொண்டார்.பிறகு எழுந்தார்.உடனே,

"ஐயா நில்லுங்க"

சுப்ரபாரதிமணியன்

இவளின் சத்தம் கேட்டதும் அவர், "ஏன்பொண்ணு?"

"கொஞ்சம் நில்லுங்க. நான் வரேன்"

சொல்லிக்கொண்டே அவர் அருகே வந்தாள்.

"மூச்சு வாங்குறெ. முதல்ல உட்காரு"

அங்கிருந்த கல்லின் மேல் அவள் அமர்ந்தாள். பெரியவரும் தனது காலை நீட்டியபடி அவளுக்கு எதிரில் அமர்ந்தார்.

"சொல்லும்மா"

"நீங்க இந்த நிலையிலும், செருப்பை கழற்றீட்டு தான் ஊருக்குள்ளெ போகனுமா?"

"உள்ளங்கையால தவழ்ந்துட்டு போனாலும், கையில் கூட செருப்பை போட்டுக்க மாட்டோம். தாய் மதிக்கிறெ, பூமியெ செருப்பால மிதிக்கிற மனசு இந்த ஊர்காரங்ககிட்ட இல்லெ."

"இவ்ளோ கடவுள் நம்பிக்கை இருக்குற உங்களுக்கு போய்..."

"பூமியை மதிக்குறதும், கடவுள் நம்பிக்கையும் வேறெ, வேறெ. எங்க நம்பிக்கை கடவுளை பத்தியது இல்ல. சாப்பாடு கொடுக்குற பூமி தாய் மேல நாங்க வெச்சிருக்கற அன்பு."

"இது எப்படி உங்களுக்கு?"

"அது ஒரு கதை."

"சொல்லுங்களே கேக்குறேன்."

"சொல்றேன். இந்த கதை எங்க நம்பிக்கையை உனக்கு புரியவைக்கும்"

கதை கேட்க ஆர்வத்துடன் இருந்தாள் அந்த பெண். கதையை பெரியவர் சொல்ல தொடங்கினார்.

காட்சி 09
கிராமம்.
காலை - உள்ளே/ வெளியே.

முனியாண்டி ஐயா...தனது வாழை தோட்டத்தில் வாழை இலையை அறுத்துக் கொண்டிருந்தார்.

"அப்பா"

மகள் மரகதம் கூப்பிட்டாள்.

வாழைத்தோட்டத்தில் இருந்தபடி, "என்னம்மா?"

"ரெண்டு இலெ சேர்த்து அறுத்துட்டு வாங்க."

"சரிம்மா"

மகள் சொன்னது போல தான் அறுத்த இலைகளுடன் மேலும் இரண்டு இலைகளை அறுத்தார் முனியாண்டி.

முனியாண்டிக்கு இரண்டு விவசாய நிலம் இருந்தது. ஒன்றில் அரிசி மற்றும் சிறுதானியங்களை பயிரிட்டிருந்தார். மற்றொரு நிலம் வீட்டின் அருகிலேயே இருந்தது.அந்த நிலத்தில் காய்கறிகளை பயிரிட்டார்.அதன் அருகே ஒரு இடத்தில் சிறிய வாழை தோப்பும் இருந்தது.அவருக்கு ஒரு மகன் பெயர் குப்பன்.இளையது மகள் மரகதம். மகனுக்கு பெண் பார்த்துக் கொண்டிருந்தார் முனியாண்டி. இன்று பெண்வீட்டார் மாப்பிள்ளையை வீட்டை பார்க்க வருவதாக சொல்லி இருந்ததால் தான் அவர்களுக்காக வாழை இலை அறுக்கப்பட்டது. அறுத்த வாழை இலைகளை எடுத்துக்கொண்டு வாழை தோட்டத்தில் நடந்து வந்து கொண்டிருந்தார். அப்போது ஒரு மரத்தில் வாழை குலை ஒன்று பழுத்து இருந்ததை கண்டார். உடனே,

"மரகதம்"

என்று கூப்பிட்டார்.அப்பா அழைப்பதை கேட்ட மரகதம்,

"ஏம்ப்பா"

"என்ன எங்கெ?"

"பொண்ணு வீட்டுக்காரங்களெ காத்து பஸ் ஸ்டாப்புக்கு போருக்குறாரு"

"சரி, நீ அந்த அருவாளெ எடுத்துட்டு வா.. வாழெக்குலை ஒண்ணு பழுத்து நிற்குது"

"இதோ வரேம்பா"

மரகதம் அருவாளை எடுத்துக்கொண்டு,தோட்டத்திற்கு சென்றாள். முனியாண்டி அருவாளை வாங்கி கொண்டார்.இலையை மரகதம் கையில் கொடுத்தார்.

"நீ வீட்டுக்கு போம்மா,நான் இதை அறுத்துட்டு வந்திடுறேன்."

மரகதம் இலையுடன் வீட்டிற்கு சென்றாள். முனியாண்டி,வாழைகுலையை அறுத்தார். அருவாள் பதமாக இருந்ததால் ஒரே வெட்டில் குலை மரத்தை விட்டு பிரிந்தது.அதை மெதுவாக கீழே வைத்தார்.பிறகு ஒரே வெட்டில் வாழை மரத்தை மண்ணில் சாய்த்தார். அதன் பிறகு,வாழை மரத்தை இரண்டடி துண்டுகளாக வெட்டி போட்டு விட்டு,வாழை குலை முதலில் சுமந்து கொண்டு வந்து வீட்டு வாசலில் வைத்து விட்டு,மீண்டும் தோட்டத்திற்கு போய்,இரண்டடி துண்டாக வெட்டி போட்டிருந்த வாழை மரத்தில் இருந்து இருந்து,வாழை தண்டை பிரித்தெடுத்தார்.அவற்றை எடுத்துக்கொண்டு வீட்டிற்கு வந்தார்.

"மரகதம் இந்த,வாழெ தண்டு உள்ளெ வை.நான் முகம் கழுவீட்டு வரேன்."

வாசலில் இருந்த,வாழை குலை வாழை தண்டு எல்லாவற்றையும் எடுத்து,சமையல் அறைக்குள் கொண்டு சென்றாள்.மரகதம்.

காட்சி 10.
பேருந்து நிறுத்தம்.
காலை - உள்ளே/ வெளியே.

தங்கள் கிராமத்துக்கு வரும் பேருந்துகள் எல்லாம் நிற்கும்பேருந்து நிறுத்தத்தில்,பெண் வீட்டாரின் வருகைக்காக காத்திருந்தான் முனியாண்டி மகன் குப்பன்.

குப்பன் தனது விவசாய தோட்டத்தில் வேலை பார்த்தான் தந்தையுடன்,சில நேரங்களில்,மரகதமும் அவர்களுடன் வேலைச்செய்வாள். மரகதத்திற்கு குப்பனை விட பத்து வயது குறைவு.இவர்கள் இருவருக்கும் இடையில் ஒரு பெண் குழந்தை இறந்துவிட்டது.மரகதம் மூன்றாவதாக பிறந்தாள்.

தூரத்தில் உள்ள சாலை வளைவில் பேருந்து வந்துக்கொண்டிருந்தை,அந்த பேருந்தின் ஒலி ஒலிப்பானின் சத்தம் காட்டுக்கொடுத்தது.ஒலிப்பானை ஒலித்தபடி, பேருந்து,குப்பன் நிற்கும் இடத்தை நோக்கி வந்து நின்றது. பயணிகள் கீழே இறங்கினார்கள். ஒவ்வொருவரும் தங்கள் கைகளில் ஒவ்வொரு பொருளை வைத்திருந்தார்கள். சில பெண்கள் இடுப்பில் கூடையை வைத்திருந்தார்கள். கடைசியாக பெண் வீட்டார் இறங்கினார்.
அதில் இரண்டு பெண்கள்,மூன்று ஆண்கள் இருந்தார்கள். பேருந்து நிலையத்தில் மாப்பிள்ளை பையனை கண்டவுடன்,

“தம்பி ரொம்ப நேரமா நிற்குறீங்களா?”

“இப்பதாங்க வந்தேன்.வண்டி வர்றநேரம் எனக்கு

தெரியும்."

அவர்கள் கால்களை பார்த்தான். அனைவரும் செருப்பை அணிந்திருந்தார்கள்.

"என்னங்க, எல்லோரும் செருப்பெ இங்கெயே கழற்றி வையுங்க"

"ஏம்மாப்பிள்ளெ?"
"எங்க ஊர் வழக்கப்படி, ஊர்ல யாரும் செருப்பெ போடகூடாது. அதுதான்..."

அவனின் பதில் அவர்களுக்கு சற்று கோபத்தெ வர வைத்தது.

"இங்கெ பாரு மாப்ளே, எங்களுக்கு இந்த சம்மந்தம் வேண்டாம்.
சாதாரண செருப்பு போடக்கூட சுதந்திரம் இல்லாத ஊர்ல பொண்ணெ கொடுக்க, எங்களுக்கு சம்மதமில்லெ. அடுத்த பஸ்...?"

"இப்ப வந்திரும் கிளம்புங்க."

அவர்களின் பதிலை எதிர்ப்பார்காமல், அங்கிருந்த தனது மிதி வண்டியில் ஏறி அமர்ந்து, தனது வீட்டை நோக்கிய பயணத்தை தொடர்ந்தான் குப்பன்.

அவன் தனது முடிவில் உறுதியாக இருப்பதை உணர்ந்த பெண் வீட்டார், அடுத்த பேருந்துக்காக காத்திருந்தார்கள்.

சுப்ரபாரதிமணியன்

காட்சி 11.
வீடு.
காலை - உள்ளே/ வெளியே.

பெண் வீட்டாரை மகன் அழைத்து வருவான் என்று, வீட்டு வாசலில் முனியாண்டியும்,மகள் மரகதமும் காத்துக் கொண்டிருந்தார்கள்.

“என்னம்மா மரகதம்,இவனெ இன்னும் காணம்?”

“அது தாம்பா தெரியலெ.பஸ் வந்துட்டு திரும்பி கூட போயிருக்கும்.
ஒருவேளை பொண்ணு வுட்டுங்காரங்க வந்திருக்க மாட்டாங்களோ? அதனால அண்ணன் பொண்ணு வீட்டுக்கே கூப்பிட போயிருப்பாரோ?”

“நீ அவனெ ரொம்ப எளக்காரம் பண்ணுறெ.
அவன் காதுல கேட்டான்,நீ அம்புட்டு தான்.”

அப்போது சற்று தூரத்தில்,தனது மிதிவண்டியை வேகமாக மிதித்தபடி வந்து கொண்டிருந்தான் குப்பன்.

“என்னம்மா,இவன் மட்டும் தனியா வர்றான்? நீ சொன்னமாதிரி பொண்ணு வீட்டுக்காரங்க வர்லையோ?”

“தெரியலையே...”

குப்பன் வீட்டின் முன்னால் தனது மிதிவண்டியை நிறுத்திவிட்டு,கீழே இறங்கி வந்தான்.

“என்னப்பா,நீ மட்டும் வர்றெ அவங்க வர்லையா?”

“வந்தாங்க.அடுத்த பஸ்ல போயிட்டாங்க.”

“புரியுறமாதிரி சொல்லுப்பா”

“வந்தவங்க எல்லோரும் செருப்பு போட்டிருந்தாங்க. அதெ கழற்றி ஊர் எல்லையால வெச்சிட்டு வாங்கன்னு சொன்னேன்.காரணம் கேட்டாங்க.பதில் சொன்னேன்.இந்த ஊர் சம்மந்தம் எங்களுக்கு ஒத்து வராதுன்னு,
அடுத்த பஸ்சுக்காக காத்திருக்கறாங்க.நான் வந்துட்டேன்.”

“என்ன குப்பா அவசரப்பட்டுட்டே, பக்குவமா பேசி அழைச்சிட்டு வரவேண்டியது தானே?மத்ததை நான் அவங்களுக்கு புரிய வெச்சிருப்பேனே?”

“அதுக்கு அவங்க ஒத்துக்கமாட்டாங்க.”
“மரகதம் பஸ் எத்தனை மணிக்கு வரும் ?”

மரகதம் வீட்டில் மாட்டி இருந்த சுவர்கடிகாரத்தை பார்த்து விட்டு,

“அப்பா,இன்னும் பத்து நிமிஷம் இருக்கு”

“நான் போய் கூட்டீட்டு வரேன்”

முனியாண்டி,தனது வேட்டியை மடித்து கட்டிக்கொண்டு, வேகமாக போய் மிதிவண்டியில், ஏறி அமர்ந்து, அதை திருபினார். அப்போது வேட்டி, சக்கரத்தில் சிக்க,மிதிவண்டியுடன்,அப்படியே கீழே சாய்ந்தார்.

அப்போது அங்கிருந்த மண்வெட்டியின் மீது வலது கால் போய் விழ, அதன் மீது மிதிவண்டியும் விழுந்தது, விழுந்த வேகத்தில் மண்வெட்டி, வலது காலை வெட்டியது.

முனியாண்டி, கதறெ, குப்பன், மரகதம் இருவரும் ஓடிபோய் அவரை தூக்கினார்கள். அவர் மயக்கம் அடைந்தார்.

காட்சி 12
கிராமம்.
பகல் - உள்ளே/ வெளியே.

"நான் கண்திறந்து பார்க்கும்போது, என்னோட கால் பாதியை முறித்து எடுத்து விட்டார்கள். மண்வெட்டி ஆழமாக பாய்ந்து, கால்நரம்பை அறுத்துவிட்டது. கால் முறிக்காவிட்டால் உயிருக்கு ஆபத்துன்னு சொல்லி முடிச்சிட்டாங்க. அதுக்கப்புறம் நிஜகாலுக்கு பதில் இந்த கட்டகால்."

தனது கதையை செவிலிய பெண்ணிடம் சொல்லி முடித்தார் முனியாண்டி.

"ஒரு செருப்பு விவகாரம், உங்க காலையே ஊனமாக்கிருச்சுன்னு நினைக்கும்போது மனசுக்கு ரொம்ப கஷ்டமாக இருக்கு. இருந்தாலும், இந்த நிலையிலயும் நீங்க, செருப்ப கழற்றி வெச்சிட்டு போறதெ நெனக்கும்ப, நீங்க மண்ணுக்கு தர்ற மரியாதை என்னான்னு எனக்கு புரியுது."

முனியாண்டி மெலிதாக புன்னகைப்பது.

"ஆமா,உங்க பையனுக்கு கல்யாணம் நடந்திருச்சா?"

"இல்லம்மா"

"ஏன்"

"இந்த மண்ணெ மதிக்கிற பொண்ணு இன்னும் கிடைக்கலெ."

"சரிங்க,எனக்கு நேரம் ஆயிடுச்சு நான் வரேன்."

செவிலிய பெண் தான் உட்கார்ந்திந்த கல்லில் இருந்து எழுந்தாள்.

முனியாண்டியும் எழுந்தார்.

"உம் பேரென்னம்மா?"

"மலர்"

"நல்லபேரு."

அவள் ஒரு புன்னகையை சிந்திவிட்டு,அங்கிருந்து சென்றாள்.

முனியாண்டியும்,தனது வீட்டை நோக்கி மெதுவாக நடந்தார்.

காட்சி 13
கோவில்.
பகல் - உள்ளே/ வெளியே.

சீனி குழுவினர் வேட்டையாடி கொண்டு வந்த காட்டுப்பன்றியை பலியிட்டு,சாமிக்கு படையல் வைத்தார்கள். பிறகு அனைவருக்கும் கோவில் வளாகத்தில், விருந்து நடைப்பெற்றது. அதன் பிறகு ஊரான், அரசமரத்தடியில் அமர்ந்து,திருவிழாவிற்கான தேதியை குறித்தார்.

ஊர்மக்கள் அனைவரும் அரசமரத்தடியில் கூடினார்கள். ஊரான், பூசாரி மற்றும் கங்காணி,ஊர் தலைவர்கள் கூடி ஒரு தேதியை முடிவு செய்தார்கள்.

நம்ம பூசாரி சொன்னபடி,சீசீயை வேட்டையாடி கொண்டு வந்த நம்ம ஊர் இளைஞர்களுக்கு,மக்கள் சார்பாக நன்றியை தெரிவிக்கிறேன்.இனி வரும் நாட்களிலும்,விழா காலத்திலும் இளைஞர்கள் இன்னும் சிறப்பாக செயல்படனமுன்னு கேட்டுக்குறேன்.

"வர்ற புதன்கிழமை காமாட்சி அம்மன் கோவில் முன்னால் திருவிழாவிற்கான காப்புகட்டுதல் நிகழ்ச்சி நடைப்பெறும்.வழக்கம்போல காப்பு கட்டிவிட்டால் அதன் பிறகு வெளியூர்காரர்கள் உள்ளூருக்குள் வர தடை விதிக்கப்படுகிறது. அதுபோல நம்ம ஊர்க்காரர்கள்,வெளியூரில் போய் தங்கவும் இந்த பஞ்சாயத்து தடைவிதிக்கிறது. ஆகவே பஞ்சாயத்தின் உத்தரவுக்கு அனைவரும் கட்டுப்பட்டு,திருவிழா சிறப்பாக நடைபெற உதவுமாறு ஊர்மக்கள் அனைவரையும் கேட்டுக்கொள்கிறேன்."

ஊரான் தனது உரையை முடித்துக்கொண்டார்.

"எல்லோரும் சந்தோஷமா போங்க.ஆத்தா,எப்பவும் நம்மளெ காப்பா.ஊரான் உத்தரவை கங்காணி நான் வழிமொழிகிறேன்.

இத்தோட பஞ்சாயத்து முடிஞ்சது.அனைவரும் கலஞ்சு போகலாம்."

கங்காணி பேசிமுடிச்சதும் கூட்டம் கலையத்தொடங்கியது.

காட்சி 14
வீடு.
மாலை - உள்ளே/ வெளியே.

"குப்பா,நேத்து நான் வாணியம்பாடிக்கு போய் இருந்தப்ப,நம்ம காத்தமுத்தெ பார்த்தேன்.உன்னோட விசயத்தெ சொன்னேன்.

ஒரு நல்ல பொண்ணு இருக்குன்னு சொன்னார். வீட்டுக்கு ஒரே பொண்ணு. அம்மா,அப்பா மட்டும் தான் கூடப் பொறப்புங்க இல்லெ.நான் எல்லா விசயத்தையும் சொல்லீட்டேன்.வர்ற ஞாயிற்று கிழமை நாம பொண்ணு வீட்டுக்கு போறோம்.அதுக்கு அவன் ஏற்பாடு பண்ணீடுவான்."

"அப்பா,இந்த பொண்ணாவது அண்ணனுக்கு சரியா அமைஞ்சுடுமா?"

“எல்லாம் அந்த ஆத்தா,மாரியம்மா பாத்துக்குவா”

“காத்தமுத்து அண்ணன் பொண்ணு வீட்ல பேசீட்டாரா?”

அதெல்லாம், அவன் பேசிக்குவான். நாம சொன்னபடி, ஞாயிற்றுகிழமை போன சரி. அப்புறம்,பொண்ணு வீட்டுக்கு போய் பொண்ணை பிடிச்சிருக்கான்னு மட்டும் சொன்னா போதும்.மற்ற திருமண சம்பிரதாயங்களை பத்தி காத்தமுத்து பாத்துக்குவான்.அவனுக்கு நான் முன்னின்று கல்யாணம் பண்ணி வெச்சேன் இருபத்தஞ்சு வருசத்துக்கு முன்னால, அதுக்கு நன்றி கடனா இன்னைக்கு உன்னோட கல்யாணத்தெ அவன் பேசிமுடிச்சு வைக்கிறதா சொல்லி இருக்கான்.”

முனியாண்டியின் இந்த பேச்சை கேட்டதும் மரகதத்திற்கு ஒரு தன்னம்பிக்கை ஏற்பட்டது.

“அப்ப,எப்படியும் இந்த முறை அண்ணன் கல்யாணம் முடிஞ்சிரும்.
எனக்கு அனமன்டி(அண்ணி) வந்துடுவாங்க.”

ஆனந்தத்தில் துள்ளினாள் மரகதம்.

குப்பனின் முகமும் சற்று பிரகாசமாக தெரிந்தது.

அம்மா மரகதம் நம்ம சின்னமுத்து,காட்டு பன்றி கறி வெட்டி இருக்கான்.அதெ கொண்டு வந்து தருவான் வாங்கி,

ராத்திரிக்கு நல்லா வறுவல் பண்ணீடும்மா”

"முனியாண்டி அண்ணே"

"அதோ பேசி முடிக்கிறதுக்குள்ளெ சின்ன முத்துவே வந்துட்டான்."

சின்னமுத்து ஒரு துணி பையில் இருந்து சேம்பு இலையில் சுற்றி இருந்த பொட்டலத்தை எடுத்துக்கொடுத்தான். குப்பன் அதைவாங்கி, மரகதம் கொண்டு வந்த சட்டியில் போட்டான். அவள் அதை சமையல் அறைக்கு எடுத்து சென்றாள்.

"அண்ணே, எனக்கு ரெண்டு வாழெ மரம் வேணும்?"

"எப்ப?"

"சனிக்கிழமை சாயங்காலம்."

"தங்கச்சி குழந்தைக்கு காது குத்து. அதுதான்."

"சரி, தோட்டத்துல போய் உனக்கு எந்த மரம் வேணுமோ, அதுல கயித்தெ கட்டீட்டு போ"

"சரிண்ணே, இருப்பா கறிக்கு காசு வாங்கீட்டு போ."

"அதெல்லாம் அப்புறம் பாத்துக்கலாம். ஞாயிற்றுகிழமை காது குத்துக்கு வந்துடுங்க."

"மன்னிச்சிடுப்பா. முடியாது. அன்னைக்கு குப்பனுக்கு பொண்ணு பாக்குறெ விசயமா, வெளியெ

சுப்ரபாரதிமணியன்

போறோம்.அதபத்தி பேசீட்டு இருந்தப்ப தான் நீ வந்தெ"

"நல்ல விசயம்.போயிட்டு வாங்க.எப்படியாவது நம்ம மரகத்த்துக்கு தொனைய ஒருஅனமன்டியெ(அண்ணி) கொண்டு வந்துடுங்க.
அதுவும் பாவம் ஒத்த பொண்ணா,வூட்ல தனியா கெடக்குது. பேச்சு துணைக்கு ஆளில்லாம,"

"அதுதான் இந்த சம்மந்தத்தெ எப்படியும் முடிச்சிடலாமுன்னு முடிவு பண்ணியிருக்கோம்.மத்தெ அந்த மாரியாத்தா தான் பாத்துக்கணும்."

"நல்லதெ நடக்கும். பயப்படாம போயிட்டு வாங்க"

சின்முத்து, வாழை மரத்தை தேர்ந்தெடுக்க வாழைதோட்டத்திற்கு போனான்.கூடவே குப்பனும் சென்றான்.

காட்சி 15.
கோவில்.
பகல் - உள்ளே/ வெளியே.

சீனி வழக்கம் போல தேன் குப்பிகளை திருவண்ணாமலையில் கொடுத்துவிட்டு,சாமி கும்பிட அண்ணாமலையார் கோவிலுக்குள் நுழைந்தான்.அப்போது அவனுக்கு எதிரே வந்தாள் மொட்டச்சியம்மா.இவனை பார்த்ததும் சற்று ஒதுங்கி போனாள்.

“என்ன நான் போகும் இடத்தில் எல்லாம் இந்த பெண் இருக்கிறாளே.
இவள் தான் அந்த ஆண்டவன் எனக்கு போட்ட முடிச்சோ?”

மனதுக்குள் நினைத்துக்கொண்டே,ஆலயத்தினுள் நுழைந்தான் சீனி.

தரிசனத்தை முடித்துவிட்டு வெளியில் வந்தவன்,தேனீர் அருந்துவதற்காக அருகில் இருந்த கடைக்கு சென்றான்.

“அண்ணே ஒரு டீ”

“தம்பி மெதுவடை சூடா இருக்கு”

“ஒண்ணு கொடுங்க”

கடைக்காரன் ஒரு வடையை சிறிய வாழையிலையில் வைத்துக்கொடுத்தான்.சீனி அதை வாங்கி, ருசித்து சாப்பிட்டுக்
கொண்டிருந்தான்.

“தம்பி,இந்தாங்க டீ”

தேனீரை வாங்கி குடித்து விட்டு,பணத்தை கொடுத்தவன் அங்கிருந்து பேருந்து நிலையத்தை நோக்கி நடந்தான்.அப்போது சில பெண்களுடன் சேர்ந்து மொட்டச்சியம்மா,மலர் சந்தையில் பூ வாங்கிக் கொண்டிருந்தாள். சீனி எத்தேச்சையாக அவளைகவனித்தான். இம்முறை அவள் அவனை பார்த்து புன்னகைத்தாள். அந்த புன்னகையில் ஆயிரம் பட்டாம்பூச்சிகள் இவன்

மனதில் சிறகடித்து பறந்தது. அதே நினைவுடன் பேருந்து நிலையத்தை நோக்கி நடந்தான்.

அவளுடன் இருந்த பெண்கள் அதை கவனித்து விட்டார்கள். அப்போது அந்த பெண்கள் ஒருத்தி அவளிடம் ஏதோ சொன்னாள்.

“அதனால என்ன அவர்கிட்ட நேரா கேட்டுட வேண்டியது தான்.”

“ஐயோ,நான் கேட்க மாட்டேன்.நீ வேணுமுன்னா கேளு”

“மனசுக்கு பிடிச்சிட்டா, அதை மறைக்க கூடாது. அப்புறம் மனசுக்கு தான் பாரம்.அதனால விசயத்தை சொல்லி,பாரத்தெ இறக்கி வெச்சுட வேண்டியது தான். நான் சொல்றது தானே சகுந்தலா?”

“இது சரி வருமா?”

“விருப்பத்தெ சொல்றோம்.இஷ்டப்பட்ட சரின்னு சொல்லட்டும். இல்லாட்டி விட்டிருவோம். அவ்ளோ தான்”

“உனக்கு தைரியம் தாண்டி.”

அவர்கள் தங்களுக்கு வேண்டிய பூக்களை வாங்கி விட்டு,பேருந்து நிலையம் நோக்கி வந்தார்கள்.

காட்சி 16.
பேருந்து நிலையம்.
பகல் - உள்ளே/ வெளியே.

தங்கள் ஊருக்கு செல்லும் பேருந்துக்காக திருவண்ணாமலை பேருந்து நிலையத்தில் காத்திருந்தான் சீனி.

அப்போது அவன் காத்திருக்கும் அதே பேருந்துக்காக மொட்டச்சியம்மா,தன் தோழிகளுடன் அங்கே வந்தாள்.

"ஏய்...அங்கெ நிற்குறாண்டி"

"என்னடி அவன், இவன்னு பேசுறெ முதல்ல மரியாதெயா பேச கத்துக்கோ. யாராவது கேட்டு சொல்லீட்டா, பிரச்சனை தான் வந்துடும்.சரி நான் போய் அவர்கிட்ட விசயத்தெ சொல்றேன்."

"இப்ப வேண்டாண்டி. இது பஸ் ஸ்டாண்டு, திடீர்னு கோபப்பட்டு சத்தம் போட்டா நம்ம நிலமெ அவ்ளோதான்"

தடுத்தாள் கோமதி.

இங்கெ பாரு கோமு,முதல்ல தைரியம் வேணும். இல்லாட்டி காதல் பண்ணக்கூடாது. புரியாதா?இப்ப நான் போகனுமா, வேண்டாமா?"

"நீ சொன்னா கேட்கமாட்டே,இன்னைக்கு என்ன நடக்க போகுதோ?"

சீனி நிற்கும் இடத்தை நோக்கி சென்றுக் கொண்டிருந்தாள் மொட்டச்சியம்மா,அவள் அவன் அருகே சென்றதும்,அவளையே பார்த்துக்கொண்டிருந்த,தோழிகளின் மனதில் ஒரே படபடப்பு.கோமதி சற்று அதிகமாக பயந்தாள்.அதை கண்ட மற்ற தோழிகள்,

"நீ ஏண்டி பயந்து சாகுறெ.மொட்டச்சியம்மா பக்குவமா பேசி,விசயத்தெ முடிச்சிடுவா"

அவள் சனியின் அருகே நெருங்கி,அவனிடம் பேச வாய் திறக்க,

"சீனி"

கூப்பிடும் சத்தம் கேட்க,திரும்பி பார்த்தான்.

"என்ன இன்னுமா,பஸ் கிடைக்கல."

அவன் வழக்கமாக தேன் கொடுக்கும் கடையின் உரிமையாளர் கேட்டார்.

"இல்லண்ணே,டீ சாப்பிட்டு இருந்தேன். அதுக்குள்ள ஒரு பஸ் போயிடுச்சு.அடுத்த பஸ் வர்ற நேரம் ஆயிடுச்சு."

"இந்த வாரம் தேன் கிடைக்குமா?"

"ஊர்ல பண்டிகை நடக்குறதாலெ,கொஞ்சகஷ்டம் தான். அடுத்த வாரம் கொண்டு வந்துடுறேன்."

"பாக்கி பணம் ஏதாவது,நான் தரனுமா?"

"இல்லண்ணே,கணக்கு சரியா போயிடுச்சு."

அவர்கள் பேசிக்கொண்டிருக்க,அவன் ஊருக்கு போகும் பேருந்து வந்து அவர்கள் அருகே,நின்றது.

"சீனி,வண்டி வந்திருச்சு ஏறிக்கோ.இதையும் விட்டுட்டா,அப்புறம் ராத்திரி தான்."

சீனி ஓடி வண்டியில் ஏறி அமர்ந்துக்கொண்டான்.

"ஏய் வாங்கடி,பஸ் போயிட போகுது."

மொட்டச்சியம்மா கூப்பிட தோழிகள் ஓடி வந்தார்கள்.

"ஏய்,பேச முடியலெ.அதுக்குள்ள யாரோ ஒருத்தர் வந்துட்டார்.அப்புறம் ஆள் தேன் வியாபாரி மாதிரி தெரியுது.பேச்சுல இருந்து கண்டுபிடிச்சேன்."

"அப்ப,தேன் நிலவு அமர்க்களமாக இருக்கும்."

தோழிகள்சொல்லி சிரித்துக்கொண்டே பேருந்தில் ஏறி அமர்ந்தார்கள்.அனைவருக்கும் இருக்கை கிடைக்கவில்லை. சில பெண்கள் நின்று கொண்டிருந்தார்கள்.

அவர்களில் மொட்டச்சியம்மா, கோமதியும் அடக்கம். பேருந்து,அங்கிருந்து கிளம்பியது.

சீனி தனது இருக்கைக்கு அருகில் இருந்த கம்பி மீது

சாய்ந்துக்கொண்டிருந்த கோமதியை நிமிர்ந்து பார்த்தான். அதை மொட்டச்சியம்மா கவனித்தாள்.

“ஏய்,உன்னெ தான் பாக்குறாரு?”

மெல்லிய குரலில் சொன்னாள்.

கோமதி மெதுவாக சீனி அமர்ந்திருக்கும் இருக்கையை பார்த்தாள்.அப்போதும் அவன் அவளை பார்த்துக்கொண்டிருந்தான். இருவரது கண்களும் நேர்கோட்டில் சந்தித்த வேளையில்,சடாரென பிரேக்கை போட்டார் டிரைவர். எதிர்பாராத பிரேக்கால், கோமதி,மொட்டச்சியம்மா மீது விழுந்துவிட்டாள்.

“இதுதான் சொல்றது கவனம் சிதறினா, வழுக்கி விழுந்திடுவோமுன்னு”

“போதும்...போதும்... அவரு பாக்குறாரு”

“என்னடி திடீர்னு அவரு?”

“அதெல்லாம் அப்படிதான்”

அவர்கள் பேசிய சத்தம் மெதுவாக அவன் காதில் விழுந்தது.அவற்றை கேட்காதபடி, இருக்கையின் கம்பியில் தலையை சாய்த்து மெதுவாக கண்களை மூடினான்.பேருந்து மெதுவாக மலை பகுதியில் ஓடிக்கொண்டிருந்தது.

காட்சி 17
வீடு.
இரவு - உள்ளே/ வெளியே.

“அப்பா,காலையில எத்தன மணிக்கு புறப்படனும்?”

“காலையில வெல்லன பொறப்பட்டு,முதல்ல மாரியாத்தா கோவிலுக்கு போய் ஒரு பூசயெ பண்ணீட்டு, உடனே புறப்படுறோம். குப்பா நீ பூசைக்கு வேண்டிய பொருள் எல்லாம் வாங்கி வச்சுட்டியா?”

“அதெல்லாம் வச்சுட்டேன்.ஏம்பா,காத்தமுத்து அண்ணன் எல்லா விவரத்தையும் சொல்லி இருப்பாரு தானே?”

எல்லாத்தையும் சொல்லீட்டானாம்.
மத்ததை நாம நாளைக்கு போகும்போது நேர்ல சொல்றதா சொல்லி இருக்கான். காலையில வெல்லன எழுந்திரிக்கனும், சீக்கிரமா போய் தூங்குங்க.”

மரகதம், தரையில் ஒரு பாய் விரித்து சமையல் அறைக்கு அருகில் படுத்துக்கொண்டாள். முனியாண்டியும்,குப்பனும் அருகருகே பாய் விரித்து படுத்துக்கொண்டார்கள்.சிறிது நேரத்தில், முனியாண்டி கண்களை மூடி உறங்க ஆரம்பித்தான்.ஆனால்,குப்பனுக்கு உறக்கம் வரவில்லை.காரணம், நாளைக்கு பெண் வீட்டார் என்ன பதில் சொல்வார்கள் என்ற எண்ணம் அவன் மனதில் ஒரு திரைப்படத்தின் இடைவேளை மாதிரி வந்துக்கொண்டிருந்தது.அதை மீறி அவனால் கண்களை மூடி உறங்க முடியவில்லை.பொழுது எப்போது விடியும் என காத்திருந்தான் பாயில் படுத்தபடி,கண்களை திறந்துக்கொண்டு...

காட்சி 18
வீடு.
காலை - உள்ளே/ வெளியே.

"சீனி இன்னைக்கு அந்த பாறெ இடுக்குல இருக்குறெ தேன் கூண்டுல இருந்து தேனெடுக்க போறோம்"

சின்னான் சொன்னதை காதில் வாங்காமல், ஏதோ சிந்தனையில் இருந்தான் சீனி.

"டேய் சீனி"

சின்னான் சத்தமாக கூப்பிட்டான்.

"என்னண்ணே கூப்பிட்பியா?"

"நான் காட்டுகத்துறேன். கூப்பிட்டியான்னு மெதுவா கேக்குறெ. நெனப்பு எங்கெ இருக்கு"

"வயசு பையன்தானுங்களே, திருவிழா நேரம், ஏதாவது அழகான பொம்பளெ புள்ளெய பாத்திருப்பான்.அந்த ஞாபகத்துலயே இருந்திருப்பான்.நீங்க கூப்பிட்டது கேட்டிருக்காது."

மனைவி கண்ணம்மா சொன்னதெ கேட்டதும்,

"அப்புடியா சீனி?"

"அதெல்லாம் இல்லன்ணே,அனமன்டி சும்மா சொல்றாங்க"

“அப்படி ஏதாவது இருந்தா,சொல்லீடுப்பா,பேசி முடிச்சிடலாம். சரி,நான் திருப்பதியெ கூட்டீட்டு தேனெடுக்க போறேன்.நீ கோவிலுக்கு ஏதாவது வேலை இருந்தா செஞ்சு கொடு”

“சரின்ணே”

சின்னான் தேனெடுக்க தேவையான உபகரணங்களை எடுத்துக்கொண்டு,வெளியே வந்தான்.

“என்ன சின்னான் கிளம்பலாமா?”

அங்கு வந்த திருப்பதியை கூட்டிக்கொண்டு,தனது மிதிவண்டியில் ஏறி இருவரும் சென்றார்கள்.

“தம்பி குளிச்சிட்டு வாங்க.களி செஞ்சிருக்கேன். கூடவே சிட்டுக்கோழி குழம்பும் இருக்கு.”

“இப்பவே நாக்கு ஊறுது.இதோ குளிச்சிட்டு வந்துடுறேன்.”

எழுந்துக்குளிக்க சென்றான் சீனி.

காட்சி 19
பேருந்து.
காலை - உள்ளே / வெளியே.

முனியாண்டி,குப்பன் மரகதம் மூவரும் பெண் பார்ப்பதற்ககாக பேருந்தில் போய்க் கொண்டிருந்தனர்.

"ஏண்ணே, எதுவுமே பேசாம இருக்கெ?"

"அது ஒண்ணும் இல்ல புள்ளெ.சும்மா தான்"

"மனசுல ஏதேதோ போட்டுக்குழப்பீட்டு இருக்காதே. எல்லாம் நல்லபடியாக முடியும். மாரியாத்தா முடிச்சு கொடுத்துடுவா."

"செண்பகத்தோப்பு,இறங்குறவங்க எழுந்திரிங்க"

நடத்துனர் சொல்ல,

"குப்பா,இதுதான் நாம இறங்க வேண்டிய இடம்."

உடனே,குப்பன்,மரகதம் இருக்கையில் இருந்து எழுந்துக்கொண்டார்கள்.பேருந்து நின்றவுடன் முனியாண்டி,மெதுவாக எழுந்தார்.

"பாத்து,இறக்கி கூட்டீட்டு போங்க."

முனியாண்டியின் நிலையை கண்டு சொன்னார் பேருந்து நடத்துனர்.மூவரும் பேருந்தில் இருந்து இறங்கினார்கள்.பேருந்தும் அங்கிருந்து புறப்பட்டது.

"என்னப்பா,காத்தமுத்து அண்ணனெ காணம். இந்த பஸ் ஸ்டாப் தானே சொன்னார்?"

"ஆமா,குப்பு."

அப்போது அவர்கள் அருகே ஒரு ஜீப் வந்து

நின்றது.   அதிலிருந்து காத்தமுத்து இறங்கினார்.

"இப்பதான் உங்களெ பத்தி பேசினோம். அதுக்குள்ள வந்துட்டீங்க"

"என்ன பேசி இருப்பீங்க. என்னடா நம்மளெ வரச்சொல்லீட்டு,இந்த ஆளெ காணமேன்னு தானே?"

"அதில்லப்பா"

"முனியாண்டி பொண்ணு வீடு கொஞ்ச தூரத்துல இருக்கு.உனக்கு நடக்க சிரமமா இருக்குமுன்னு தான்,ஜீப்பெ கொண்டு வந்திருக்கிறேன்.மூணு பேரும் ஜீப்புல ஏறுங்க."

"குப்பன் முதலில் முனியாண்டியை ஏற்றி விடுகிறான். அதன் பின்பு மரகதம் ஏற, கடைசியாக குப்பன் ஏறி உட்கார்ந்தான்.காத்தமுத்து ஓட்டுநர் அருகே ஏறி உட்கார்ந்து கொண்டான்.ஜீப் அங்கிருந்து புறப்பட்டது.

"காத்தமுத்து, விசயத்தெ எல்லாம் பொண்ணு வீட்டுல பேசி தெளிவுப்படுத்தீட்டியா?"

"எல்லாத்தையும் பேசிட்டேன்.உன்னொட காலபோன விசயத்தெ கூட ஒரு விபத்துன்னு சொல்லி வெச்சிருக்குறேன். அப்புறம் செருப்பு விவகாரத்தை மட்டும் நான் பேசலெ.

அது அப்புறமா பேசிக்கலாமுன்னு இருக்கேன். நீங்களும் அதெ பத்தி பேசாதீங்க.மற்ற விசயத்தெ மட்டும்

பேசி தெளிவுப்படுத்திக்கோங்க.பொண்ணு வீடு இப்ப வந்துரும்.ஜீப்புல இருந்து இறங்கி,ஒரு இருபது அடி நடக்கனும்."

அதற்குள் நிறுத்தம் வர,
ஜீப் அங்கே நின்றது.நால்வரும் ஜீப்பில் இருந்து இறங்கினார்கள்.

"அண்ணே,நான் காத்துட்டு இருக்கனுமா?"

"இல்ல தம்பி நீங்க கிளம்புங்க.நாங்க வர கொஞ்சம் நேரமாகும்."

ஜீப் அங்கிருந்து கிளம்பியது.மூவரும் ஒரு சிறிய நடைப்பாதையில் நடந்தார்கள்.

காட்சி 20.
காடு.
காலை - உள்ளே/ வெளியே.

"திருப்பதி அதோ தெரியுது பார்.அந்த தேன் கூண்டை தான் இன்னைக்கு எடுக்கப்போறோம்."

"சின்னா கயிறு நீளமா தானே இருக்கு?"

"பயப்படாதே.எல்லாம் இருக்கு"

"சரி நீ மேலே நில்லு. நான் கயித்துல இறங்கி,முதல்ல தேனீயை கலைக்குறேன். கயிறை ரெடி பண்ணு."

சின்னான் கயிற்றின் ஒருமுனையை பாறைக்கு மேலே இருந்த பெரிய மரத்தில், சுருக்கு முடிச்சு போட்டு கட்டினான்.பலமுறை பலமாக இருவரும் சேர்ந்து இழுத்து பார்த்தார்கள்.கயிறு மிகவும் இறுக்கமாக தான் இருந்தது.

அதன் பிறகு கயிற்றின் மறு நுனியை திருப்பதி தனது இடுப்பில் இறுக்கமாக கட்டிக்கொண்டு பாறையில் இறங்கினான்.

அடிமீது அடி வைத்து, பாறையில் கவனமாக இறங்கினான். உடல் முழுவதும் கனமான கம்பிளியை போர்த்தி இருந்தான்.
தேனீக்களின் தாக்குதலில் இருந்து தங்களை
காத்துக்கொள்ள தான் இந்த ஏற்பாடு.மெதுவாக தேன் கூட்டை நெருங்கினான்.

“திருப்பதி பார்த்து... ஆமா,தேன் எப்படி?”

“சின்னா,சரியான கூடு. தேன் நிறைய இருக்கும் போல தெரியுது.”

“ஜாக்கிரதையா பாத்து,தேனீக்களை துரத்து...”

“நான் பாத்துக்குறேன்.நீ பத்திரமா கயிறெ கவனிச்சுக்கோ”

“சரி...சரி... நீ தேனீயை ஓட்டி விடு”

திருப்பதி கூட்டில் இருந்த தேனீக்களை ஓட்ட,தன் இடுப்பில் செருகி இருந்த, பந்தத்தை எடுத்து, தீக்குச்சி மூலம் பற்றவைத்து,தேனீ கூட்டின் அருகே காட்ட,தேனீக்கள்

உயிர் பிழைக்க,அங்கிருந்து தப்பி ஓடத்தொடங்கியது. சில தேனீக்கள் தீயில் கருகி உயிர் விட்டிருந்தது. கடைசியாக தேனீக்கள் தோற்றது.திருப்பதி வென்றான். முழு தேன் கூட்டையும்,கத்தியால் அறுத்து கயிற்றில் கட்டிவிட்டான். சின்னான் தேன்கூடு பாறையில் மோதி சிதறாமல், பக்குவமாக மேலெ இழுத்துக்கொண்டான். அதனை தொடர்ந்து திருப்பதி மேலே ஏறி வந்தான்.இருவரும் சேர்ந்து தேன்கூட்டை எடுத்து,மிதிவண்டியில் கட்டி இருந்த பாத்திரத்தில் எடுத்து போட்டுக்கொண்டு,காட்டை விட்டு வெளியேறினார்கள்.

காட்சி 21
வீடு.
காலை - உள்ளே/ வெளியே.

முனியாண்டி குடும்பத்தைழைத்துக்கொண்டு,காத்த முத்து, பெண் பார்க்கும் வீட்டிற்குள் நுழைந்தான்.

“வா காத்தமுத்து”

பெண் அப்பா வரவேற்றார்.

இது பையனாக அப்பா,விபத்துல காலெ இழந்துட்டார்.இது பையன் பேரு குப்பன். நல்ல உழைப்பாளி. சிறந்த விவசாயி. இது மரகதம்,குப்பனோட ஒரே தங்கச்சி.”

முனியாண்டி குடும்பத்தை அறிமுகப்படுத்தி வைக்க,அனைவருக்கும் வணக்கம் சொன்னார் பெண்ணின் அப்பா சாத்தன்.

"மருதாயி மாப்பிளை வீட்டுக்காரங்க வந்துட்டாங்க. பொண்ணுகிட்ட காபி தண்ணியை கொடுத்து அனுப்பு."

"இதோ...இப்ப அனுப்புறேன்."

"காத்தமுத்து என்ன எல்லோரும் பேசமா இருக்காங்க?"

"அதில்லெ அண்ணே,பொண்ணெ பாத்துட்டு, மத்த விசயங்க பேசலாம்னு தான்"

"மருதாயி"

சாந்தன் கூப்பிட்ட வாயை மூடுவதற்குள்,கையில் இருந்த தட்டில் தேனீர் கோப்பையுடன் வந்து மாப்பிள்ளை வீட்டார் முன்னால் நின்றாள்.

"மாப்ளே இது தான் எம்பொண்ணு.பேரு மொட்டச்சியம்மா.எங்க ஆயி பேரு."

குப்பனுக்கு மொட்டச்சியம்மாவை பார்த்தவுடன் பிடித்து விடுகிறது.அவளது அழகு இவனை கவர்ந்து விடுகிறது.அது அவனது முகம் காட்டி விடுகிறது. மொட்டச்சியம்மா அனைவருக்கும் தேனீரை கொடுத்து விட்டு,அவளது தந்தை அருகில் வந்து நின்றுக்கொண்டு குப்பனை நன்றாக பார்த்தாள்.

சுப்ரபாரதிமணியன்

தங்கை முகத்தை குப்பன் பார்த்து, "மரகதம்?"

"உனக்கு பிடிச்சதா?"

கண்களால் கேட்டாள். இவனும் "ரொம்ப" என பதில் சொன்னான்.

மொட்டச்சியம்மா அருகில் அவளுடைய அம்மா, மருதாயி வந்து நின்றாள்.

"என்ன முனியாண்டி அண்ணே. இனி பேசலாமே?"

மகனுக்கு சம்மதம் என்பதை புரிந்துக்கொண்ட முனியாண்டி,

"எங்களுக்கு சம்மதம். பொண்ணோட சம்மதத்தை கேட்டு சொன்னா, மத்ததை பேசீடலாம்"

"என்னம்மா நம்ம குப்பனை உனக்கு பிடிச்சிருக்கா?"

காத்தமுத்து கேட்டவுடன் வெட்கப்பட்டு சமையல் அறை பக்கமாக ஓடினாள் மொட்டச்சி அம்மா.

"அவளுக்கு சம்மதம். மத்ததை நாம பேசி முடிச்சிடலாம்"

சாந்தன் சொன்னார்.

"நீங்க என்ன எதிர்பாக்குறீங்க?"

"எல்லாத்தையும் நாங்க காத்தமுத்துகிட்ட சொல்லி இருக்கோம்."

"சாந்தண்ணே,நான் ஏற்கனவே உங்ககிட்ட சொன்னதுதான்.
முனியாண்டி அண்ணே, அவங்களுக்கு சம்மதம்"

"அப்ப முகூர்த்த தேதியெ குறிச்சிடலாம்."

சொல்லிவிட்டு அனைவரும் எழ,

"இருந்து சாப்பிட்டுட்டு போலாமே?"

"பரிசம் போட்டுட்டு,கை நனைக்கிறது தானே முறெ.
இப்பகிளம்புறோம். தேதியை காத்தமுத்துகிட்ட சொல்லி அனுப்புறோம்.அந்த தேதி உங்களுக்கு வசதின்னா, முடிச்சிடலாம்."

அனைவரும் வீட்டை விட்டு வெளியே வந்தார்கள். அப்போது மொட்டச்சியம்மா,சமையல் அறை சன்னல் வழியாக குப்பனை பார்த்தாள்.அவனும் அவளை பார்த்து, புன்னகைத்தான்.

"அண்ணே,இதெல்லாம் இன்னொரு நாள் வெச்சுக்கலாம்"

மரகதம் சொல்ல,வெட்கப்பட்டான் குப்பன்.மரகதம், மொட்டச்சியம்மாவுக்கு டாட்டா காட்டினாள். பதிலுக்கு அவளும் டாட்டா காட்ட, பிரதான சாலையை நோக்கி நடந்தார்கள்.

சுப்ரபாரதிமணியன்

"சாத்தண்ணே, அவங்களெ அனுப்பிட்டு வரேன்"

"சரி காத்தமுத்து"

காத்தமுத்து, குப்பன் குடும்பத்தை பின் தொடர்ந்து ஓடினான்.

காட்சி 22
வீடு.
காலை - உள்ளே/ வெளியே.

சீனி வீட்டில் காலை உணவை சாப்பிட்டுக் கொண்டிருந்தான்.

"கண்ணம்மா" கூப்பிட்டுக்கொண்டே உள்ளே நுழைந்தான் சின்னான் அவனுடன் திருப்பதியும் இருந்தான்.

"இதோ வந்துட்டேன்"

"திருப்பதி தேனடையெ கீழே வை. சீனி அந்த பாறை இடுக்கில் இருந்த தேன்கூட்டை பிரிச்சு எடுத்துட்டோம். "

சாப்பிட்டுக்கொண்டே,

"ஏண்ணே, இதுல தேன் கொஞ்சம் ஜாஸ்தியா இருக்கும் போல தெரியுது"

"அதுமட்டும் இல்ல. தேனோட ருசியே தனியா இருக்கு."

திருப்பதி சொல்ல,

"அப்ப ரெண்டு பேரும் ருசி பாத்துட்டு தான் கொண்டு வந்தீங்களா?"

"தேன் கூட்டுல கைவிட்டவன், நடக்காம வரமாட்டான்னு நம்ம முன்னோர்கள் சொன்னது ஞாபகம் இருக்கு தானே?"

"நம்ம பெரியவங்க சொன்னது என்னைக்கு நடக்காம போயிருக்கு?"

"ஏங்க உட்காருங்க களி கொண்டு வரேன். "

"கண்ணம்மா திருப்பதிக்கும் சேர்த்து கொண்டு வாங்க.ஆமா ஆயி எங்கெ?"

"அயித்தா கோவிலுக்கு போயிருக்குறாங்க"

சொல்லிக்கொண்டு களி எடுக்க சமையல் அறைக்கு போனாள் கண்ணம்மா. இருவருக்கும் களியை தட்டில் போட்டுக்கொண்டு வந்தாள். இருவரும் சாப்பிடத் தொடங்கினார்கள்.

"என்ன சின்னா,சீனிக்கு ஒரு பொண்ணு பார்த்திப வேண்டியது தானே?"

திருப்பதி களியை வாயில் திணித்துக்கொண்டே கேட்டான்.

"பாத்துட்டே இருக்கோம். அமையனுமே"

"என்ன சீனி நீ யாரையாவது விரும்புறியா?"

அப்படி திருப்பதி கேட்டதும், சீனியின் கண்முன்னே மொட்டச்சியம்மா முகம் ஒருமுறை வந்து போனது.

"அதுவந்து... "

"என்ன சின்னான். உந்தம்பி இழுக்குறான். யாருன்னு கேட்டு முடிச்சு வை."

"அப்படியாடா, பொண்ணு பேரு என்ன?"

"அப்படி எல்லாம் இல்லண்ணே"

வெட்கத்துடன் எழுந்து கைகழுவப் போனான்.

"சின்னா, சீனி மனசுல ஏதோ இருக்கு. அது முகத்துல தெரியுது"

"மொட்டச்சியம்மாவை பற்றி சொல்லீடலாமா" என்ற எண்ணம் அவன் மனதில் தோன்றினாலும், அவளிடம் இதுவரை பேசவில்லை. ஒருமுறை பேசிவிட்டு வீட்டில் சொல்லி விடலாம் என்று நினைத்துக்கொண்டே கை கழுவினான் சீனி.

காட்சி 23
வீடு.
மதியம் - உள்ளே/ வெளியே.

முனியாண்டி, குப்பன் இருவரும் மதிய உணவு சாப்பிட உட்கார்ந்திருந்தனர். மரகதம் வாழை இலையை இட்டு,
தண்ணீர் தெளித்து விட்டாள். பிறகு இலையில் சாதத்தை பரிமாறினாள்.

"அம்மா சாம்பாரை கொஞ்சமா ஊத்தும்மா"

முனியாண்டியின் இலையில் அளவாக சாம்பாரை பரிமாறினாள்
மரகதம்.

"என்ன குப்பா, பொண்ணெ உனக்கு பிடிச்சிருக்கு தானே? கல்யாணத்துக்கு ஏற்பாடு பண்ணீடலாமா?"

"பண்ணீடலாம்பா. ஆனா, பொண்ணு முழுமையா சம்மதம் சொல்லிடுச்சான்னு தெரியலையே?"

"பொண்ணு சிரிச்சிட்டு தானே போனா அப்புறம் சம்மதம் இல்லாமலா போகும்?

"அண்ணன் சொல்றதும் சரிதாம்பா, நீ எதுக்கும் காத்தமுத்து அண்ணங்கிட்ட நல்லா விசாரிச்சு கேட்டுக்கோ. பொண்ணு முழுசம்மதமுன்னா, உடனே, முகூர்த்த தேதி குறிச்சு கல்யாணம் முடிச்சிடலாம்."

“சரிம்மா,ரெண்டு பேரும் சொல்றீங்க.அப்படியே பேசி முடிச்சிடலாம்.”

“மரகதம் கொஞ்சம் சாம்பார் ஊத்து.”

“அப்படியே இன்னொரு இலையை எடுத்து போடும்மா.ரொம்ப பசிக்குது.”

சொல்லிக்கொண்டே உள்ளே நுழைந்தார் காத்தமுத்து.

“இப்பதான் உன்னெ பத்தி பேசுனோம். அதுக்குள்ளே வந்துட்டெ.”

“என்னெ பத்தி என்ன அப்புடி பேசினுங்க.”

“பொண்ணுக்கு முழு சம்மதமான்னு உங்கிட்ட கேட்டு தெரிஞ்சுட்டு, அப்புறமா தேதியை குறிச்சிடலாமுன்னு...”

“பொண்ணு நாளைக்கு கல்யாணமுன்னாலும், கட்டிக்க தயார், நாளைக்கே முகூர்த்தம் வெச்சுக்கலாமா?”

மரகதம் சாதம் பரிமாறி, சாம்பாரை ஊற்றினாள். காத்தமுத்து பிசஞ்சு சாப்பிடத் தொடங்கினார்.

காத்தமுத்துவின் பதில் மூவருக்கும் சந்தோஷமாக இருந்தது.

“அப்பா சாப்பாடு இன்னும் கொஞ்சம் போடட்டுங்களா?”

"போதும்மா,காத்தமுத்து சொன்ன பதிலெ மனசும்,வயிறும் நிறஞ்சிருச்சு"

எழுந்து கைகழுவ சென்றார் முனியாண்டி.

"எனக்கு இன்னும் கொஞ்சம் சாதம் போடும்மா. உங்க அப்பாவுக்கு வேண்டாட்டி பரவாயில்லெ" என்று சொல்லி சிரித்தார் காத்தமுத்து.

காட்சி 24.
பிரதான சாலை.
காலை - உள்ளே/ வெளியே.

மலைகிராமத்திலிருந்து திருவண்ணாமலை நோக்கி வந்த பேருந்து டயர் பஞ்சராகி செண்பக தோப்பு நிறுத்திற்கு கொஞ்சம் முன்னால நின்று விட்டது.

"இங்கெ பாருங்க.டயர் பஞ்சர் ஆயிடுச்சு. அடுத்து டயர் மாத்தீட்டு தான் போகனும். ஆம்பளைங்க கொஞ்சம் எங்ககூட உதவி செஞ்சா சீக்கிரமா மாத்தீட்டு கிளம்பிடலாம்."

"அதனால என்னண்ணெ நாங்க இருக்கோம்."

ஆண்கள் சொல்ல, ஓட்டுனரும், நடத்துனரும்,பயணிகளின் உதவியுடன்,டயரை மாற்ற தொடங்கினார்கள்.

அப்போது, செண்பகத்தோப்பு பேருந்து

நிறுத்தத்தில் நிற்பவர்கள் தூரத்தில் பேருந்து நிற்பதை கண்டார்கள்.

"என்ன பஸ் அங்கெ நிற்குது. வா போய் பார்க்கலாம்"

அனைவரும் பேருந்தை நோக்கி வந்தார்கள்.

அவர்களுடன், மொட்டச்சியம்மா கோமதி, ராணி மற்றும் அவர்களின் தோழிகளும் இருந்தார்கள். அனைவரும் பேருந்து அருகில் வந்தார்கள்.

அப்போது புதிய டயர் மாற்றிக்கொண்டிருந்தார்கள். சீனி அவர்களுக்கு உதவி செய்து கொண்டிருந்தான்.

"ஏய் அங்கெ பாரு."

"அப்பவே பாத்துட்டேன். அவரு இந்த வண்டியில வருவாருன்னு எனக்கு தெரியும்."

சீனியை பற்றி மொட்டச்சியம்மா சொல்ல,

"இப்ப என்ன பண்ண போறெ?"

ராணி கேட்டாள். "சொல்லீட வேண்டியது தான்"

"மொட்டச்சியம்மா, உனக்கு கல்யாணம் முடிவாயிடுச்சு. இப்ப உனக்கு இது தேவையில்லாத விசயம்"

"பயப்படாத கோமு, நான் பாத்துக்குறேன்."

தற்செயலாக மொட்டச்சியம்மாவை சீனி பார்த்து விடுகிறான்.

அவளின் அலைபாயும் கூந்தலில் இருந்த முல்லை பூவின் வாசம்,அவன் நாசியை தாக்கியது.அந்த வாசத்தை மீண்டும் ஒரு முறை உள்ளிழுத்துக் கொண்டான்.

“ஏங்க,உங்ககிட்ட கொஞ்சம் பேசனும்”

அவளின் இதழ்களில் இருந்து வந்த வார்த்தையை, அவனால் நம்ப முடியவில்லை.

“என்னையா கூப்பிட்டீங்க?”

“ஆமாங்க.”

“சொல்லுங்க.”

“கொஞ்சம், அந்த பக்கம் வாங்க.”

மொட்டச்சியம்மா கூப்பிட, சீனியும் அவளுடன் சென்றான்.

“என்னடி இவ தனியா கூட்டீட்டு போறா. என்ன நடக்க போகுதோ?”

தோழிகள்அவர்களைகவனித்துக்கொண்டிருந்தார்கள். அப்போது அவள் அவனிடம் பேசிக்கொண்டிருந்தாள். அவர்கள் தூரத்திலிருந்ததால்,பேசியது கேட்கவில்லை. சற்று நேரத்தில் திரும்பி வந்தார்கள்.

நான் சொன்னதை நல்லா யோசனெ பண்ணி,உங்க பதிலை நாளைக்கு சொல்லுங்க. நாளைக்கு மதியானம், திருவண்ணாமலை கோவில்ல சந்திக்கலாம்."

" நீங்க திடீர்னு இப்படி சொல்லுவீங்கன்னு நெனக்கில"

"பரவாயில்லெ...நாளை பதில் சொன்னா போதும்"

"எல்லோரும் வண்டியில ஏறுங்க.சீக்கிரமா,இப்பவே லேட் ஆயிடுச்சு."

அனைவரும் ஏறினார். தாங்கள் ஏற்கனவே உட்கார்ந்திருந்த இருக்கையில் அமர்ந்துக் கொண்டார்கள்.

"நீங்க வர்லையா"

"இல்லைங்க.நாளைக்கு பார்க்கலாம்."

'நடத்துனர் விசில் ஊத,ஓடிபோய் ஏறினான் சீனி. பேருந்து திருவண்ணாமலையை நோக்கி போனது."

மொட்டச்சியம்மா,சீனியை பார்த்து கையசைக்க,அவனும் பதிலுக்கு கை அசைத்தான்.பேருந்து அவர்களை கடந்து தூரமாக சென்றது.

"என்னடி பண்ணி வெச்சிருக்கே?"

படபடப்புடன் கோமதி கேட்டாள்.

நாளைக்கு மதியம் திருவண்ணாமல கோவில்ல வெச்சு,பதில் வரும்போ தெரிஞ்சுக்கோங்க. இப்ப போலாமா?"

அவள் முன்னே நடக்க,தோழிகள் எதுவும் புரியாமல் அவளை பின் தொடர்ந்து நடந்தார்கள்.

காட்சி 25.
வீடு.
காலை - உள்ளே/ வெளியே.

முனியாண்டி மகனிடம் பேசுவது.

"குப்பா,கல்யாண பத்திரிக்கைக்கு மஞ்சள் வெச்சாச்சா?"

"நானும், அண்ணனும் ராத்திரியே,வெச்சுடாடோம்பா."

"ஆமாப்பா"

"அப்ப,ஆத்தா கோவில்ல வெச்சு ஒரு பூஜை பண்ணீட்டு,எல்லோருக்கும் கொடுக்க ஆரம்பிக்கலாம்."

"சரிப்பா"

"மரகதம் நீ சீக்கிரமா புறப்பட்டு, கிளம்பும்மா"

"அப்பா,தோட்டத்துல இருந்து கொஞ்சம் பூ படிச்சிட்டு வாங்க.கோவில்ல கொடுக்கலாம்."

மரகதம் சொல்ல தங்கள் தோட்டத்தில் நடப்பட்டிருந்த சாமந்தி செடியில் பூத்து குலுங்கி கொண்டிருந்த சாமந்தி பூக்களை பறிக்க தோட்டத்தை நோக்கி சென்றார் முனியாண்டி.

"அண்ணே,சாப்பிட வா.நீ சாப்பிட்டு முடிச்சா தான்,நானும் சாப்பிட்டுட்டு,புறப்பட முடியும்."

"இல்லெ.நீ சாப்பிடு மரகதம்.எனக்கு பசிக்கலெ"

"என்னண்ணே அனமன்டி நெனப்பு வந்திருச்சா? இன்னும் ஒரு வாரம் தானே.அதுவரைக்கும் இந்த தங்கச்சி கையால சாப்பிடு."

"அதெல்லாம் இல்லம்மா"

"தெரியும்னே உன் முகமே சொல்லுது."

"நீ விட மாட்டெ.அதுக்கு நான் பேசாம சாப்பிட்டலாம் போல இருக்கு.சரிம்மா சாப்பிட கொண்டு வா"

"அப்படி வா வழிக்கு..."

குப்பனுக்கு சாப்பிடக் களியை எடுக்க சமையல் அறைக்கு சென்றாள் மரகதம்.

காட்சி 26.
வீடு.
காலை - உள்ளே/ வெளியே.

சீனி காலையிலிருந்து கண்ணாடி முன் நின்று தலை சீவுவதும், சட்டைகளை மாற்றி போடுவதாகவும் இருந்தான்.அதை கண்ட அவனது அம்மா,

"என்னடி கண்ணம்மா,
இன்னைக்கு இவன் என்ன புதுசுபுதுசா பண்ணீட்டு இருக்கான்.
எனக்கு ஒண்ணும் புரியலெ.உனக்கு ஏதாவது புரியுது?"

"அது வேறெ ஒண்ணும் இல்லெ அயித்தெ, தம்பிக்கு கல்யாண நெனப்பு வந்திருச்சு. சீக்கிரமாக முடிச்சு வெச்சிடுனும்.இல்லாட்டி சீனி இனி இப்படிதான் தலை சீவி சீவி முடியெ கொட்டிடுவான்."

சிரித்தாள் கண்ணம்மா.

" என்னடா,அனமன்டி சொல்றது உண்மையா?"

சீனி மௌனமாக புன்னகைத்தான்.

"ஆமாடி கண்ணம்மா,நீ சொன்னது உண்மதான் போல...திருவிழா முடிஞ்சதும் பொண்ணு பாத்துட வேண்டியது தான்.

தம்பி,இன்னைக்கு தேனெ கொடுத்துட்டு, பாக்கி

பணத்தையும் வாங்கீட்டு வந்துடுங்க. உங்க அண்ணன் சொல்லீட்டு போனார்."

"வாங்கீட்டு வந்துடுறேன்."

"அப்புறம்,திருவண்ணா மலையில இருந்து வரும்போ கொஞ்சம் பலகாரம் வாங்கீட்டு வந்துடுங்க. திருவிழா கூட்டத்துல யாராவது வீட்டுக்கு வந்தா, கொடுக்க தேவப்படும்"

"வாங்கீட்டு வந்துடுறேன்"

சொல்லிவிட்டு தேன் நிறைந்த குப்பிகளை ஒயர் கூடையில் நிரப்பிக்கொண்டு புறப்பட்டான்.

"தம்பி அப்படியே... "

கண்ணம்மா சொல்வதை காதில் வாங்காமல் சென்றான் சீனி.

"இன்னைக்கு என்னாச்சு. ஒரு மாதிரியா திரியாறேனே. நேத்து ஏதாவது காத்து,கருப்பு பட்டிருக்குமோ?"

தனக்குள் சொல்லிக் கொண்டு தனது வேலையை கவனிக்க
தொடங்கினாள் கண்ணம்மா.

காட்சி 27.
கோவில்.
மதியம் - உள்ளே/ வெளியே.

சீனி தேன் குப்பிகளை எல்லாம் கடையில் கொடுத்து விட்டு, ஒரே ஒரு கொம்புதேன் குப்பியை மட்டும் வைத்திருந்தான். கோவிலுக்குள் சென்று சாமி தரிசனம் எல்லாம் முடித்துவிட்டு, மொட்டச்சியம்மா வரவிற்காக வெளியில் காத்திருந்தான் சீனி.

நேரம் செல்ல செல்ல வெயில் கொஞ்சம் வெப்பத்தை கூட்டிக்கொண்டிருந்தது. அப்போது மொட்டச்சியம்மா, கோமதி, மற்றும் ராணி வருவதை கண்டான்.

அவன் அருகே வந்தவுடன்,

"சொன்னமாதிரி வந்துட்டீங்க" சிரித்தாள்.

"இந்தாங்க"

தேன் பாட்டிலை அவளிடம் கொடுத்தான்.

"இது உங்களுக்கு தான்"

"அப்ப உங்க முடிவு?"

"என்னடி இது புது திருப்பமா இருக்கு?"

"இருடி சொல்றேன்."

"நீங்க சொன்னதெ பத்தி யோசிச்சேன். எனக்கு சம்மதம். மத்ததை நீ முடிவு பண்ணினா போதும். எங்க வீட்ல சொல்லி, உடனே கல்யாணத்துக்கு ஏற்பாடு பண்ணீடலாம்."

"நீ இங்கெ கொஞ்சம் வா"

தோழிகள் அவளை அழைத்து சென்றார்கள்.

"என்னடி சொல்லி வெச்செ. சரின்னா கல்யாணத்தெ முடிக்கிறேன்னு சொல்றான்."

"பொறுங்கடி"

"என்ன பொறுங்கடி. அங்கெ ஒருத்தன் கல்யாண பத்திரிகை கொடுத்துட்டு இருக்கான். இங்கெ இவன் உன்னெ..."

கோமதி சற்று கோபப்பட்டாள்.

"என்ன சொல்றாங்க உங்க தோழிங்க?"

"இருங்க வரேன். ஏ வாங்கடி. கூப்பிட்டுட்டு இருக்காரு."

"இது எதுல முடியுமோ. காளியம்மா நீதான் இந்த மொட்டச்சியம்மாவெ காப்பாத்தனும்."

மூவரும் அருகில் வர,
"எந்த பிரச்சனை வந்தாலும் உங்க முடிவுல மாத்தம் இருக்காதே?"

“ராத்திரி முழுவதும் யோசனை பண்ணி எடுத்த முடிவு”

“இவதான் நான் சொன்ன பொண்ணு”

பட்டென கோமதியை கைகாட்டினாள் மொட்டச்சியம்மா.

“கோமதி நீ, சீனியை காதலிக்கிற விசயத்தெ நேத்து நான் சொன்னேன்.அவர் தன்னோட முடிவெ சொல்ல,ஒரு நாள் எடுத்துக்கிட்டார்.இப்ப தெளிவா சொல்லீட்டார்.”

மொட்டச்சியம்மா சொன்னதும் கோமதி, திக்குமுக்காடி விட்டாள்.

“பயப்படாதே,கோமு, நானும்,ராணியும் சாமி கும்பிட்டுட்டு வரோம்.நீங்க பேசுங்க. ராணி வா”

ராணியை அழைத்துக்கொண்டு கோவிலுக்குள் நுழைந்தாள் மொட்டச்சியம்மா. கோமதி தயங்க,

“பயப்படாதே கோமதி. உனக்கு விரும்பம் இல்லாட்டி வேண்டா.”

“அது இல்லைங்க. திடீர்னு...”

“சரி வாங்க.ரெண்டு பேரும் டீ சாப்பிட்டுட்டு பேசலாம்.”

கோமதியை அழொத்துக்கொண்டு அருகில் இருக்கும் உணவகத்தை நோக்கி போனான் சீனி.

காட்சி 28
கோவில்.
மதியம் - உள்ளே/ வெளியே.

மொட்டச்சியம்மாவும், ராணியும் சாமி கும்பிட்டு விட்டு,வெளியே வந்தார்கள்.

"என்னடி,ரெண்டு பேரையும் காணம்?"

"தெரியலையே ராணி"

"எங்கெ போயிருப்பாங்க?"

"வா பாக்கலாம்."

அவர்களை தேடி,இருவரும் வருவது.அப்போது அவர்களுக்கு எதிரே, சீனியும்,கோமதியும் வந்து கொண்டிருந்தார்கள்.

"எங்கெ போயிட்டீங்க?"

"உங்க தோழியெ,நான் கடத்திட்டு போகலெ"

"அவ வந்தா,எங்கெ வேணுமின்னாலும் கூட்டீட்டு போங்க.
ஆனா,இப்ப மட்டும் எங்ககிட்ட சொல்லீட்டு போங்க."

"என்னடி,எல்லாம் பேசியாச்சா?"

கோமதி சிரித்தாள்.
"எப்படியோ கோமதியை, திருமதி ஆக்க ஏற்பாடு பண்ணீட்டே. வாழ்க மொட்டச்சியம்மா"

"ராணி கொஞ்ச நேரம் பேசாம இரு"

"என்ன சீனி, அப்புறம் உங்க முடிவு?"

"இன்னைக்கே வீட்ல சொல்லீடுறேன். எங்க ஊர் கோவில் திருவிழா முடிஞ்சதும், கோமதியை பொண்ணு கேட்டு போறோம்"

"கோமு நீ என்ன சொல்றெ?"

"அவங்க வீட்டுல இருந்து வரட்டும். நான் அப்ப சொல்றேன்."

"அப்புறம் சீனி, அடுத்தவாரம் என்னோட கல்யாணம். மறக்காம வந்திடனும்."

"கண்டிப்பா வந்துடுறேன்."

"சரி பஸ் வர்ற நேரம் ஆச்சு"

"நீங்க கிளம்புங்க. எனக்கு கொஞ்சம் வேலெ இருக்கு. அடுத்த பஸ்ல வந்துடுறேன்."

அவர்களிடம் சொல்லி விட்டு, சந்தையை நோக்கி நடந்தான் சீனி. அவன் செல்வதை கண் இமைக்காமல் பார்த்துக்
கொண்டிருந்தாள் கோமதி.

"தாயி பஸ் வர்ற நேரமாச்சு. இனி நீ பார்க்க நெறைய இருக்கு. அதனால இப்ப கிளம்பலாம்."

"சீ போடி" சிரித்தாள் கோமதி.

சுப்ரபாரதிமணியன்

காட்சி 29
கோவில்.
காலை- உள்ளே/ வெளியே.

ஒரு வாரத்திற்கு பிறகு...

குடும்பத்தார் மற்றும் நண்பர்கள் முன்னிலையில் குப்பன் மொட்டச்சியம்மா திருமணம் இனிதே நடந்து முடிந்தது.தாலி கட்டும் வைபவம் முடிந்ததும்,இருவரும் மணமேடையை சுற்றி வந்தார்கள்.பிறகு பெரியவர்கள் கால்களில் விழுந்து ஆசீர்வாதம் பெற்றார்கள்.அதன் பிறகு மணமக்கள் கோவிலை சுற்றி வலம் வந்தார்கள்.கடைசியாக கோவில் அருகே இருந்த மண்டபத்தில் அமைக்கப்பட்டிருந்த மேடையில் மணமக்கள் அமர்ந்தார்கள்.விருந்து உபசரிப்பு நடைபெற்றது.

இந்த மணவிழாவில் கலந்துக்கொண்ட யாருமே செருப்பு அணியவில்லை என்பது குறிப்பிடதக்கது.
காரணம் திருமண பத்திரிகையிலே,

'தயவுசெய்து செருப்பு அணிந்து வராதீர்கள்'

என்ற வாசகம் பின் குறிப்பாக போடப்பட்டிருந்தது. அதன் காரணமாக யாரும் செருப்பு அணியவில்லை. சிலருக்கு ஏன் செருப்பு அணியக்கூடாது என கேட்க தோன்றினாலும்,
ஒரு நாள்தானே பரவாயில்லை,என்ற எண்ணம் மேலோங்கி இருந்ததால் யாரும் அதை பற்றி விவாதிக்கவில்லை.

"என்ன மொட்டச்சியம்மா,இன்னைை ராத்திரி எப்ப வருமுன்னு இருக்கா?"

தோழிகள் அவளை கிண்டல் செய்தார்கள்.

குப்பனும் சந்தோசம் தூங்கவில்லை.தன்னுடைய நீண்டநாள் போராட்டம் முடிவுக்கு வந்ததாய் உணர்ந்தான்.

மொட்டச்சியம்மாவின் உடல் வனப்பும்,அழகும் அவனை இருப்புக்கொள்ள விடவில்லை.இரவு சூரியன் மறைவதையும், நிலவு எழுவதையும் எதிர்பார்த்து ஏங்கி தவித்தான்,மொட்டச்சியம்மாவுடன் தேனிலவு காண...

குப்பனின் நண்பர்கள் பரிசு பொருட்கள் தருவது. மொட்டச்சியம்மாவின் காதருகே சென்று

“நானும்,சீனியும் நேத்து,திருவண்ணாமலையில சினிமா பார்த்தோம்.”

மெல்லிய குரலில் சொன்னாள் கோமதி.

“அடிப்பாவி அதுக்குள்ளேவா? காதலிக்க ஆரம்பிச்சு ஒருவாரம் தானே ஆச்சு.ஆமா சீனி எங்கெ?”

அப்போது சீனி மேடை ஏறிவருவது.

“அதோ வர்றாரு”

சீனி மொட்டச்சியம்மாவுக்கு வாழ்த்து தெரிவித்து விட்டு,பரிசை தருவது.

“என்ன சீனி,இவ சொன்னது எல்லாம் உண்மையா?”

“என்ன சொன்னா?”

“சினிமா...?”

“ஆமா.ஆசப்பட்ட கூட்டீட்டு போனேன்.”

“அப்ப இவளாதான் கேட்டாளா?”

“அதெ சொன்ன கோமு,இதெ சொல்லலையா?”

அப்போ அங்கே வந்தாள் ராணி.

கோமதின்னா சாதாரணமா, அமைதியா இருந்து,காரியத்தை முடிக்கிறதுல கெட்டிக்காரி. இல்லாட்டி இவளோட காதலெ,மொட்டச்சியம்மாவெ வெச்சு,சம்மதம் வாங்கி இருப்பாளா?”

“சீச்சீ ரொம்ப புகழாதீங்கடி எனக்கு வெட்கம்,வெட்கமா வருது.”

“அடப்பாவி,உன்னெ நாங்க ஏசுறோம்.அது புரியாம,நீ பேசுறெ?”

அதற்குள் மணமேடையை நோக்கி ஆட்கள் வர,மூவரும் மொட்டச்சியம்மாவிடம் கூறிவிட்டு மேடையில் இருந்து இறங்கி கீழே வந்தார்கள்.

காட்சி 30.
வீடு.
இரவு - உள்ளே/ வெளியே.

குப்பன், மொட்டச்சியம்மா திருமணம் இனிதே நடைப்பெற்று முடிந்தது.கூட்டம் கலைந்து அனைவரும் சென்று விட்டார்கள்.

மொட்டச்சியம்மா வீட்டிலிருந்து,கொண்டு வந்திருந்த வரதட்சணை பொருட்களை எல்லாம் எடுத்து வைத்துக் கொண்டிருந்தனர். அப்போது ஒரு அட்டை பெட்டி இருந்ததை அதை பிரித்து பார்த்த குப்பன் குடும்பத்தாருக்கு அதிர்ச்சி காரணம்,அந்த அட்டைப் பெட்டியில் புது செருப்பு இருந்தது.

உடனே,முனியாண்டி குப்பனிடம்,

"என்ன குப்பா, வரக்கூடாத பொருள் வீட்டுக்கு வந்திருக்கு?"

செருப்பை எடுத்து காட்டுகிறார்.

"எனக்கு என்னப்பா தெரியும்? அவகிட்ட கேக்குறேன்.தெரிஞ்சு கொண்டு வந்தாங்களா? இல்லெ தெரியாம கொண்டு வந்தாங்களான்னு கேக்குறேன்."

"சீக்கிரம் கேளுப்பா,
கோபம் அடைகிறான் முனியாண்டி.பதற்றம் அடைகிறான் குப்பன்.

சுப்ரபாரதிமணியன்

மரகதம் முதல் நாளே இப்படி ஆயிடுச்சேன்னு, மிகவும் கவலைக்கொண்டவளாக,

"அப்பா, இது தெரியாம நடந்திருக்கலாம். காத்தமுத்து அண்ணன் எல்லாம் சொல்லிருப்பாரில்லெ."

"தெரியாம நடந்திருந்தா தப்பில்ல. தெரிஞ்சு நடந்திருந்தா...அதைதான் யோசிக்க முடியலெ."

குப்பனின் அறையில் இருந்த கட்டிலின் மேல் படுத்திருந்தாள் மொட்டச்சியம்மா. குப்பன் உள்ளே சென்றான்.

அவள் படுத்திருந்த நிலையை கண்டதும் குப்பனுக்கு உடம்பு ஒரு மாதிரியாக முறுக்கேறியது. இருந்தும் அதை அடக்கிக்கொண்டு,

"மொட்டச்சியம்மா, கொஞ்ச எந்திரிச்சு வெளியே வா"

அவள் எதுவும் புரியாமல், விலகி இருந்த தனது ஆடைகளை சரி செய்து விட்டு கட்டிலிலிருந்து எழுந்து வந்தாள்.

"ஏங்க ஒரு மாதிரியா இருக்குறீங்க?"

"ஒரு விசயம் கேட்கனும் வா"

இருவரும் அறையில் இருந்து வெளியே வந்தார்கள்.

அவள் வீட்டிலிருந்து வந்த சீர் வரிசை பொருட்களை எல்லாம் பார்த்தாள்.

“இன்னும் ஏதாவது வேணுங்களா?”

“இது என்ன?”

செருப்பை எடுத்து காட்டியபடி குப்பன் கேட்டான்.

“செருப்பு.இதைகேட்கவாஎன்னைபடுக்கையிலிருந்து கூட்டீட்டு வந்தீங்க?” சொல்லி சிரித்தாள்.

“யாருக்கு செருப்பு?”

“எனக்குதான். உங்களுக்கு வேணுமுன்னா,அப்பாகிட்ட சொல்லி வாங்கீட்டு வர சொல்றேன். இப்ப இது தான் பிரச்சனையா?”

“இந்த ஊருக்குள்ள செருப்பு வந்ததே பிரச்சனை. அதுலயும் இது வீட்டுக்குள்ளெ வந்திருச்சு.”

சத்தம் போட்டார் முனியாண்டி.

செருப்பு போடாம என்னால இருக்க முடியாது. பொண்ணு பாக்க வரும்ப,அப்படி எந்த நிபந்தனையும் நீங்க சொல்லலையே.

இப்ப என்ன புதுசா,ஒரு செருப்பு போட கூட சுதந்திரம் இல்லாட்டி,எப்படி இங்கெ நான் வாழ்க்கையை நடத்தமுடியும்”

மொட்டச்சியம்மாசத்தம்போட்டுக்கொண்டே,அறையினுள் சென்று கதவை அடைத்தாள்.

குப்பன் தன் தலையில் கையை வைத்துக்கொண்டான். மரகதம் என்ன செய்வதென்று தெரியாமல் உட்கார்ந்திருந்தாள்.முனியாண்டி, கோபத்துடன் அந்த புது செருப்பை பார்த்துக்கொண்டிருந்தார்.அந்த புது செருப்பு அவருடைய கண்களுக்கு காத்தமுத்து போல தெரிந்தது.

காட்சி 31
வீடு.
காலை - உள்ளே/ வெளியே.

மொட்டச்சியம்மா அறைக்கதவை திறக்கிறாள்.வெளியில் முனியாண்டி,தனது கட்டைக்காலை பொருத்திக்கொண்டு இருந்தார்.குப்பன் அப்போது தான் வெளியே இருந்து வந்தான்.

“என்னங்க”

மொட்டச்சியம்மா கூப்பிட்டாள்.

“என்ன இப்படி பண்ணீட்டெ.கதவெ அடைச்சு படுத்திட்ட,நான் கதவை தட்டியும் நீ தொறக்கில”

“சும்மா படுத்த நான் தூங்கீட்டேன்.நீங்க கதவெ தட்டினது தெரியலெ”

“அனமன்டி,இந்தாங்க டீ”

மரகதம் டீயை கொடுக்க,

"இரு மரகதம் முகத்தை கழுவீட்டு வரேன்"

கழிவறையை நோக்கி போனாள்.

குப்பனுக்கு முதல் இரவு நடக்காமல் போனதற்கு காரணம் செருப்பா,காத்தமுத்தா,இல்லை மொட்டச்சியம்மாவா யார் காரணம் தெரியவில்லை. ஆனால்,குப்பனின் வாழ்க்கையில் இப்படி ஒரு விளையாட்டை செருப்பு நடத்திவிட்டது.

காட்சி 32
கிராமம்.
மதியம் - உள்ளே/ வெளியே.

மொட்டச்சியம்மா குடும்பத்தினர் பொண்ணை பார்ப்பதாக காரில் வந்து கொண்டிருந்தார்கள்.
கார் ஊர் எல்லைக்கு வந்தவுடன்,காரின் ஓட்டுநர் இறங்கி தான் அணிந்திருந்த செருப்பை அருகில் இருந்த சத்திரத்தில் விட்டு விட்டு வந்தார்.பின்னர் மற்றவர்களை பார்த்து,

"நீங்களும் உங்க செருப்பை கழற்றி,அந்த சத்திரத்தில் போட்டுட்டு வாங்க,யாரும் எடுக்கமாட்டாங்க. திரும்பி வரும்போது எடுத்துக்கலாம்."

"இது என்ன புதுசா இருக்கு."

இது தெரியாத உங்களுக்கு.இந்த ஊர்மக்கள் இந்த பூமியை தங்களை வாழவைக்கும் சாமியா நினைக்கிறாங்க. அதனால செருப்பு போட்டு,அவமதிக்க

சுப்ரபாரதிமணியன்

கூடாதுன்னு,செருப்பே போடறதில்லெ.இதனால செருப்பு போடுற ஊர்காரங்க இந்த ஊர்ல சம்மந்தமே வைக்கமாட்டாங்க.நீங்க இந்த ஊர்ல பொண்ணெ கட்டி கொடுத்திருக்குறீங்கன்னு சொல்றீங்க.அப்புறம் இது தெரியாம எப்படி போச்சு."

அந்த ஊரின் நிலையை புரிந்துக்கொண்டவர்கள். தங்கள் செருப்பை கழற்றி வைத்துவிட்டு,வண்டியில் ஏறி அமர்ந்தார்கள்.கார் ஊருக்குள் நுழைந்தது.

வீட்டின் முன்னால் கார் நிற்கும் சத்தம் கேட்டதும், மரகதம் வந்து பார்த்தாள்.

மொட்டச்சியம்மாவின் அப்பா,அம்மா மற்றும் வேறு ஒரு உறவுக்கார பெண்மணி இருந்தாள். அனைவரையும் உள்ளே வரவேற்றாள்.

அனைவரும் உள்ளே வர குப்பன் ஓடி வந்து பாயை எடுத்து விரித்தான்.

"மாப்ளே எப்படி இருக்குறீங்க?"

"நல்லா இருக்கேன்."

அப்போதுதான் காத்தமுத்துவும்,முனியாண்டியும் வீட்டினுள் நுழைந்தார்கள்.

"வாங்க சம்மந்தி.என்ன வெளிய இருந்து வரீங்க?"

"என்னெ பார்க்க வந்திருந்தார்"

"மாப்ளே,எங்கெ பொண்ணெ காணம்."

"இதோ வந்துட்டேன்மா"

வெளியே வந்தாள் மொட்டச்சியம்மா.

உடனே,அவளின் அம்மா எழுந்து அவளை தனியாக அழைத்துச் சென்று பேசுகிறாள்.சற்று நேரத்திற்கு பிறகு,அனைவருக்கும் மோர் கொண்டு வந்துவிட்டு, அவர்களை மரகதம் கூப்பிட்டாள்.அப்போது இருவரும் உள்ளே வருகிறார்கள்.மோர் தர வாங்கி குடிக்கிறாள்.

மொட்டச்சியம்மாவின் அப்பா அம்ம தனியாக போய் பேசுகிறார்கள்.

"உள்ளெ வாங்க.என்ன தனி தனியா போய் பேசுறீங்க.அப்படி என்ன ரகசியம்?"

காத்தமுத்து கேட்க, "அப்படியெல்லாம் ஒண்ணுமில்லெ."

அனைவரும் பாயில் மர்ந்திருந்தார்கள். மொட்டச்சியம்மா,குப்பன், மரகதம் நின்று கொண்டிருந்தார்கள்.

"மாப்ளே,நீங்களும் உட்காருங்க."

"பரவாயில்ல மாமா."

சுப்ரபாரதிமணியன்

"அப்புறம் அண்ணெ உங்ககிட்ட ஒரு விசயம் சொல்லனும்"

இழுத்தான் காத்தமுத்து.

"சொல்லு காத்தமுத்து"

மொட்டச்சியம்மாவின் அப்பா கேட்க,

"இந்த ஊர் வழக்கப்படி.."

"செருப்பு விசயம் தானே சொல்ல வரெ,இந்த ஊர்மக்கள் மண்ணுக்கு மேலெ வெச்சிருக்குற மரியாதையை கேட்டதும்,இந்த ஊர்ல எம் பொண்ணு வாழ்றதெ பெருமையா நெனக்குறோம்.பூமியெ சாமியா மதிக்கிறவங்க. பொண்ணெ பூவா நெனப்பாங்கன்னு எங்களுக்கு தெரியும்.இந்த ஊருக்கும்,இந்த வீட்டுக்கும் கட்டுப்பட்டு எம் பொண்ணு,இருப்பா போதுங்களா?"

இந்த வார்த்தையை கேட்டதும் முனியாண்டிக்கு தான் இழந்த கால் மீண்டும் வந்தது போல,ஒரு சந்தோஷம்.

"ரொம்ப சந்தோஷம் சம்மந்தி ரொம்ப சந்தோஷம்"

மாப்ளே,நேத்து, மொட்டச்சியம்மா கதவெ திறக்காம தூங்குனதுக்காக, நாங்க உங்ககிட்ட மன்னிப்பு கேட்டுக்கிறோம்."

"பரவாயில்ல அத்தெ.ஆமா இது உங்களுக்கு எப்படி தெரியும்?"

"நான்தான் சொன்னேன்."

"என்ன பொண்ணா இருக்கெ? இதெல்லாம் உடனே,வீட்டுக்கு சொல்லனுமா?"

"இல்ல மாமா.அவங்க தெரிஞ்சா வேதனெ படுவாங்க.அதுதான்..."

முனியாண்டி அண்ணே,எல்லாம் ஆத்தா கருணையால நல்லபடியா முடிஞ்சிருச்சு.அப்புறம் என்ன புது செருப்பெ எல்லைக்கு வெளியில வெச்சிடுங்க. புதுபொண்ணு ஊருக்கு போகும்ப போட்டுகிட்டும்."

மரகதம் மனதுக்குள் கடவுளுக்கு நன்றி சொன்னாள்.

"சம்மந்தி நாங்க அப்படியே கிளம்புட்டுங்களா?"

"என்ன பேச்சு இது.எல்லோரும் மதிய சாப்பாட்டெ சாப்பிட்டுட்டு தான் போகனும்.அதுவும் இன்னைக்கு முதல் முதலா என் மருமகள் கையால சமைக்க சொல்லி நான் சாப்பிட போறேன்."

"இதோ மாமா,இப்பவே செய்யுறேன்"

சமையல் அறைக்குள் நுழைந்தாள் மொட்டச்சியம்மா.

"நீங்க விசயத்தெ இவ்வளவு சுலபமா புரிஞ்சுக்குவீங்கன்னு,நாங்க கொஞ்சமும் எதிர் பாக்கலெ"

“விட்டு கொடுத்து வாழ்றது தானே வாழ்கெ. இதுல நீயா? நானா? போட்டி போட்டா பாதிக்கப்படுறது,நம்மகுழந்தைங்க தானே?”

“அக்கா,சரியா சொன்னீங்க.”

“காத்தமுத்து எப்படியோ,இந்த விசயத்துல நீ தப்பிச்சிட்டெ”

ஆயிரம் பொய் சொல்லி கல்யாணத்தெ பண்ணி வைக்க சொன்னாங்க. நான் ஒரு உண்மையை சொல்லாம கல்யாணத்தெ பண்ணி வச்சுட்டேன்.”

சொல்லி சிரித்தான் காத்தமுத்து.அவனுடன் சேர்ந்து மற்றவர்களும் சிரித்தார்கள்.

சிங்காரி

ஓட்டலில் வேலை செய்யும் ஓர்இளம் பெண்ணுக்கு ஓட்டலுக்கு வருகிறவர்களிடமிருந்து காலி செண்ட் பாட்டிலை சேகரிப்பது பொழுது போக்காக இருக்கிறது. அந்த பாட்டில்களில் உள்ளூர்செண்டை ஊற்றி விற்பனையும் செய்கிறாள். அது அவளைக் குப்புறக்கவிழ்த்தி விடுகிறது. அதிலிருந்து மீண்டு செண்ட் வாசனையுடன் அவள் திகழ்ந்தாளா..

காட்சி 1
ஹோட்டல் பட்டர்ஃப்ளை
காலை - உள்ளே/ வெளியே.

வரவேற்பறையில் இருந்த சாமி படங்களுக்கு பூக்களை போட்டு விட்டு,ஊதி பத்தியை பற்றவைத்தாள் கார்த்திகா.பிறகு, தீபத்தட்டில் கற்பூரத்தை கொளுத்தி,சாமி படங்களுக்கு காட்டிக் கொண்டிருந்தாள்.அப்போது அவள் கவனிக்காதவாறு வேகமாக லிப்டில் நுழைய முயன்றாள் சிங்காரி.அதை சாமி போட்டோவில் இருந்த கண்ணாடி வழியாக பார்த்தாள் கார்த்திகா.

“சிங்காரி, எங்கெ போறெ அங்கெ நில்லு”

“இவ திறம்பாமலெ நம்மளெ எப்படி பார்த்தா,இனி கத்துவாளே”

தனக்குள் பேசிக்கொண்டு, வரவேற்பறை அருகே வந்தாள் சிங்காரி.கார்த்திகா பூஜையை முடித்துவிட்டு,திரும்பினாள்.

“வணக்கம்மா”

“என்ன வணக்கம்மா? மணி என்னாச்சு?”

மெதுவாக சுவற்றில் மாட்டப்பட்டிருந்த கடிகாரத்தை பார்த்தாள் மணி ஏழு.

“கொஞ்சம் நேரமாயிடுச்சு.”

"கொஞ்சமில்ல ஒருமணி நேரம்"

"காலையில ஆறுமணிக்கு வந்து, வராண்டா எல்லாம் மாப்பு போடனமுன்னு தெரியாதா உனக்கு? கஸ்டமர் எல்லாம் எழுந்ததும் அவங்க ரூமெ ரெடி பண்ணணுமுன்னு எத்தனை தடவெ சொல்லி இருக்கேன். இனி நீ லேட்டா வந்தா,வேலெ அவ்ளோ தான். சரி சரி முதல்ல போய் பஸ்ட் ப்ளோர்ல போய் மாப்பு போடு"

"சரிங்க"

சொல்லி அங்கிருந்து லிப்டை நோக்கி நடந்தாள் சிங்காரி.

காட்சி 02
ஹோட்டல் அறை.
காலை - உள்ளே/ வெளியே.

மோனிகா தனது போர்வையை விலக்கிவிட்டு படுக்கையில் இருந்து எழுந்தாள்.அருகில் படுத்திருந்த கணவர் சுதீரை பார்த்தாள்.அவன் ஆழ்ந்த உறக்கத்தில் இருந்தான்.அவனை தொந்தரவு செய்யாமல்,மேனகா எழுந்து,கழிவறைக்குள் நுழைந்தாள்.

வராண்டாவில் மாப்பு போட்டு சுத்தம் செய்துக் கொண்டிருந்தாள் சிங்காரி.

"பொண்ணு"

62 ம் அறை கதவை திறந்து கூப்பிட்டார் பெரியவர் ஒருவர்.

"என்னாய்யா?"

"இங்கெ வா.ராத்திரி பீர் பாட்டில் கீழே விழுந்து ஒடஞ்சிருச்சு.அதை அப்படியே ஒதுக்கி வெச்சிருக்குறேன். அதை எடுத்து வெளியில் போட்டுட்டு தரையை சுத்தம் பண்ணி விடு.நான் இன்னைக்கு கொஞ்சம் சீக்கிரமா வெளியே போகனும்."

"இதோ வரேய்யா.தரை இன்னும் கொஞ்சம் தான் இருக்கு.சுத்தம் பண்ணீட்டு வந்திடுறேன்."

"சரி"

பெரியவர் அறையினுள் நுழைந்தார்.

சிங்காரி தொடர்ந்து தரையை மாப்பு போடத்தொடங்கினாள்.

படுக்கையில் இருந்து எழுந்தான் சுதீர்.அருகில் மனைவியை காணாததால்,அருகில் இருந்த வாஷ்பேசனில் முகத்தை கழுவி வாய் கொப்பளித்தான்.

அப்போது பாத்ரூமிலிருந்து,குளித்துவிட்டு வெளியே வந்தாள் மோனிகா.

"எழுந்துட்டீங்களா?"

"இப்பதான்"

"உங்களெ தொந்தரவு செய்ய வேண்டாம்னு தான் நான் எழுந்து குளிக்க போயிட்டேன்."

"ரூம் பாயெ கூப்பிட்டு,சூடா டீ கொண்டு வர சொல்லு.அதுக்குள்ளெ நான் பாத் ரூம் போயிட்டு வந்துடுறேன்."

"சரிங்க "

சுதீர் பாத்ரூம் கதவை திறந்து உள்ளே நுழைந்தான். அதே நேரத்தில் மோனிகா இண்டர்காம் ரிசீவரை எடுத்து வரவேற்பறைக்கு தொடர்பு கொண்டாள்.

காட்சி 03
அறை
காலை - உள்ளே/ வெளியே.

சிங்காரி பெரியவரின் அறையை சுத்தம் செய்துக் கொண்டிருந்தாள். பெரியவர் கட்டிலில் அமர்ந்து அவளையே பார்த்துக்கொண்டிருந்தார். சிங்காரி வயது இருபத்தைந்து இருக்கும் மான் நிறம் அழகான கண்கள். அளவான உடல்வாகு.

" என்ன அப்படி பாக்குறீங்க?"

இல்லெ ,உன்னெ பார்த்தா என்னோட பொண்ணு வயசு இருக்குது.இந்த ஹோட்டல் வேலையெ தவிர வேற ஏதாவது வேலைக்கு போகலாம்?"

"இங்கேயும் நல்ல சம்பளம் தராங்க."

" இருந்தாலும் உன்னெ மாதிரி இளமையான பொண்ணுங்க.இந்த மாதிரி அறையை சுத்தம் செய்யும்போ,சிலபேர் தப்பா நடக்க வாய்ப்பிருக்கு?'

"அதெல்லாம் உண்மதாங்க.நாம தான் அந்த சூழ்நிலையெ சமாளிச்சு,அறையை விட்டு வெளியே வரனும்.பொண்ணுங்களுக்கு தொல்லை ஹோட்டல்ல மட்டுந்தான் நடக்குதா? எல்லா இடத்திலேயும் நடக்குது. அப்படி பார்க்கும்ப இந்த மாதிரி பெரிய ஹோட்டல்கள் ஓரளவு பாதுகாப்பா தான் எனக்கு தெரியுது."

"சரி நீ சுத்தம் பண்ணீட்டு இரு.நான் குளிச்சிட்டு வந்துடுறேன்.கொஞ்சம் வெளியே போகனும்."

பெரியவர் குளிக்க பாத்ரூமுக்குள் சென்றார்.

அறைக்கதவு தட்டப்படும் சத்தம் கேட்டது.

"கதவு தட்டுறாங்க போய் திற"

சுதீர் சொன்னதும்,தலை சீவுவதை விட்டுவிட்டு கதவை திறந்தாள் மோனிகா. வெளியில் தட்டில் டீயுடன் ரூம் பாய் நின்றிருந்தான்.

"குட் மார்னிங் மேடம்"

"குட் மார்னிங்"

மோனிகா நகர்ந்து நிற்க, ரூம் பாய் உள்ளே நுழைந்து டீபாயின் மீது டீ கோப்பைகள் இருந்த தட்டை வைத்தான்.

"சார்,வேறெ ஏதாவது வேணுங்களா?"

"மோனிகா என்ன டிபன் ஆர்டர் பண்ணுறது?"

"வேண்டாங்க.நாம்மளே ரெஸ்டாரண்ட்க்கு போய் சாப்பிடலாம்."

"நாங்களே வரோம்.நீ போப்பா"

மோனிகா பர்ப்யூம் பாட்டிலை திறந்து,தன் மீது பிரஷ் செய்துக் கொண்டிருந்தாள்.

"மேடம் சென்ட் வாசனை சூப்பரா இருக்கு.ஃபாரின் செண்டா?"

"ஆமாப்பா."

"விலை அதிகமா இருக்கும் போல தெரியுது?"

சுதீர் சிரித்தான்.அவனும் சிரித்தபடி அறையை விட்டு வெளியே சென்றான்.சுதீர் ஒரு கப் டீயை எடுத்து,மோனிகா கையில் கொடுத்து விட்டு, மற்றொரு கப் டீயை அவனும் குடிக்க தொடங்கினான்.

குளித்து விட்டு வெளியே வந்தார் பெரியவர். சிங்காரி மேக்கப் டேபிளின் மேல் இருந்த செண்ட் பாட்டிலை எடுத்து முகர்ந்து பார்த்துக்கொண்டிருந்தாள். பெரியவரை பார்த்தவுடன், செண்ட் பாட்டிலை டேபிள் மீது வைத்துவிட்டு,

"சுத்தம் பண்ணீட்டேன்.நான் போகட்டுங்களா?"

"சரி போம்மா"

சுப்ரபாரதிமணியன்

அவள் கதவை நெருங்கினாள்.

“நாளைக்கு நான் ரூம் காலி பண்ணுவேன். அப்ப உனக்கு இந்த செண்ட் பாட்டிலை கொடுத்துட்டு போறேன்.”

பெரியவர் சொன்னதும்,அப்படியே நின்று திரும்பி பார்த்தாள்.

“நெசமா சொல்றீங்களா”

“ஆமா, தந்துட்டு போறேன். இந்த செண்ட் உனக்கு பிடிச்சிருக்கா...?”

“ரொம்ப...”

“அப்ப நாளைக்கு தரேன்.”

“ தாங்க்ஸ்”

“அடே இங்கிலிஷ் எல்லாம் பேசுறெ?”

சிரித்துக்கொண்டே அறையை விட்டு வெளியேறினார் சிங்காரி.

காட்சி 04.
வீடு.

மாலை - உள்ளே/ வெளியே.

சிங்காரி தனது ஸ்கூட்டியில் வீட்டிற்கு வருகிறாள். ஸ்கூட்டியை வெளியே நிறுத்தி இறக்கிவிட்டு,அதில் மாட்டி இருந்த ஒரு பிளாஸ்டிக் பையை கையில் எடுத்துக்கொண்டு, வீட்டு கதவை தட்டுகிறாள். சற்று நேரத்திற்கு பிறகு கதவு திறக்கிறாள் கீதா.

"ஏண்டி,இவ்ளோ நேரம்?"

"முகம் கழுவுட்டு இருந்தேன்."

கீதா, சிங்காரியின் ஒரே தங்கை. தாய்,தந்தை இல்லை.இவர்கள் பிறந்த ஊரும் இது இல்லை.எனவே இங்கே இவர்களுக்கு எந்த சொந்தமும் இல்லை.

வீட்டினுள் நுழைகிறாள். தான் கொண்டு வந்த பிளாஸ்டிக் பேக்கை,அருகில் இருக்கும் மேஜை மீது வைத்தாள்.

"என்னக்கா,இன்னைக்கு காலி பாட்டில் நிறைய இருக்கு போல தெரியுது?"

"ஆமா"

சொல்லிக்கொண்டே கழிவறைக்கு சென்றாள் சிங்காரி.

கீதா அந்த பிளாஸ்டிக் பையை எடுத்து அதில் இருந்த காலி சென்ட் பாட்டில்களை எல்லாம் எடுத்து வரிசைப்படுத்தினாள்.பிறகு ஒவ்வொன்றாக திறந்து முகர்ந்து பார்த்தாள்.ஒவ்வொன்றும் ஒவ்வொரு விதமான வாசனையை தந்தது.சிங்காரி அதற்குள் முகம் கழுவிவிட்டு கழிவறையிலிருந்து வெளியே வந்தாள்.

"என்னடி அதுக்குள்ளெ எல்லாத்தையும் மோந்து பார்க்க ஆரம்பிச்சிட்டியா?"

"ஆமாக்கா, இந்த தடவெ கொண்டு வந்த பாட்டில் எல்லாம் வாசனெ தூக்குது."

"எல்லாம் வெளிநாட்டு ஐயிட்டம்.வாசனெ தூக்காம எப்படி? சரி,பாட்டில் மூடியெ எல்லாம்,பக்குவமா திறந்து,எல்லா பாட்டில்லையும் இருக்குற,கொஞ்ச கொஞ்ச சென்டை எல்லாம் ஒரே பாட்டில்ல ஊத்து."

"சரிக்கா "

வழக்கமாக பாட்டிலை திறக்கும் திருப்புளியை வைத்து,சாமர்த்தியமாக பாட்டில்களை திறந்து,அவற்றில் இருந்த கொஞ்சகொஞ்ச சென்டுகளை எல்லாம் ஒரே பாட்டிலில் ஊற்றினாள்.சிங்காரி தனது உடையை மாற்றிவிட்டு,நைட்டி போட்டுக்கொண்டு வந்து கீதா அருகில் அமர்ந்தாள்.

காட்சி 05
ஹோட்டல்.

காலை - உள்ளே/ வெளியே.

வரவேற்பறையை மாப்பு போட்டு சுத்தம் செய்துக் கொண்டிருந்தாள் சிங்காரி.

"என்ன சிங்காரி இன்னைக்கு சீக்கிரமா வந்துட்டெ போல"

சிங்காரியின் இடுப்பை பார்த்து ஜொள்ளு விட்டபடி கேட்டான் முத்துராம்..இவன் ஓட்டலில் காசாளராக இருக்கிறான்.

"ஆமாண்ணே"

"சரி சரி...இங்கேயே தடவீட்டு இருக்காமே, அடுத்தடுத்த ஃப்ளோருக்கு போ..."

"சரி" சற்று கடுப்புடன் சொன்னாள்.

"கோபத்தெ பாரு கோபம்."

தனது இருக்கைக்கு போனான் முத்துராம். சிங்காரி வரவேற்பறையை முடித்து விட்டு,கீழே காலியான அறைகளை திறந்து,அவற்றை சுத்தம் செய்ய தொடங்கினாள்.

சுப்ரபாரதிமணியன்

பெரியவர் தன்னுடைய அறையில் சவரம் செய்துக் கொண்டிருந்தார்.அப்போது அறை தட்டப்படும் சத்தம் கேட்டது.

" உள்ளெ வா.கதவு திறந்து தான் இருக்கு."

ரூம் பாய் கதவை திறந்து உள்ளே வந்தான்.

"என்னப்பா?"

"ஐயா,டிபன் கொண்டு வரனுமா?"

"வேண்டாம் நான் குளிச்சிட்டு,அறையை காலி பண்ணுறேன்.
அதனால வெளியில சாப்பிட்டுக்கிறேன்."

"சரிங்க"

ரூம் பாய் கிளம்பினான்.

"தம்பி கதவெ சாத்திட்டு போப்பா"

அவன் கதவை சாத்திக்கொண்டு,சென்றான். அவன் வராண்டாவில் நடந்து போய் கொண்டிருந்தான். அப்போது மோனிகா அறை கதவை திறந்து வெளியில் எட்டிப்பார்த்தாள். அப்போது ரூம்பாய் நடந்து வந்து கொண்டிருந்தான்.

"தம்பி"

உடனே,அவன் மோனிகா அருகில் சென்று, "என்ன மேடம்?"

"காலையிலெ என்ன டிபன் இருக்கு"

அவன் உணவு வகைகளை மடமடவென்று சொல்லி முடித்தான்.

"இரண்டு செட் நெய் தோசை.இரண்டு செட் இட்லி. மஷ்ரூம் கிரேவி.அப்புறம்.ஒரு வாட்டர் பாட்டில்.கூடவே செவன் அப் ஒரு லிட்டர் பாட்டில் ஒண்ணு."

மோனிக்கா சொல்ல சொல்ல,ரூம் பாய் குறித்துக்கொண்டான்.

"சரிங்க மேடம்.பத்து நிமிஷத்துல கொண்டு வந்துடுறேன்."

" அவசரம் வேண்டாம். அவர் இப்பதான் குளிக்க போறார்.நானும் குளிச்சிட்டு வந்துடுறேன்.அரை மணி நேரம் ஆகும்.நீ நிதானமாக வா."

அவள் தனது கைப்பேசியில் நேரம் பார்த்தாள்.

"ஒம்பது அரைக்கு கொண்டு வந்துடு."

"ஓ.கே மேடம்"

அவன் லிப்டில் ஏறினான்.மோனிகா தனது அறைக்குள் நுழைந்து கதவை சாத்தினாள்.

“ஏங்க குளிச்சாச்சா?”

“முடிஞ்சது.”

” டிபன் ஆர்டர் பண்ணீட்டேன். ஓம்பதரைக்கு கொண்டு வந்துடுவாங்க.நீங்க வெளியெ வாங்க,நான் குளிக்கனும்.”

மோனிகா குளித்து விட்டு,மாற்ற பெட்டியை திறந்து நைட்டியை எடுத்தாள்.

காட்சி 06.
அறை.
காலை - உள்ளே/ வெளியே.

சிங்காரி பத்தாம் எண் அறையை சுத்தம் கொண்டிருந்தாள். அப்போது அறையில் இருந்த குப்பை போடும் பக்கெட்டில் தேடினாள்.அவள் தேடியது கிடைத்தது.

ஆமாம் அவள் இந்த பக்கெட்டில் காலி சென்ட் பாட்டில் கிடைக்குமா என்று தேடினாள். அதுபோல உயர்தர நறுமணம் வீசும் சென்ட் பாட்டில் கிடைத்தது.
அதன் மூடியை திறந்து முகர்ந்து பார்த்தாள். வாசனை தூக்கலாக இருந்தது. அதை எடுத்துக்கொண்டு, அவள் வெளியே வந்தாள்.அப்போது,

"சிங்காரி 62 ம் நம்பர் ரூம் பெரியவர் உன்னெ வரச்சொன்னார். இன்னைக்கு அவர் ரூம் காலி பண்ணுறார். அதனால நீ அப்படியே ரூமை கிளீன் பண்ணீட்டு வந்திரு."

வரவேற்பறை கார்த்திகா சொல்ல, அவளும் லிப்ட் ஏறி முதல் தளத்திற்கு பயணித்தாள். முதல் தளத்தில் லிப்ட் நிற்கிறது. கதவை திறந்து வெளியே வந்தாள் சிங்காரி. நேராக 62ம் எண் அறையை நோக்கி நடந்தாள். அறைகதவு திறந்தே இருந்தது.

"உள்ளே வர்லாங்களா?"

"வாம்மா"

சிங்காரி அறையினுள் நுழைந்தாள். பெரியவர் அறையை காலி செய்ய, ஏற்பாடோடு இருந்தார்.

"இந்தாம்மா, நீ கேட்ட சென்ட் பாட்டில்"

பெரியவர் எடுத்துக்கொடுத்தார். அதில் பாதி அளவு சென்ட் இருந்தது. அதை பார்த்த சிங்காரி,

"ஐயா, இது இன்னும் காலி ஆகலெ. நான் காலி பாட்டில் தான் கேட்டேன்."

"தெரியும். தெரிஞ்சுதான் தரேன். நீ மீதியை யூஸ் பண்ணிக்கோ. நான் நேரா வீட்டுக்குத்தான் போறேன். வீட்ல வேறெ இருக்கு. அதனால நீ வெச்சுக்கோ."

"ரொம்ப தாங்க்ஸ்"

சுப்ரபாரதிமணியன்

"ஓ.கே.இந்தா பிடி"

ஒரு ஐம்பது ரூபாய் தாளை எடுத்து கொடுத்தார்.

"இதெல்லாம் வேண்டாங்க."

"பரவாயில்லெ வெச்சுக்கோ. நான் கிளம்புறேன்."

அவள் அதை வாங்கிக்கொண்டாள்.

"ரூமெ பூட்டனுமா?"

"வேண்டாங்க. நான் ரூமெ சுத்தம் பண்ணீட்டு பூட்டிக்கிறேன். நீங்க கீழே போய் சொல்லீடுங்க."

சிங்காரி சொன்னதும், பெரியவர் தனது பொருட்களை எடுத்துக்கொண்டு, அறையை விட்டு வெளியேறினார். சிங்காரி அந்த சென்ட் பாட்டிலை திறக்காமலே, முகர்ந்து பார்த்தாள். வாசம் குப்பென்று தூக்கியது. அதை அப்படியே தனது கையில் இருந்த துணி பையில் போட்டு விட்டு, அறையை சுத்தம் செய்யத் தொடங்கினாள்.

காட்சி 07.
வரவேற்பறை.
காலை - உள்ளே/ வெளியே.

பெரியவர் அறையை காலி செய்த தகவலை, கார்த்திகாவிடம் சொல்வது.

கார்த்திகா பதிவேட்டை காட்டி,

"ஐயா,இதுல கையெழுத்து போடுங்க."

பெரியவர் அவள் காட்டிய இடத்தில் கையெழுத்து போடுகிறார்.அதன் பிறகு அவள் கணக்கை சரிபார்த்து விட்டு,பெரியவரின் அறைக்கு இண்டர்காமில் போன் செய்கிறாள்.உடனே,சிங்காரி போனை எடுத்து பேசுகிறாள்.

"சிங்காரி பேசுறேன்"

"ரூம்ல பொருட்கள் ஏதாவது உடைஞ்சு இருக்கா?"

"இல்ல...எல்லாம் சரியா தான் இருக்கு"

"அப்ப அவரோட பேலன்ஸ் செட்டில்மெண்ட் பண்ணீடலாமா?"

"பண்ணீடலாம்."

"சரி நீ சீக்கிரமாக வேலெயெ முடிச்சிட்டு ரூமெ பூட்டி சாவி கொண்டு வா?" போனை கட் செய்தாள் கார்த்திகா.

"என்னம்மா ஏதாவது டேமேஜ் இருக்கா?"

"இருந்தாலும் கேட்டு கிளியர் பண்ணுறது எங்க வேலெ. இந்தாங்க உங்க பேலன்ஸ் அமொண்ட்."

கார்த்திகா,பெரியவரிடம் பணம் கொடுப்பது.

பெரியவர் வாங்கிவிட்டு, அங்கிருந்து வெளியேறி போவது. அப்போது இண்டர் காம் ஒலிப்பது.

கார்த்திகா போனை எடுப்பது...

"ஹலோ ரிசப்ஷன்."

"பதிமூணாம் நம்பர் ரூம்ல ஹீட்டர் வேலெ செய்யலெ"

"இருங்கெ இரண்டெ நிமிஷத்துல எலெக்ட்ரீஷனை அனுப்புறேன்."

"லேட் பண்ணீடாதீங்க"
"சுந்தர், காந்தி ராஜ் எங்கெ?"
"ஜெனரேட்டர் ரூம்ல இருக்காரு."

"அவரெ பதிமூணாம் நம்பர் ரூமுக்கு போய், ஹீட்டர் வேலெ செய்யலயாம். அதெ பாக்க சொல்லுங்க."
"சரிங்க"

காந்திராஜனை கூப்பிட சுந்தர் ஜெனரேட்டர் ரூம் நோக்கி போய்கொண்டிருந்தான்.

காட்சி 08.
வீடு.
இரவு - உள்ளே/ வெளியே.

"அக்கா சூப்பர் வாசனை.
பெரியவர் பாதி இருக்கெ அப்படியே கொடுத்துட்டார்."

“நீ முதல்ல வேலையெ பாரு”

அனைத்து பாட்டிலில் இருந்த சிலபல துளி சென்டுகளை எல்லாம் ஒன்றாக சேர்த்து, அதனுடன் பெரியவர் கொடுத்த சென்டெயும் சேர்த்து விடுகிறார்கள். கடைசியா எல்லாவற்றையும் இவர்கள் தயாரித்து வைத்த டூப்ளிகேட் வாசனை திரவியத்தில் கலந்து,புதிய மணமுடைய சென்டாக மாற்றி,சிங்காரி கொண்டு வந்திருந்தா,

உயர்தர சென்ட் பாட்டில்களில் நிரப்பி,அதை பத்திரமாகவும், பக்குவமாகவும் அக்கா,தங்கை இருவரும் சேர்ந்து மூடிவிடுகிறார்கள். பிறகு அருகில் உள்ள சந்தைக்கு சென்று அங்குள்ள அழகுசாதன கடைகளில் பாட்டிலில் உள்ள விலைக்கு சரிபாதி விலை விற்று காசு பார்ப்பதுதான் இவர்களின் வேலை.அதனால் தான் சிங்காரி உயர்தர தங்கிவிடும் வேலை செய்கிறாள்.அவளுக்கு ஒரு நாளைக்கு குறைந்தது பத்து சென்ட் பாட்டில் கிடைத்துவிடும். அவற்றை இதே முறையில் பயன்படுத்தி போலி வாசனை திரவியத்தை நிரப்பி விற்பனை செய்வதே வாடிக்கை.

“கீதா காலையில இதெ எல்லாம் கடைக்கு கொடுத்துட்டு பணத்தெ வாங்கீட்டு வந்திடு.”

“சரிக்கா”

“நைட்டு சாப்பிட என்ன?”

‘காளான் பிரியாணி செய்யலாமா?”

“அதுக்கு பொருள் எல்லாம் இருக்கா?”

“ம்...இருக்கு.”

“அப்ப செஞ்சுடலாம்.”

இருவரும் எழுந்து, சமையல் அறைக்கு போனார்கள்.

காட்சி 09.
சந்தை.
காலை - உள்ளே/ வெளியே.

கீதா தாங்கள் தயாரித்த சென்ட் பாட்டில்களை எடுத்துக்கொண்டு,வழக்கமாக கொடுக்கும் வாசனை திரவிய பொருட்கள்,மற்றும் அழகு சாதன பொருட்கள் விற்கும் கடைக்கு சென்றாள். மொத்தம் மூன்று கடைகளுக்கு கொடுப்பார்கள்.முதல் கடைக்கு சென்றாள். அங்கு எப்பொழுதும் இருக்கும் கடை ஓனர் இல்லை. அன்று அவரது மகன் தான் இருந்தான்.

“அப்பா,இல்லைங்களா?”

“ஏன் எங்கிட்ட சொல்லமாட்டீங்களா?”

“இல்லெ.சென்ட் பாட்டில் கொடுக்கனும்”

“கொடுங்க.வாங்கத்தான் நான் இருக்குறேனே”

கீதா பேக்கில் இருந்து பத்து பாட்டில் எடுத்துக்கொடுத்தாள்.

அவன்,அவளது கைகளை தழுவியபடி வாங்கினான். பிறகு தனது கையை முகர்ந்து பார்த்து,

"கையே இவ்ளோ வாசனைன்னா... "

பேச்சை நிறுத்தினான். கீதாவிற்கு புரிந்தது.அவன் இரட்டை அர்த்தத்தில் ஏதோ பேச நினைக்கிறான் என்று... அவனே தொடர்ந்து,

'தப்பா நினைக்காதே. கையே இவ்ளோ வாசமுன்னா, சென்ட் எவ்ளோ வாசமா இருக்குமுன்னு சொல்ல வந்தேன்."

"பரவாயில்லெ.பணம் அப்பாகிட்ட வாங்கிக்கிறேன்."

"நான் தந்தா வாங்க மாட்டியா?"

"கணக்கு அவருக்கு தான் தெரியும்"

"நீ சொன்னா,நான் தெரிஞ்சுக்கிறேன்."

"இல்லெ,வேண்டா.நான் நாளைக்கு அவர்கிட்ட வாங்கிக்கிறேன்."

"கணக்கு தான் சொல்ல மாட்டேங்கிறெ.உன் பேராவது சொல்லலாமே?"

"எதுக்கு?"

"அப்பா வந்து கேட்டா சொல்லனுமே?"

சுப்ரபாரதிமணியன்

“கீதா”

“நெனச்சேன் அப்பவே.அதுதான் பேச்சு சங்கீதாம ஒலிக்கிது.”

அவளை ஒரு காம பார்வை பார்த்தான்.அதை புரிந்துக்கொண்ட அவள்,தனது துப்பட்டாவை சரிசெய்து விட்டு அடுத்த கடையை நோக்கி சென்றாள்.அவள் செல்லும் பொழுது அவளது பின்புறத்தை ரசித்துக் கொண்டிருந்தான்.

“என்ன நடெ, நடக்குறெ.நம்ம அல்வா துண்டு அம்சவள்ளி மாதிரி”

தனக்குள் சொல்லி முடிக்குமுன் கீதா அவன் கண் பார்வையிலிருந்து மறைந்து போயிருந்தாள்.

காட்சி 10.
வரவேற்பறை.
பகல் - உள்ளே/ வெளியே.

ஹோட்டல் மேனேஜர் ராகவன் உள்ளே வந்தார். அவரை கண்டவுடன் கார்த்திகா வணக்கம் சொன்னாள்.

“கார்த்திகா இந்த மாசம் எத்தனை ரூம் அட்வான்ஸ் புக் ஆயிருக்கு?”

“பார்த்து சொல்றேன்.சார்”

கார்த்திகா பதிவேட்டை எடுத்து பார்க்கிறாள். சற்று நேரத்திற்கு பிறகு

"முப்பந்தஞ்சு ரூம் புக் ஆயிருக்கு சார்."

"போன மாசம்?" பார்த்தாள்...

"அறுபத்தேழு ஆச்சு சார்?"

"இந்த மாசம், பாதிக்கு பாதி குறைஞ்சு போச்சு. காரணம் என்ன? நம்ம ஹோட்டல்ல சர்வீஸ் சரியில்லையா? இல்லெ ரெஸ்டாரண்ட்ல ஏதாவது குறையா?"

"அப்படி எந்த புகாரும் இதுவரைக்கும் வர்ல சார்."

"ரூம் கிளீனிங் எல்லாம் சரியாதானே பண்ணுறீங்க? கஸ்டமர்க்கிட்ட ஏதாவது தேவையில்லாமளோ, மரியாதை இல்லாமளோ பேசுறாங்களா?"

"அப்படி எதுவும் இல்லெ சார்."

"ஓ.கே கார்த்திகா. எந்த புகார் வந்தாலும், எங்கிட்ட உடனே சொல்லீடனும்."

"ஓ.கே சார்"
கார்த்திகா சொல்லி முடிப்பதற்குள், மேனேஜர் அங்கிருந்து முதல் தளத்திற்கு செல்ல லிப்ட்டுகுள் நுழைந்தார்.

"என்னம்மா மேனேஜர் திடீர்னு வந்து கேள்வி மேலே கேள்வியா கேட்டுட்டு இருக்காரு."

“அதெல்லாம் கேட்டுட்டு தான் இருந்தியா?”

‘ஆமா,அவரு வர்றதெ பார்த்ததும்,அந்த பக்கமா ஒதுங்கி நின்னுட்டேன்.”

“ஆமா,கையில என்ன பை?”

“காலி சென்ட் பாட்டில்?”

“உன்னோட இந்த காலி பாட்டில் பைத்தியம் இன்னும் தீரலையா?”
சிரித்தாள் சிங்காரி.

“இப்படியே சிரிச்சிட்டு இரு ஒரு நாளைக்கு சிங்காரி, ஒப்பாரி வைக்க போற பாரு?”

“திருடுறவங்க தான் பயப்படனும்.நான் அப்படி எதுவும் பண்ணலயே?”

” இப்படியே இருந்தா உனக்கும் நல்லது.உன் வேலையும் நிரந்தரம் இருந்தாலும் இந்த காலி பாட்டில் மோகம் சரியில்லை.
அவ்ளோதான் நான் சொல்லுவேன்.சரி, ஃபர்ஸ்ட் ஃப்ளோர்ல நூற்றிஇருபதாம் நம்பர் ரூமுக்கு சாயங்காலம் ஆள் வருது.ரூமெ செக் பண்ணிட்டு,மாப்பு போட்டு விடு. படுக்கை விரிப்பு எல்லாம் சரி செஞ்சிட்டு,டேபிள்,சேர் எல்லாத்தையும் தொடச்சு வை. இந்தா சாவி” கார்த்திகா சாவியை நீட்ட,அதை வாங்கிக்கொண்டு லிப்டை நோக்கி போனாள்.

“சிங்காரி முதல்ல உங்கையில இருக்குறெ காலி பாட்டில் பையை எங்கெயாவது வெச்சிட்டு போ.மேலே மேனேஜர் போயிருக்குறாரு.”

“ஆமா,மறந்தே போயிட்டேன்”

பழைய பொருட்களை வைக்கும் அறையை நோக்கி போனாள் சிங்காரி. கார்த்திகா வரவேற்பறையை நோக்கி வந்த தம்பதிகளிடம், விபரங்களை கேட்க தொடங்கினாள்.

காட்சி :11
அறை.
பகல் - உள்ளே/ வெளியே.

மோனிகா இண்டர்காம் போனை எடுத்து, வரவேற்பறைக்கு தொடர்பு கொண்டாள்.

போனை எடுத்த கார்த்திகா, “சொல்லுங்க மேடம்.”

“நான் ஐம்பத்து ஒன்பதாம் அறையிலிருந்து பேசுறேன்.இன்னைக்கு ஈவினிங் ரூம் காலி பண்ணுறோம். அந்த நேரத்துல ரயில்வே ஸ்டேஷன் போக ஒரு வாடகை கார் இங்கிருந்து கிடைக்குமா?”

“மேடம் எத்தனை மணிக்கு லொக்கேட் பண்ணுறீங்க?”

“ஈவினிங் ஃபைவ் ஃதேர்ட்டி.எவனோக் கிலாக் ரயில்வே ஸ்டேஷன்ல இருக்கனும்.”

“நோ ஃப்ராப்ளம் மேம்.வண்டி ஏற்பாடு பண்ணீடலாம்.ஷார்ப்பா ஃபைவ் ஃதேர்ட்டிக்கு வண்டி நம்ம ஹோட்டல் ஃபோர்டிகோவில் உங்களுக்காக காத்திட்டு இருக்கும்.”

“தாங்க்யூ”

“வெல்கம் மேம்”

போனை கட் செய்துவிட்டு கணவனிடம் பேசினாள்.

“சுதீர்,வண்டிக்கு ஏற்பாடு பண்ணீடுறாங்களாம். ஷார்ப்பா ஃபைவ் ஃதேர்ட்டிக்கு வண்டி வந்துடும். அதனால சின்னதா ஒரு குட்டி தூக்கம் போட்டுட்டு,நாலு மணிக்கு எந்திரிச்சு ரெடியாயிடலாம்.”

“ ஓ.கே டியர்.நானும் ஒரு ரெண்டு பெக் போட்டுக்கிறேன்.”

“சுதீர் வண்டியில போகனும்,ஜாக்கிரதை.”

“வண்டி ஓட்டுறவங்க தான் டியர் ஜாக்கிரதையாக இருக்கனும்.”

சிரித்துக்கொண்டே, அந்த உயர்தர விஸ்கி பாட்டில் மூடியை திறந்து,கண்ணாடி டம்ளரில் ஊற்றினான்.
பிறகு அருகிலிருந்த ஜக்கை எடுத்து,

அதிலிருந்த தண்ணீரை தேவையான அளவு விஸ்கியில் கலந்துவிட்டு, குடித்தான்.விஸ்கி தொண்டையில் இறங்கும்போது,அவனுக்கு ஒரு சுகமான உணர்வு ஏற்படுவதை முகத்தில் காட்டினான்.

காட்சி 12.
வீடு.
இரவு - உள்ளே/ வெளியே.

வழக்கம்போல பழைய சென்ட் பாட்டில்களில் அக்காவும் தங்கையும் சேர்ந்து,அவர்கள் தயாரித்த வாசனை திரவியத்தை ஊற்றி நிரப்பி,பாட்டில்களை பழையது போல் மூடுவது.

"அக்கா,இன்னைக்கு ஒரு கடையில மட்டும் காசு கிடைக்கில"

"ஏன்?"
"ஓனர் இல்லெ.அவரோட மகன் தான் இருந்தான். அவன் சரியான ஜொள்ளு பார்ட்டி மாதிரி இருக்கான். பாட்டிலை கொடுத்தா,கையை தழுவுறான்.டபுள் மீனீங்கில பேசுறான். அதனால காசு நாளைக்கு வாங்கிக்கிறேன் சொல்லீட்டு வந்துட்டேன்."

நாளைக்கும் அவன் இருந்துட்டு ஏதாவது பண்ணினா சொல்லு.
அடுத்த நாள் நான் போய் அவன் முகத்துல மாப்பு போட்டுட்டு வரேன்."

"அந்த அளவுக்கு எதுவும் நடக்காதுன்னு
சுப்ரபாரதிமணியன்

நெனக்கிறேன். சரி அதெ விடு.உங்க ஹோட்டல்ல கூட்டம் வருதா?"

"நான் கொண்டு வர்ற காலி பாட்டிலெ பார்த்தா தெரியலையா? என் செம பார்ட்டிங்க தான் வருது. இன்னைக்கு கூட நூற்றி இருபதாம் நம்பர் ரூமுக்கு ஒரு பொம்பளெ வந்துச்சு"

"பொம்பளெ மட்டுமா?"

பொம்பளென்னு சொல்ல முடியாது. பொண்ணுன்னும் சொல்ல முடியாது. இடைப்பட்ட வயசு.அவ வரவேற்பறைக்குள் நுழைஞ்சதும் வாசம்,முதல் தளத்துக்கு அடிக்குது.அப்படி ஒரு சென்டு போட்டிருந்தா?"

"ஒருவேளெ நடிகையா இருப்பாளோ?"

"நடிகையெல்லாம் இல்லெ. "

"கல்யாணம் ஆனவளா ?"

"கல்யாணம் ஆனவ மாதிரிதான் தெரியுது.ஆனாலும் தனியா தான் வந்திருந்தா?"

"ஏதாவது பிரச்சனையா இருக்கலாம். அதெல்லாம் நமக்கு எதுக்கு?"

இருவரும் சேர்ந்து,சென்ட் பாட்டில்களை மூடி வரிசையாக அடுக்கி வைத்துக் கொண்டிருந்தார்கள்.

காட்சி 13
ஹோட்டல்.
காலை - உள்ளே/ வெளியே.

சிங்காரி தனது ஸ்கூட்டியை ஹோட்டல் பார்க்கிங்கில் நிறுத்தி விட்டு,ஓட்டல் உள்ளே நுழைந்தாள்.அப்போது மேனேஜர் அவளை பார்த்து விடுகிறார்.

"வணக்கம் சார்"

"என்ன சிங்காரி மணி ஏழேகாலாகுது.ஏழு மணிக்கு உள்ளெ வர்னமுன்னு தெரியாதா? கார்த்திகா நீ இதை எல்லாம் கவனிக்க மாட்டியா?"

"இல்ல சார்.தினமும் ஏழு மணிக்கு வந்துடுவாங்க. இன்னைக்கு தான் ஏதோ லேட்டாயிருச்சு"

"ஆமா சார்..."

"என்ன ஆமா சார். சிங்காரி சிங்காரிச்சிட்டு வரெ நேரமாயிடுச்சா? செய்யுற வேலெ என்னான்னு தெரியும் தானே...அதுக்கு தகுந்த மாதிரி நடந்துக்கோ.போ"

சிங்காரி மௌனமாக மனதுக்குள் மேனேஜரை திட்டியபடி, மாப்பு, பக்கெட், பினாயில் எல்லாம் வைத்திருக்கும் அறையை நோக்கி சென்றாள்.

"கார்த்திகா,நீ கொஞ்சம் கடுமையா நடந்துக்கோ. இல்லாட்டி நீ மாப்பு போடுவெ.உன் இடத்துல அவ இருப்பா.நான் சொல்றது உனக்கு புரியுமுன்னு நெனக்கிறேன்."

"புரியுது சார்."

"சரி,இந்த மாச புக்கிங் ஸ்டேட்டஸ் எல்லாத்தையும் குறிச்சு என்னோட ரூமுக்கு அனுப்பி வை.அடுத்த மாசம் நம்ம முதலாளி பையன் வெளிநாட்ல இருந்து வர போறார். அதுக்கப்புறம் நம்ம பாரடைஸ் ஹோட்டலை ஃபைவ் ஸ்டார் தரத்திற்கு உயர்த்துறதா சொல்லி இருக்கார். அதனால ஜாக்கிரதையா வேலை செய்.ஹோட்டல் தரம் உயரும்ப உன்னோட சம்பளமும் உயரும்.நான் சொல்லுறது புரியுது தானே?"

"நல்லா புரியுது சார்."

இவர்கள் பேசிக்கொண்டிருக்க, இண்டர்காம் போன் ஒலித்தது.உடனே கார்த்திகா போனை எடுத்து செவிக்கு கொடுத்து,

"ஹலோ ரிசப்ஷனிஸ்ட் ஸ்பீங்கீங்"

"ரூம் நம்பர் நூற்றி இருபதிலிருந்து பேசுறேன்."

"சொல்லுங்க மேடம்"

அந்த பெண்மணி சொன்னவற்றை குறித்து கொள்கிறாள்.

"ஓ.கே மேடம்.அரைமணி நேரத்துல உங்க ரூம்ல இருக்கும். தாங்க்யூ மேடம்."

போனை கட் செய்கிறாள்.

"என்ன காலையிலேயே,காபி ஆர்டரா?"

"இல்ல சார். ஹாட் ட்ரிங்ஸ்"

"பேமலியா?"

"இல்ல சார். சிங்கிள் வுமன்."

"சரி யாரா இருந்தா, நமக்கென்ன, நம் பிசினஸ் நடந்த சரி. அந்தம்மா கேட்டதை ரூமுக்கு அனுப்பி வையுங்க."

சொல்லிவிட்டு, அங்கிருந்து நகர்ந்தார் மேனேஜர்.

காட்சி 14.
அறை.
காலை - உள்ளே/ வெளியே.

பாத்ரூம் கதவை திறந்து வெளியே வந்தாள் தாரிகா. முப்பது வயது இருக்கும்.சற்று பருத்த உருவம்.அழகான கண்கள்.கோவை பழ உதடுகள்.எடுப்பான உடல்வாகு. மொத்தமாக சொன்னால் மிகவும் அழகாக இருந்தாள். கத்தரி பூ போட்ட நைட்டி அணிந்திருந்தாள்.கூந்தலில் சுற்றி இருந்த டவலை எடுத்து விட்டு கண்ணாடி முன்னால் நின்று தன்னை அலங்காரப்படுத்திக் கொண்டிருந்தாள். அப்போது அவளுடைய அறை கதவு தட்டப்பட.

"வந்துட்டேன்..."

கதவை போய் திறந்தாள்.வெளியில் இவள் ஆர்டர் செய்த ஐயிட்டங்களுடன் ரூம் சர்வீஸ் பாய் நின்றுக் கொண்டிருந்தான்.

“குட்மார்னிங் மேடம்.”

“குட் மார்னிங்.உள்ளெ டேபிள்ல வை.”

“ஓ.கே மேடம்”

ரூம் பார் அவன் கொண்டுவந்த ஐயிட்டங்களை டேபிள் மீது வைத்தான்.

“வேறெ ஏதாவது வேணுங்களா?”

“தேவப்பட்ட போன் பண்ணுறேன்.”

“சரிங்க மேடம்.”

அவன் வெளியே செல்ல,ரூம் கதவை அடைத்து தாழ்ப்பாள் போட்டாள் தாரிகா.பிறகு டேபிள் முன்னால் இருந்த சேரில் அமர்ந்தாள்.டேபிளில் கவிழ்த்து வைக்கப்பட்டிருந்த கண்ணாடி டம்ளரை நிமிர்த்தி வைத்தாள்.ஒயின் பாட்டிலை திறந்தாள்.டம்ளரில் ஊற்றினாள்.ஆப்பிளை கத்தியால் சிறுசிறு துண்டுகளாக அறுத்துக்கொண்டாள். டம்ளரில் இருந்த ஒயினை குடித்துவிட்டு,ஆப்பிள் துண்டுகளை எடுத்து சாப்பிடத் தொடங்கினாள்.

காட்சி 15

சந்தை.

பகல் - உள்ளே/ வெளியே.

கீதா சென்ட் பாட்டில்களை கொடுக்க சந்தைக்கு சென்றாள்.முதல் கடையில் இன்றும் அவன்தான் இருந்தான்.

"இன்னைக்கும் இவனெ இருக்குறான்.ஒருவேளை இவனோட அப்பா லேட்டா வரலாம்.சரி நாம அடுத்த கடைக்கு போயிட்டு திரும்ப வரும்ப பார்க்கலாம்."

தனக்குள் எண்ணிக்கொண்டு,அங்கிருந்த அவனது கடையை கடந்து அடுத்த கடைக்கு போனாள். இதைக்கண்ட அவன்,

" என்ன இன்னைக்கு இவ நம்மளெ கண்டுக்காம போறா? கூப்பிடலாமா? இல்லெ வேண்டாம்.திரும்பி இந்த வழியே தானே வருவா,அப்ப பார்த்துக்கலாம்."

என்று நினைத்துக்கொண்டு மௌனமானான்.கீதா அடுத்த கடைக்கு சென்றாள்,இன்று
அந்த கடையிலும் முதலாளிக்கு பதில் அவருடைய மனைவி கல்யாணி இருந்தாள்.
கல்யாணியை இவளுக்கு ஏற்கனவே நல்ல பழக்கம் இருந்தது.
அதனால் இவளை கண்டவுடன்,

"வாம்மா கீதா நல்லா இருக்குறியா?"

"நல்லா இருக்குறேன்க்கா.நீங்க?"

"ஆண்டவன் புண்ணியத்துல எந்த குறையும் இல்லெ."

"எங்கெ அண்ணனெ காணம்?"

"பாப்பாவுக்கு லீவு விட்டுட்டாங்க.அதனால ஹாஸ்டல்ல இருந்து கூட்டிட்டு வர போயிருக்குறாரு. சாயங்காலம் வந்திருவாரு.நீ கொடுத்து உன்னோட பணத்தெ வாங்கீட்டு போ.நான் என்ன இல்லைன்னா சொல்லப்போறேன்?"

"அதுக்கில்லக்கா, அண்ணன் எங்கேன்னு கேட்டேன். இந்தாக்க ஆறு பாட்டில் இருக்கு."

தான் கொண்டு வந்த ஒயர் கூடையிலிருந்து எடுத்துக்கொடுத்தாள்.
கல்யாணி பாட்டிலை வாங்கிக்கொண்டு, பணத்தை எண்ணிக்கொடுத்தாள்.

"அக்கா பக்கத்து கடையில அந்த அண்ணெ காணம். அவரு மகன்தான் இருக்காரு.?"

" அப்ப உனக்கு விசயம் தெரியாதா,அவருக்கு நாலு நாளைக்கு முன்னால நெஞ்சுவலி வந்து,கொஞ்சம் சீரியஸ் ஆயிட்டார்.கடைசியில காப்பாத்தீட்டாங்க.அதனால அவரு இன்னும் ஒரு மாதத்துக்கு கடைக்கு வரமாட்டார். அதனால தான் சுரேஷ் வந்திருக்கிறான்."

"அப்படியா,எனக்கு தெரியாதுக்கா,போன தடவெ வந்து கேட்டப்பகூட,அவன் சரியா பதில் சொல்லலெ."

வயசு பையன் தானே.உன்னெ மாதிரி வயசு பொண்ணுங்கள பார்த்தா,அப்படி இப்படி தான் பண்ணுவானுங்க.

ஆமா உங்கிட்ட ஏதாவது தப்பா...?"

"சேசே அப்படி எல்லாம் ஒண்ணும் இல்லக்கா. சரிங்கா வரேன்."

"நீயும் சிங்காரியும் ஒருநாள் வீட்டுக்கு வாங்க. பாப்பாவும் இந்த மாசம் முழுவதும் வீட்ல இருப்பா."

"சரிக்கா,வரோம்."

கீதா அடுத்த கடைக்கு போய்,அங்கும் கொடுத்துவிட்டு,திரும்பவும் முதல் கடைக்கு வந்தாள்.

"என்ன போகும்ப அப்படியே போனா,அப்புறம் இப்ப வந்துட்டெ?"

"அப்பா எப்படி இருக்காரு?"

"ஓ...அப்ப விசயம் தெரிஞ்சிருச்சு. இப்ப பரவாயில்லெ."

"நல்ல மனுஷன்."

"அப்ப,நான் கெட்டவனா?"

சுப்ரபாரதிமணியன்

“இந்த அஞ்சு பாட்டில் இருக்கு.பணம் இப்ப தர்றியா? இல்ல...”

“இப்பவே தரேன்.”

கணக்கு போட்டு,மொத்த பணத்தையும் கொடுத்தான். அவள் பணத்தை வாங்கி தன்னுடைய பர்சில் வைத்துக்கொண்டு, எதுவும் பேசாமல் நடந்தாள்.

காட்சி 16
அறை.
பகல் - உள்ளே/ வெளியே.

முதல் தளத்தின் வராண்டாவில் மாப்பு போட்டு விட்டு,நூற்றி இருபதாம் நம்பர் அறை கதவை தட்டினாள் சிங்காரி.

“ரூம் கிளீனிங்... “

“கதவு திறந்து தான் கிடக்கு உள்ளெ வா”

பதில் வந்ததும்,கதவை தள்ளிக்கொண்டு உள்ளே சென்றாள் சிங்காரி.

அறையில் இருந்த கட்டிலில் முழு போதையில் படுத்திருந்தாள் தாரிகா.அவள் அணிந்திருந்த நைட்டி முழங்கால் வரை தூக்கி இருந்தது.நைட்டின் மேற்புறத்தில் சிப் சற்று கீழிறங்கி,அவளது சிவந்த மார்பகங்கள் சற்று வெளியே எட்டிப்பார்த்து கொண்டிருந்தது.அவற்றை

பார்த்த சிங்காரி

"நல்லவேளை நான் வந்தேன்.ஒருவேளை ரூம் பாய் வந்திருந்தால்..."

தனக்குள் யோசித்துக்கொண்டே,

"மேம்,நைட்டி எல்லாம் விலகி இருக்கு. சரிபண்ணீட்டு படுங்க."

"தாங்க்யூ"

போதையில் எழுந்து உட்கார்ந்தாள்.

"மேம்,நான் ரூம் சுத்தம் பண்ணட்டுங்களா?"

"தாராளமா பண்ணலாம்"

சிங்காரி டேபிள் மீது பார்த்தாள்.பாதி விஸ்கி பாட்டில் காலி.பாதி ஒயின் பாட்டில் காலி...முந்திரி, உலர் திராட்சை, ஆப்பிள் துண்டுகள் எல்லாம் சிதறி கிடந்தது. அவற்றை எல்லாம் முதலில் ஒழுங்குப்படுத்தினாள்.

"ஒரு பெக் போடுறியா?"

"பழக்கம் இல்ல மேடம்."

"நாம தான் எல்லாத்தையும் பழகிக்கனும்.என்னெ பாரு,கல்யாணம் ஆகுற வரைக்கும் இதெல்லாம் எனக்கும் தெரியாது.

ஆனா,இப்ப புருஷன் வேண்டாம்னு தனியா வந்த பிறகு ஒரு துணை தேவைப்படுது. இப்ப இதுதான் என்னோட துணை."

சிங்காரி சிரித்தாள்.

"ஆமா,உனக்கு கல்யாணம் ஆயிருச்சா?"

"இன்னும் இல்லெ மேடம்."

"பண்ணீடாதே. கல்யாணம் பண்ணீடாதே. தேவெ முடிஞ்சதும் தெருவுல விட்டுடுவானுங்க. இப்ப என்னெ பாரு...குடித்தனம் இல்லாம குடியோட வாழ்றேன். அனுபவத்துல சொல்றேன்.வேணாம்,
கல்யாணம் வேணாம்."

சிங்காரி அதற்கு பதில் ஏதும் சொல்லாமல், அறையை சுத்தம் செய்துகொண்டிருந்தாள். அப்போது உடை அலங்கார மேஜை மீது இருந்த செண்ட் பாட்டில் அவள் கண்ணில் பட்டது. அதை எடுத்து பார்த்தாள்.பிறகு அதே இடத்தில் வைத்தாள். தனது கையை முகர்ந்து பார்த்தாள்.வாசனை பிரமாதமாக இருந்தது.இதுவரை அவள் முகர்ந்து பார்த்த எல்லா சென்டுகளை விடவும் இதன் வாசனை தூக்கலாக இருந்தது.

"ஆமா,உன் பேரு என்ன?"

"சிங்காரி மேடம்."

"ஆளும் சிங்காரமா தான் இருக்கே."

சொல்லிக்கொண்டு மீண்டும் ஒயின் பாட்டிலை திறந்து, டம்ளரில் ஊற்றி குடித்தாள்.

" ஒயின் குடிக்கிறியா? போதை எல்லாம் ஏறாது."

"வேண்டா மேடம்."

"ஓ.கே...ஓ.கே.ஆனா உனக்கு ஏதாவது தரனமே... என்ன தர்றது?"

அதற்குள் அந்த அறையில் மாப்பு போட்டு முடித்து விட்டாள்.

"மேடம் நான் வரேன்.சரி கதவெ பூட்டீட்டு போ" சிங்காரி கதவருகே சென்றதும்...

"சிங்காரி இங்கெ வா."

"ஏங்க மேடம்?"

"அதோ அந்த ட்ரெஸிங் டேபிள் மேலெ இருக்குறெ. ஃபெர்ப்யூம் பாட்டிலெ நீ எடுத்துக்கோ. அதெ நீ பாத்தே"

அவள் அதனை எடுத்து பார்த்தாள். அது பாதிக்கு மேல் இருந்தது.

"மேடம்,இதுல பாதிக்கு மேலெ இருக்குது."

"பரவாயில்லெ. உனக்கு ஏதாவது கொடுக்கனமுன்னு நினைச்சேன்.அதுதான் கொடுத்தேன். எடுத்துக்கோ."

சிங்காரி சந்தோஷத்துடன்,அந்த செண்ட் பாட்டிலை எடுத்துக்கொண்டாள்.பிறகு கதவை அடைத்து விட்டு,வெளியே வந்தாள்.தாரிகா மீண்டும் போதை ஏற,அப்படியே கட்டிலில் மல்லாந்தாள்.

காட்சி 17
வரவேற்பறை
பகல் -உள்ளே/ வெளியே.

கார்த்திகா இந்த மாதத்தில் தங்களுடைய ஹோட்டலில் தங்கியவர்களின் கணக்கை சரிபார்த்துக் கொண்டிருப்பது.

அடுத்த மாதத்தில் எந்தனை அறைகள் முன்பதிவு ஆகியுள்ளது.தற்போது தங்கி இருப்பவர்கள் எத்தனை பேர் அதிக நாட்களுகாகாக பதிவு செய்தவர்கள்,என்ற அனைத்து விவரத்தையும்,ஒரு தனி வெள்ளை தாளில் எடுத்து எழுதிக் கொண்டிருந்தாள். அப்போது,சிங்காரி அங்கே வந்தாள்.

“எல்லா ரூமும் சுத்தம் பண்ணீட்டேன்.நான் இன்னைக்கு மதியம் எனக்கு இரண்டு மணி நேரம் பெர்மிஷன் வேணும் வீட்டுக்கு போயிட்டு வரேன்.”

“என்ன திடீர்னு?”

“ஒரு லோன் எழுதி இருக்கேன்.அதனால பேங்க்கு போகனும்.?”

” சரி,பெர்மிஷன் லெட்டர் எழுதிக்கொடுத்துட்டு

போ.ஆனா,இரண்டு மணி நேரத்துல வராட்டி,இன்னைக்கு முழுவதும் ஆப்செண்ட் போட்டுடுவேன். புரியுதா?"

"புரியுதுங்க."

"சரி லெட்டர் எழுதிக்கொடு."

"நீங்களே எழுதிடுங்க. எனக்கு சரியா எழுத தெரியாது. நான்
கையெழுத்து போடுறேன்"

"அப்படியே ஸாலரி வவ்சர்லெயும் கையெழுத்து போட்டுட்டா,உன்னோட சம்பளத்தையும் நான் எடுத்துக்குறேன் சரியா?"

"தமாஷ் பண்ணாதீங்க. எழுதிக்கொடுங்க."

"தலையெழுத்து."

சொல்லிக்கொண்டே ஒரு வெள்ளை தாளை எடுத்து,பெர்மிஷன் லெட்டரை எழுதினாள் கார்த்திகா. அதை சிங்காரியிடம் காட்டி,கையெழுத்து இடச்சொன்னாள்.

"இதோ,இங்கெ கையெழுத்து போடு."

"அதெல்லாம் தெரியும்."

சொல்லிக்கொண்டே,அந்த பெர்மிஷன் லெட்டரில் "சிங்காரி" ஆங்கிலத்தில் கையெழுத்து இட்டாள்.அதை கண்ட கார்த்திகா,

"இதுக்கு ஒண்ணும் குறைச்சல் இல்லெ."

பெர்மிஷன் லெட்டரை வாங்கி கொண்டாள்.

"நான் சொன்னது ஞாபகம் இருக்கட்டும். இரண்டு மணி நேரத்துல வர்றாட்டி,இன்னைக்கு உனக்கு லீவு கணக்கு வந்துடும்."

"அதெல்லாம் வந்துடுவேங்க."

"சரி கிளம்பு"

கார்த்திகாவுக்கு ஒரு கும்பிடு போட்டு விட்டு அங்கிருந்து வெளியே வந்தாள் சிங்காரி.
ஹோட்டல் பார்க்கிங்கில் நிறுத்தப்பட்டிருந்த தனது ஸ்கூட்டியை எடுத்துக்கொண்டு பேங்க்கை நோக்கி புறப்பட்டாள்.

காட்சி 18.
அறை.
மாலை - உள்ளே/ வெளியே.

தாரிகா போதை தெளிந்து எழுந்து, குளிப்பதற்காக குளியல் அறைக்குள் நுழைகிறாள். தண்ணீரை திறந்து பக்கெட்டில் நிரப்பிவிட்டு, தனது ஆடைகளை களைகிறாள். பிறகு ஒரு டவளை எடுத்து, பாதி மார்பளவுக்கு கட்டிக்கொண்டு, ஷவரை திறந்து குளிக்க ஆரம்பித்தாள்.

“இன்னைக்கு ரொம்ப போதை ஆயிடுச்சு. கொஞ்சம் அளவு மீறி போச்சு.இனி இந்த மாதிரி பண்ணக்கூடாது.”

தனக்கு தானே பேசியபடி குளித்து கொண்டிருந்தாள்.

“சிங்காரி,அஞ்சாம் நம்பர் ரூம் இன்னைக்கு ஏழு மணிக்கு காலி ஆகுது. நீ அதெ சுத்தம் பண்ணீட்டு கிளம்பீடு”

“எனக்கு தான் ஆறுமணிக்கு வேலெ முடிஞ்சிடுமே. அப்புறம் மாதவி வந்திடுவா தானே?”

மாதவிக்கு வேறே வேலெ நிறையா இருக்கு.நீ தான் ரெண்டு மணி நேரம் பெர்மாஷன்ல போனேயே. ஏழு மணியின்னா சிலபேர் ஆறுமணிக்கு முன்னாலேயே வெளியெ போயிடுவாங்க. அதனால சீக்கிரமாக கிளீன் பண்ணீட்டு கிளம்பீடு.”

சிங்காரி அதன் பிறகு,எதுவும் பேசாமல்,அங்கிருந்து நகர்ந்தாள்.இண்டர்காம் ஒலித்தது. உடனே கார்த்திகா அதனை எடுத்து,

“ஹலோ,ரிசப்ஷனிஸ்ட்”

எதிர் முனையில் ஏதோ சொல்ல,

கார்த்திகா முகம் கருத்தவளாக,

“அப்படி எல்லாம் நடக்க வாய்ப்பேயில்லை.எங்க

ஸ்டாப்ஸ் டிப்ஸ் கொடுத்தா கூட யோசனை பண்ணீட்டு தான் வாங்குவாங்க. நீங்க பொய் சொல்றீங்கன்னு நான் சொல்லலெ.ஓ.கே...ஓ.கே

நீங்க கீழே இறங்கி வாங்க,நான் மேனேஜருக்கு இன்பார்ம் பண்ணுறேன். உடனே வர சொல்றேன்."

போனை கட் செய்து விட்டு,மேனேஜரை தொடர்பு கொண்டாள் கார்த்திகா.

காட்சி 19.
வரவேற்பறை.
மாலை - உள்ளே/ வெளியே.

மேனேஜர் சற்று கோபமாக வந்தார்.

"என்ன கார்த்திகா இதெல்லாம்.
இதுவரைக்கும் இப்படி ஒரு புகார் வந்ததில்லை.நான் இங்கெ இந்த பதவிக்கு வந்து பத்து வருஷமாச்சு.இதுதான் முதல் தடவெ."

"சார்,முதல்ல அவங்க வரட்டும்.அப்புறம் கூப்பிட்டு விசாரிக்கலாம்."

" இங்கெ பார் கார்த்திகா. பிரச்சனை பெரிசாக கூடாது.அதுவும்

இல்லாம இது மத்த ரூம்ல இருக்குறவங்களுக்கு தெரியக்கூடாது.அப்படி தெரிஞ்சா,நம்ம ஹோட்டல் பேரு டேமேஜ் ஆயிடும்.அதனால நீ,அவங்களெ என்னோட ரூமுக்கு வர சொல்லீடு.

136 திரைக்கதை நூல் வரிசை-8

அங்கெ வெச்சு பேசி முடிச்சிடலாம்.நான் சொல்றது சரிதானே?"

"அதுவும் நல்லது தான்.நான் அவங்களெ உங்க ஆபிஸ் ரூமுக்கு கூட்டீட்டு வரேன்."

மேனேஜர் தனது அறையை நோக்கி, நடந்தார்.சற்று நேரத்தில் லிப்டிலிருந்து கோபமாக வெளியே வந்தாள் தாரிகா.நேராக கார்த்திகாவிடம் வந்தாள்.

"எங்கே உங்க மேனேஜர்? அவரெ உடனே,இங்கெ கூப்பிடு."

"மேடம்,இங்கெ பேசவேண்டாம்.
மேனேஜர் உங்களுக்காக ஆபிஸ்ல வெயிட் பண்ணுறார் வாங்க"

தாரிகாவை அழைத்துக்கொண்டு,
மேனேஜர் அறைக்கு போனாள். இவர்களின் வரவை எதிர்பார்த்து மேனேஜர் வெளியிலேயே நின்று கொண்டிருந்தார்.இவரையும் கண்டவுடன்,

"வாங்க மேம் உள்ளெ உட்கார்ந்து பேசலாம்."

தாரிகா மேனேஜர் அறைக்குள் நுழைந்தாள்.

"கார்த்திகா,நீ போய் ரூம் பாயெ அனுப்பி வை."

"ஓ.கே சார்."

"மேடம்,நீங்க உட்காருங்க.இப்ப ரூம் பாய் வந்திருவான்."

தாரிகா அவர் காட்டிய,நாற்காலியில் அமர்ந்தாள்.

"குடிக்க ஏதாவதும்…"

"நோ…தாங்கஸ்"

"இப்ப சொல்லுங்க. ரூம்ல என்ன நடந்தது?"

அவள் சொல்லத் தொடங்கினாள்.

காட்சி 20
வரவேற்பறை.
மாலை - உள்ளே/ வெளியே.

ரூம் பாய் வந்தான். "மேடம்,கூப்பிட்டீங்களா?"

"இன்னைக்கு நூற்றி இருபதாம் நம்பர் ரூமுக்கு நீதானே சர்வீஸ் பண்ணினே"

"ஆமா,மேடம்."

"உம் மேலெ ஒரு கம்ப்ளைன்ட் வந்திருக்கு. மேனேஜர் கூப்பிடுறார்,அவர் ஆபீசுக்கு போ."

"நான் எதுவுமே பண்ணலையே மேடம்."

"அதெ அங்கெ போய் சொல்லு.ஏற்கனவே நம்ம மேனேஜர் ஒரு கடுகடுப்பு.இதுல நீ பண்ணுன வேலைக்கு,இன்னையோட உன் சீட்டெ கிழிச்சிடுவாரு,போ."

"நான் எதுவுமே பண்ணலே. சரி போ."

ரூம் பாய் மேனேஜர் அறையை நோக்கி போனான். அப்போது இண்டர்காம் ஒலித்தது.கார்த்திகா போனை எடுத்தாள்.

"சொல்லுங்க சார். சரி சார்."

போனை வைத்து விட்டு,அஞ்சாம் நம்பர் ரூமுக்கு இண்டர்காமில் தொடர்பு கொண்டார்.

அறையில் மாப்பு போட்டுக்கொண்டிருந்த,சிங்காரி போனை எடுத்தாள்.

"வேலை முடிஞ்சதா?"

"இன்னும் கொஞ்சம் இருக்கு."

"அதெ விட்டுட்டு, நீ மேனேஜர் ரூமுக்கு போ"

" எனக்கு ஆறுமணிக்கே வேலெ முடிஞ்சது. இப்ப ஏழாக போகுது.இதுல மேனேஜர் ஏதாவது வேலெ சொன்னா...இதுக்கு நான் மதியம் பெர்மிஷன்ல போகாமலெ இருந்திருக்கலாம்."

சலித்துக்கொண்டே போனை துண்டித்தாள் பிறகு மேனேஜர் அறையை நோக்கி போனாள்.

சுப்ரபாரதிமணியன்

காட்சி 21
மேனேஜர் அறை.
மாலை - உள்ளே/ வெளியே.

சிங்காரி மேனேஜர் அறையை நோக்கி, நடந்து போய்க் கொண்டிருந்தாள். அவளுக்கு எதிரே சற்று வாடிய முகத்துடன், ரூம் பாய் வந்து கொண்டிருந்தான்.

"என்னடா மேனேஜர் ரூம்ல இருந்து, அழுமூஞ்சியா வெளியெ வரெ?"

"யாரோ ஏதோ செஞ்சதுக்கு, அந்தாளு என்னெ கடிக்கிறான்."

"நீ சொல்றது புரியலடா? கொஞ்சம் புரியுற மாதிரி சொல்லு.?"

"நீயும் அங்கெ தானே போறெ? போ. அவரு புரிய வைப்பாரு."

சொல்லிக்கொண்டு சிங்காரியை கடந்து போனான் ரூம் பாய். எதுவும் புரியாமல் மேனேஜர் அறையை நோக்கி நடந்தாள்.

மேனேஜர் தனது இருக்கையில் அமர்ந்தபடி, இண்டர் காமை எடுத்து வரவேற்பறைக்கு தொடர்பு கொண்டார். தொடர்பு கிடைத்தது.

"கார்த்திகா நீயும் ரூமுக்கு வா."

சொல்லிவிட்டு போனை கட் செய்தார்.அவருக்கு எதிரில் தாரிகா அமர்ந்திருந்தாள்.அப்போது அறை கதவு தட்டப்பட்டது.

"உள்ளே வா"

கதவை தள்ளிக்கொண்டு உள்ளே நுழைந்தாள் சிங்காரி.மேனேஜர் எதிரில் தாரிகா அமர்ந்திருந்ததை கண்ட அவளுக்கு எதுவும் புரியவில்லை.மேனேஜரை நோக்கி,

" சார் கூப்பிட்டீங்களா?"

"ஆமா, மேடத்தெ தெரியுமா?"

"தெரியும் சார். நூற்றி இருபதாம் நம்பர் ரூம்ல தங்கி இருக்காங்க."

"நீ தான் இன்னைக்கு காலையிலெ ரூம் சுத்தம் பண்ணினியா?"

"ஆமா சார்"

"அங்கெ இருந்து ஏதாவது எடுத்துட்டு வந்தியா?"

"இல்ல சார்"

"மேடம் நீங்களே கேளுங்க."

"என்னோட ரூம்ல இருந்த ஸ்பெஷல் சென்ட்

பாட்டிலை காணம்.நீயும்,ரூம் பாயும் மட்டும்தான் உள்ளே வந்தீங்க.அவன் எடுக்கலொன்னு சொல்றான்.அப்ப நீ தான் எடுத்திருக்கனும்."

அப்போது கார்த்திகா உள்ளே வந்தாள்.

"சார்,நான் எடுக்கலெ மேடம் தான் தந்தாங்க"

அதை கேட்ட தாரிகா பயங்கரமா சிரித்தாள்.

"ஆர் யூ மேட் ?" நீ பைத்தியமா? அந்த சென்ட் பாட்டில் விலை,சிக்ஸ் தௌசன்ட் ரூப்பீஸ்.தமிழ்ல சொன்னா,ஆறாயிரம் ரூபாய். மூணு நாள் தான் யூஸ் பண்ணி இருக்கேன்.அதெ உனக்கு நான் கொடுத்தேனா? பொய் சொல்றா சார்.இவளெ திருடிட்டு வந்துட்டு.இப்ப கேட்டதும் நான் கொடுத்ததா பொய் சொல்றா?"

சார் இவங்க தான் பொய் சொல்றாங்க.நான் வேண்டாம்னு தான் சொன்னேன்.இவங்க தான் ஃபுல் போதையில இருந்துட்டு,எனக்கு எடுத்து கொடுத்தாங்க."

"இங்கெ பார் சிங்காரி.
அவங்க போதையில இருந்தா,இல்லாம இருந்தா அது இங்கெ விஷயமில்லை. நீ தான் எடுத்ததா அவங்க சொல்றாங்க.அவங்க கொடுத்ததா நீ சொல்றெ.எங்களுக்கு கஸ்டமர் தான் முக்கியம்.நீ அந்த பாட்டிலை கொண்டு வந்து கொடுத்திடு."

"சார்...அதெ நான் வேறெ சென்டோட கலந்துட்டேன்."

"கார்த்திகா என்ன இதெல்லாம்?"

சார்,இவ அடிக்கடி காலி செண்ட் பாட்டிலை எல்லாம் ரூம்ல இருந்து எடுத்துட்டு வருவா. ஆனா,இப்படி நடக்குமுன்னு தெரியலெ."

இவளோட சம்பளத்துல இருந்து ஆறாயிரத்தெ பிடிச்சு மேடத்துக்கு கொடுத்திடுங்க.இன்னையோட இவ கணக்கெ முடிச்சு வெளியெ அனுப்பீடு.நம்ம ஹோட்டலெ பொறுத்த வரைக்கும் கஸ்டமர் பாதுகாப்பு தான் முக்கியம். மேடம் நடந்த தவறுக்கு ஹோட்டல் சார்ப்பா நான் மன்னிப்பு கேட்டுக்கிறேன்.உங்களுக்கான பணம் கிடைச்சிடும். நீங்க இந்த விசயத்தெ இந்த ரூமோட விட்டுடுங்க.வெளிய தெரிஞ்சா ஹோட்டலுக்கு கெட்ட பேரு.இந்த பொண்ணுக்கும் வேறெ இடத்துல வேலெ கிடைக்காது"

"ஓ.கே...ஓகே...ஐ கேன் அண்டர் ஸ்டேன்ட். தாங்க்யூ மேனேஜர்"

தனது இருக்கையிலிருந்து எழுந்து வெளியே சென்றாள் தாரிகா.

"சிங்காரி உன்னோட அக்கௌண்டெ முடிச்சிட்டு நீ கிளம்பு."

அதன் பிறகு சிங்காரி எதுவும் பேசாமல், கார்த்திகாவுடன் சேர்ந்து,மேனேஜர் அறையிலிருந்து வெளியே வந்தாள்.

" அன்னைக்கே உனக்கு சொன்னேன். இதெல்லாம் வேண்டாமுன்னு,இப்ப பார்த்தியா,பணமும் போச்சு,வேலையும் போச்சு."

"குடிகாரி பொய் சொல்றா.அதுதான் இவளெ புருஷன் தொறத்தி விட்டுட்டான்."

"அது உனக்கு எப்படி தெரியும்?"

"அவதான் காலையில போதையில உளறுனா?"

பேசிக்கொண்டே இருவரும் வரவேற்பறைக்கு வந்தார்கள்.

"சிங்காரி கேஷியர்கிட்ட சொல்லிடுறேன். செட்டில் மெண்ட் வாங்கிக்கோ."

சிங்காரி தனது பொருட்களை எடுக்க,அங்கிருந்த அறைக்கு போனாள்.

காட்சி 22
வீடு.
இரவு - உள்ளே/வெளியே.

சிங்காரியும்,கீதாவும் இருவரும் சாப்பிட்டுக்கொண்டே உரையாடுவது.

"என்னக்கா சொல்றே? ஒரு செண்ட் பாட்டில் ஆறாயிரமா?"

“ஆமாண்டி,அந்த வாசனை பார்த்ததும் எனக்கு சந்தேகமாக தான் இருந்தது.”

“இரு வரேன்”
கீதா உள்ளே சென்று அந்த செண்ட் பாட்டிலை எடுத்து வந்தாள்.அதன் விலையை பார்த்தாள். அதில் அதிகபட்ச விற்பனை விலை: ‘ஏழாயிரத்து நூறு’ என்று இருந்தது.

“ஆமாக்கா,உண்மை தான்.”

“இந்த செண்டை பத்து பாட்டில்ல அளவா ஊத்தி,அதுல நம்ம சென்டெ சேர்த்து, ஆயிரம் ரூபாய் பில் ஒட்டிடு.அப்பதான் நம்ம ஆறாயிரம் கிடைக்கும்.”

கீதாவும்,சிங்காரி சொன்னபடி,அந்த பாட்டிலில் இருந்த சென்டை சமமாக பிரித்து பத்து பாட்டில்களில் ஊற்றினாள்.பிறகு தங்களது தயாரிப்பை ஊற்றி நிரப்பினாள்.

“அக்கா நாளைக்கு உடம்பு சரியில்லாம இருக்குற சிவசாமி ஐயாவெ பாத்துட்டு வந்திடலாமா?”

“நானும் வீட்ல தானே இருக்கேன்.ரெண்டு பேரும் போய் நலம் விசாரிச்சிட்டு வந்திடலாம்.”

“சரிக்கா”

கீதா சென்ட் நிரப்பிய பாட்டில்களை எல்லாம் எடுத்து, நான் தினசரி கொண்டு போகும் ஒயர் கூடையில் வைத்தாள். அதன் பிறகு உறங்குவதற்காக படுக்கைக்கு சென்றாள்.அதற்குள் சிங்காரி நல்ல உறக்கத்தில் இருந்தாள்.

"இப்பதானே வந்தா அதுக்குள்ளெ இப்படி தூங்கீட்டா?"

தனக்குள் சொல்லிக்கொண்டு,போர்வை எடுத்து போர்த்திக்கொண்டு,சிங்காரி அருகில் படுத்தாள் கீதா.

காட்சி 23.
சிவசாமி வீடு.
மாலை - உள்ளே/ வெளியே.

சிவசாமி கட்டிலில் தலையணையில் சாய்ந்தபடி படுத்திருந்தார்.
அவருக்கு அருகில் சிங்காரியும் கீதாவும் அமர்ந்திருந்தார்கள். அவர்களுக்கு சிவசாமியின் மனைவி,ருக்மணி காபி கொண்டு வந்துக்கொடுத்தாள்.

" இந்தம்மா,சாப்பிடுங்க."

இருவரும் காபியை எடுத்துக்கொண்டார்கள்.

"பையன் சொன்னானா?"

"இல்ல பக்கத்து கடைக்கார அக்கா சொன்னாங்க"

"எப்படி திடீர்னு?"

"எப்பவும் போல பாத்ரூம் போயிட்டு வந்தேன். திடீர்னு நெஞ்சு வலிக்குறெ மாதிரி இருந்துச்சு. உடனே,அக்காவே கூப்பிட்டேன். அதுக்குள்ளெ கண்ணெல்லாம் இருட்டாயிடுச்சு. "

"நல்லவேளெ என்னெ கூப்பிட்டார்.இல்லாட்டி அவரு தூங்குறாருக்கு நாங்களும் இருந்திருப்போம்."
"அப்புறம் என்ன ஒரேடியா தூங்கி இருப்பேன்."

சொல்லி சிரித்தார் சிவசாமி.

"அதிகமா சிரிக்காதீங்க"

"அடிபோடி,வாய்விட்டு சிரித்தால் நோய் விட்டு போகும். அது தெரியாதா?"

"உங்களுக்கு தமாசு இன்னும் போகலெ"

"அப்புறம் சிங்காரி பையன் பணம் எல்லாம் சரியா கொடுக்குறானா?
இல்ல ஏதாவது பாக்கி இருக்கா?"

"அதெல்லாம் ஒண்ணும் இல்லைங்க."

"அடுத்த வாரம் கடைக்கு வந்திருவேன்.நீங்க வழக்கம்போல கொடுக்குறதெ கொடுத்துட்டு,பணத்தெ வாங்கிக்கோங்க.அவன் தராட்டி நான் வந்து கொடுத்தர்றேன்."

"சரிங்க.நாங்க வரட்டுங்களா?"

"இருங்க டிபன் செய்யுறேன் சாப்பிட்டுட்டு போகலாம்."

"பரவாயில்லம்மா"

இருவரும் எழுந்து, வெளியே வருகிறார்கள். சிங்காரி ஸ்கூட்டியை ஸ்டார்ட் செய்ய,கீதா பின்னால் ஏறி அமர்கிறாள்.வண்டி அங்கிருந்து புறப்பட்டு பிரதான சாலையை நோக்கி செல்கிறது.

காட்சி 24
ஹோட்டல்.
பகல் - உள்ளே/ வெளியே.

ஒரு வாரத்திற்கு பிறகு...
சிங்காரிக்கு ஹோட்டல் மந்த்ராவில் வேலைக்கு,ஒருவர் மூலம் ஏற்பாடாகி இருந்தது.முதல்நாள் பணிக்காக ஹோட்டல் மந்த்ராவிற்கு சென்றாள் சிங்காரி.

ஹோட்டல் மந்த்ரா உங்களை அன்புடன் வரவேற்கிறது என்ற அறிவிப்பு பலகையை தாண்டி உள்ளே நுழைந்தது சிங்காரியின் ஸ்கூட்டி.

ஹோட்டல் பார்க்கிங்கில் வண்டியை நிறுத்திவிட்டு இறங்கினாள்.

ஹோட்டலை ஒரு பார்வை பார்த்தாள்.தான் முதலில் வேலை செய்த ஹோட்டலை விட பிரமாண்டமாக இருந்தது.உள்ளே நுழைந்து வரவேற்பறைக்கு சென்றாள். அங்கு செக்கசிவந்த மேனியுடன் ஒரு அழகான இளம்பெண் இருந்தாள்.

"மேனேஜரை பார்க்கனும்."

"உங்க பேரு?"

"சிங்காரி"

"ஒரு நிமிஷம்."

இண்டர்காமை எடுத்து தொடர்பு கொண்டாள்.

"சார்,உங்களெ பார்க்க,சிங்காரின்னு ஒரு லேடி வந்திருக்கிறாங்க"

"அனுப்புங்க."

போனை கீழே வைத்துவிட்டு,

"அதோ தெரியுது பாருங்க.அதுதான் மேனேஜர் ஆபிஸ்.அங்கெ போங்க"

"சரிங்க"

வரவேற்பறையிலிருந்து மேனேஜர் அறையை நோக்கி நடந்தாள் சிங்காரி.

அறைக்கதவை தட்டினாள். "உள்ளெ வாங்க" கதவை தள்ளிக்கொண்டு உள்ளே போனாள்.

"குட்மார்னிங் சார்."

"நீங்க தான் வடிவேல் சொன்ன பொண்ணா?"

"ஆமாங்க."

"வடிவேல் எல்லாம் சொன்னார்.இங்கெ கஸ்டமர் உங்களுக்கு எது கொடுத்தாலும் நீங்க வாங்கிக்கலாம். அதுக்கு நாங்க தடை சொல்றதில்லை.ஆனா, கஸ்டமரை கட்டாயப்படுத்தி ஏதாவது கேட்டதா புகார் வந்தா,உடனே வேலையை விட்டு அனுப்பீடுவோம்.திருட்டு புகார் வந்தால் நிச்சயமாக போலீஸ்ல சொல்லீடுவோம். மற்றபடி நீங்க உங்க வேலையெ சரியா செஞ்சிட்டு போனா,எங்களுக்கு எந்த பிரச்சனையும் இல்லை.மாதம் ஆன சம்பளம் உங்க பேங்க அக்கௌண்ட்ல ஏறிடும்."

"சரிங்க சார்."

"இன்னைக்கே வேலையில சேர்ந்திடுறீங்களா?"

"சேர்ந்திடுறேங்க."

"ரிசப்ஷனுக்கு போங்க.அவங்க உங்களுக்கு என்ன வேலையின்னு சொல்லுவாங்க."

சிங்காரி மீண்டும் ஒரு வணக்கம் சொல்லிவிட்டு, அங்கிருந்து ரிசப்ஷன் நோக்கி வந்தாள்.

காட்சி 25.
சந்தை.
காலை - உள்ளே/ வெளியே.

கீதா வழக்கம் போல,கடைக்களுக்கு சென்ட் கொடுக்க போனாள்.

முதல் கடையில்,சுரேஷ் இருந்தான்.கீதா வழக்கம் போல சென்ட் பாட்டிலை எடுத்து கொடுத்தாள்.அவன் வாங்கிக்கொண்டு பணத்தை கொடுத்தான். கீதா பணத்தை வாங்கி எண்ணினாள்.

"ஏங்க,நான் உங்ககிட்ட பேசுனதெ வெச்சு, என்னெ தப்பா நெனைச்சுடாதீங்க.நீங்களும்,அக்காவும் வீட்டுக்கு வந்துட்டு போனாதாக அப்பா சொன்னாரு. அப்பதான் நான் உங்களெ பத்தி அம்மாகிட்ட கேட்டு தெரிஞ்சுகிட்டேன். அதனால சாரிங்க."

"நீங்க, வாங்க,போங்க எல்லாம் வேண்டாம். கீதான்னே கூப்பிடலாம். உங்களவிட எனக்கு வயசு கம்மி தான்."

சிரித்துக்கொண்டே சொல்லிவிட்டு,அடுத்த கடைக்கு போனாள். அப்போதே அவன் மனதில் காதல் பட்டாம்பூச்சி சிறக்கடிக்க தொடங்கியது.

காட்சி 26.
அறை.
காலை - உள்ளே/ வெளியே.

மூன்று மாதங்களுக்கு பிறகு...

சிங்காரி முப்பதாம் நம்பர் அறையில் மாப்பு போட்டுக் கொண்டிருந்தாள். அப்போது அந்த அறையில் இருந்த மேஜை டியரை திறந்து பார்த்தாள். அப்போது அங்கு முக்கால்வாசி பயன்படுத்தப்பட்ட சென்ட் பாட்டில் இருந்தது. உடனே அதை எடுத்துக்கொண்டாள்.
வேலையை முடித்து விட்டு, வரவேற்பறைக்கு வந்தாள். அந்த சென்ட் பாட்டிலை வரவேற்பறையில் இருந்த பெண்ணிடம் கொடுத்தாள்.

"முப்பதாம் நம்பர் ரூம் சுத்தம் செய்யும்போது அங்கு இருந்தது."

அவள் பதிவேட்டை பார்க்கிறாள். அந்த ரூம் காலியாகி ஒரு வாரம் ஆகி இருந்தது.

"ரூம் காலியாகி ஒரு வாரம் ஆச்சு. அதுவும் இல்லாம ரூமை விட்டு வெளியேறிய பிறகு, எது காணாமல் போனாலும் நாம் பொறுப்பல்ல.
அதனால இதை நீங்களே வெச்சுக்கோங்க."

"பிரச்சனை எதுவும் இல்லையே."

"காலியான ரூம்ல கிடைக்கிறது. கிடைக்கிறவங்க தான் வச்சுக்குவாங்க. பயப்படாதீங்க."

சிங்காரிக்கு அந்த வார்த்தை ஆறுதலாக இருந்தது. அன்றிலிருந்து மீண்டும் காலி சென்ட் பாட்டிலை எடுத்துச் செல்லத்தொடங்கினாள் சிங்காரி.

"சிங்காரி, ரூம் நம்பர் எண்பத்தி ரெண்டெ கிளீன்

பண்ணி வையுங்க.இன்னைக்கு நைட் அந்த ரூமுக்கு ஆள் வருது. ராத்திரி பத்துமணிக்கு புக் ஆயிடுக்கு.அஞ்சு நாள் இருக்காரு.ஒரே ஆள் மட்டும்.”

“சரிங்க.”

வரவேற்பறையில் இருந்த கலா,அறை சாவியை கொடுக்க, அதை வாங்கிக் கொண்டு,எண்பத்தி இண்டாம் அறையை நோக்கி போனாள்.

காட்சி 27.
வீடு.
இரவு - உள்ளே/ வெளியே.

“அக்கா இதுல ஏதாவது பிரச்சனை வராது தானே?”

“வராது.அங்கெ இருக்குறெ பொண்ணே சொன்னா,அதுக்கு அப்புறம் தான் நான் இந்த காலி பாட்டில்களை கலெக்ட் பண்ணத்
தொடங்கினேன்.”

இன்றைக்கு சிங்காரி பத்து பாட்டில்களை கொண்டு வந்திருந்தாள்.

ஒவ்வொன்றும் ஒவ்வொரு மணம்.

“ ஏன் கேக்குறேன்னா, வடிவேல் அண்ணன் சொல்லிதான் சேர்த்து விட்டிருக்கிறார்.மேனேஜர் அவரோட ஃப்ரெண்ட்.”

“இனிமே அப்படி எல்லாம் நடக்காது. பயப்படாதே.”

அக்கா தங்கை இருவரும் வழக்கம்போல தாங்கள் தயாரித்த வாசனை திரவியத்தை அந்த உயர்தர சென்ட் பாட்டில்களில் நிரப்பிக்
கொண்டிருந்தார்கள்.

“அக்கா,உங்கிட்ட ஒரு விசயம் சொல்லனும்.”

“என்னடி இழுக்குற?”

“அது வந்து... அதுவந்து...”

“சொல்லுடி”

“நான் ஒருத்தரெ விரும்புறேன்.”

“சிவசாமி அண்ணன் பையன் சுரேஷா?”

“உனக்கெப்படி தெரியும்?”

“நான் உனக்கு முன்னால பொறந்தவ... நீ அந்த பையனெ பத்தி கொஞ்ச நாளாவே புகழ்ந்து, புகழ்ந்து பேசும்போதே எனக்கு ஒரு சந்தேகம் இருந்திச்சு. இன்னைக்கு அதெ நீ போக்கீட்டெ.”

“அவன் என்ன சொல்றான்.”

“அவருக்கும் இஷ்டம்.”

“இதுக்கு சிவசாமி அண்ணன் ஒத்துக்குவாரா?

அவருகிட்ட நான் எப்படி போய் கேட்கிறது."

"வேறெ என்னக்கா செய்யுறது?"

"எங்கிட்ட கேட்டா,லவ் பண்ணுறெ நீங்க தானே அதை பத்தி யோசிச்சு இருக்கனும்?"

கீதா மௌனமானாள்.

"சரி உம்முன்னு இருக்காதே.ஏதாவது யோசிக்கலாம். ராத்திரி சாப்பிட என்ன இருக்கு?"

"சப்பாத்திக்கு மாவு பிசைஞ்சு வெச்சிருக்குறேன்."

"போய் ரெடி பண்ணு"

கீதா சப்பாத்தி சுட எழுந்து போனாள்.

காட்சி 28.
ஹோட்டல்.
காலை - உள்ளே/ வெளியே.

சிங்காரி அறைகளை எல்லாம் சுத்தம் செய்து விட்டு வெளியே வந்தாள்.பிறகு வராண்டாவில் மாப்பு போட்டுக் கொண்டிருந்தாள்.அப்போது எண்பத்தி ரெண்டாவது அறையிலிருந்து பெரியவர் வராண்டாவில் நடந்து வந்துக்கொண்டிருந்தார்.அப்போது சிங்காரி நிமிர்ந்து பார்த்தாள். ஒரே ஆச்சரியம் இருவருக்கும்... அவர் ஏற்கனவே பாரடைஸ் ஹோட்டலில் தங்கி இருந்த

பெரியவர் தான்.

“ஐயா,நீங்க?”

“எப்பவும் அந்த ஹோட்டல்ல ரூம் போடுவேன். இப்ப ஒரு மாற்றத்திற்காக இங்கெ போட்டேன்.ஆனா, உன்னெ இங்கெ நான் எதிர்பாக்கல.நீ எப்படி?”

அவள் நடந்தவற்றை சுருக்கமாக சொன்னாள்.

“அடிப்பாவி.பொம்பளெ சிரிச்சா போச்சுன்னு சொன்னாங்க.அப்படி இருக்கும்ப பொம்பளெ குடிச்சா? அதுவும் மூக்கு முட்ட குடிச்சா? சரி போனது போகட்டும். இங்கெ அந்தமாதிரி எதுவும் நடக்காம பாத்துக்கோ.”

“சரிங்கய்யா”

பெரியவர் அவளை கடந்து சென்றார்.

சிங்காரி தொடர்ந்து தனது வேலையை செய்துக் கொண்டிருந்தாள்.இப்போதெல்லாம் அவளின் எண்ணம்,

‘கீதாவை எப்படி சுரேசுக்கு கல்யாணம் செய்து வைப்பது யாரிடம் இதுபற்றி சொல்லலாம்.கீதாவின் பேச்சை நம்பலாமா? சுரேஷ் கடைசியில் தான் காதலிக்கவே இல்லையென்று சொல்லிவிடுவானா? முதலில் அவனிடம் கேட்கலாமா? அப்படியே சிவசாமி ஒத்துக்கொண்டாலும் அவர்கள் கேட்கும் வரதட்சணையை தன்னால் கொடுக்கமுடியுமா?’

இப்படி எல்லாம் அவள் எண்ணம் இரண்டு நாட்களாக ஓடிக்கொண்டிருந்தது.

"சிங்காரி"

தன்னை யாரோ அழைப்பதை உணர்ந்த சிங்காரி திரும்பி பார்த்தாள். மேனேஜர் தன்னை நோக்கி வந்து கொண்டிருந்தார்.

"சார்"

கீழே போய் வரவேற்பறை வராண்டாவை நல்லா சுத்தம் செய். சில முக்கியமான விருந்தாளிங்க வராங்க. அப்புறம் பங்ஷன் ஹாலையும் சுத்தம் பண்ணு. கூடவே உனக்கு துணையா முனியம்மாவே கூப்பிட்டுக்கோ."

"சரிங்க சார்."

"இங்கெ முடிஞ்சதா?"

"கொஞ்சம் பாக்கி இருக்கு சார்."

"முடிச்சிட்டு சீக்கிரம் போ"

சொல்லிவிட்டு, அருகில் இருந்த லிப்டில் புகுந்து மூன்றாவது தளத்திற்கான பொத்தானை அழுத்தினார்.

சுப்ரபாரதிமணியன்

காட்சி 29.
சிவசாமி வீடு.
இரவு - உள்ளே/ வெளியே.

சுரேஷ் கடையை பூட்டிவிட்டு வீட்டிற்கு வந்திருந்தான். பிறகு அப்பாவிடம் கணக்குகளை ஒப்படைத்தான். சிவசாமி பக்கத்து ஊருக்கு போயிருந்ததால், சுரேஷ் இரண்டு நாட்கள் கடையை பார்த்துக்கொண்டான். இன்று அவர் வந்ததும் கணக்கை ஒப்படைத்தான்.

“இன்னைக்கு பிஸினஸ் கொஞ்சம் நல்லா இருந்திச்சு.”

“நாம இந்த கடையெ நம்பியா இருக்குறோம்? சும்மா இருக்க கூடாதேன்னு ஒரு பிஸினஸ் பண்ணுறோம். அவ்ளோதான் உனக்கு ஒரு கல்யாணம் பண்ணி வெச்சுட்டா, எங்க கடமெ முடிஞ்சிரும்”

“அதுக்கு தான் நானும் நாலாபுறமும் பொண்ணுக்கு சொல்லி வெச்சிருக்குறேன்.”

“அம்மா...”
“என்னப்பா?”

“எனக்கு ஒரு பொண்ணெ பிடிச்சிருக்கு?”

“யாருடா அது.நீ சாதாரண பொண்ணுங்களெ கிண்டல் தானே பண்ணுவெ?”

“இல்லப்பா, இப்ப நான் பழகுற பொண்ணு எனக்கு

பிடிச்சிருக்கு.
அவளெ கட்டிக்கிட்டா, லைப் நல்லா இருக்குமுன்னு எம் மனசு சொல்லுது?"

"யாருப்பா அது, உன்னோட மனசெ கவர்ந்த மகாராணி?"

சற்று நேரம் மௌனமாக இருந்தான்.

"சொன்னாதானே தெரியும். யாரு அந்த பொண்ணு?"

"கீதா"

பட்டென்று சொன்னான்.

"யாரு சிங்காரி தங்கச்சியா?"

"ஆமாப்பா"

"பொண்ணு நல்ல பெண்ணுதான். ஆனா நம்ம குடும்பத்துக்கு அந்த பொண்ணு எப்படி?"

"அவ உங்களையும், அம்மாவையும் கூட பாத்துக்குவா. எனக்கு நம்பிக்கை இருக்கு."

"என்னங்க இவன் எப்படி அந்த பொண்ணெ... நீங்க என்ன சொல்றீங்க?"

"இதெல்லாம் உடனே முடிவு பண்ணுறெ விசயம் இல்லெ.

யோசிச்சு முடிவெடுப்போம்."

"ஆனா நல்ல முடிவா எடுங்க அப்பா"

எழுந்து தன் அறைக்கு சென்றான் சுரேஷ். கணவனும், மனைவியும் அவன் சொன்னதை பற்றி யோசிக்க தொடங்கினார்கள்.

காட்சி 30
சாலை.
மாலை - உள்ளே/ வெளியே.

மறுநாள்...மாலையில் வேலை முடிந்து தனது ஸ்கூட்டியில் வீட்டை நோக்கி வந்து கொண்டிருந்தாள் சிங்காரி. சாலையோரத்தில் இருந்த கடையின் முன்னால் வண்டியை நிறுத்தினாள். அது ஒரு பழமுதிர் சோலை பழக்கடை.

நேற்று கீதா நேந்திர வாழைப்பழம் கேட்டது அவளது நினைவிற்கு வந்தது. அந்த கடையில் நேந்திர வாழைப்பழ குலை தொங்கிக் கொண்டிருந்தது. அதனால் அங்கு வண்டியை நிறுத்தினாள்.

"அக்கா நேந்திரம் கிலோ எவ்ளோ?"

"நாற்பது ரூபாய்"

"பழம் தானே?"

"நாளைக்கு சாப்பிடலாம்."

இன்னைக்கு கொஞ்சம் காயாதான் இருக்கும்."

"பரவாயில்லக்கா.
இரண்டு கிலோ கொடுங்க."

"வேறெ என்ன வேணும்.செவ்வாழை ஒரு கிலோ. திராட்சை அரைக்கிலோ கொடுங்க."

கடைக்கார பெண்மணி எல்லாவற்றையும் பேக் செய்து கொடுத்து விட்டு பில் அடித்து கொடுத்தாள்.சிங்காரி ஐநூறு ரூபாய் நோட்டை எடுத்துக்கொடுக்க, மீதியை கடைக்கார பெண்மணி தந்தாள்.அதை வாங்கிக்கொண்டு,பழப்பையை வண்டியில் மாட்டிக்கொண்டு,வீட்டைநோக்கி சென்றாள். அப்போது அவளுக்கு எதிரே சிவசாமியும், அவர் மனைவி ருக்குமணியும் வந்து கொண்டிருந்தார்கள்.

இவளுடைய வண்டியை பார்த்ததும் தங்கள் வண்டியை நிறுத்தினார்கள். சிங்காரியும் நிறுத்தினாள்.

"என்னம்மா பழம் நிறையா போகுது. ஏதாவது விசேஷமா?"

"தங்கச்சி கேட்டா?"

"அப்ப தங்கச்சிக்காக தான். உனக்கில்லெ ?"

"எனக்கு எல்லாமே அவதாங்க"

"சரிம்மா நேரம் ஆகுது பத்திரமா போ.நாங்க கொஞ்சம் மளிகை பொருள் வாங்கனும்."

சுப்ரபாரதிமணியன்

அவர் தனது வண்டியை ஸ்டார்ட் செய்ய,இவளும் தனது வண்டியை ஸ்டார்ட் செய்து நகர்த்தினாள்.

" ஏங்க,அந்த விசயத்தெ பற்றி கேட்க வேண்டியது தானே?"

"என்ன புரியதவளா இருக்கெ? அதெல்லாம் இப்படி கேட்க கூடாது வீட்ல போய் தான் கேட்கனும்."

"இல்ல. விசயம் அவளும் தெரிஞ்சுக்கவா இல்ல அப்புறம் நாம போய் பேச வசதியா இருக்கும் தானே?"

"அதெல்லாம் அப்புறம் பாக்கலாம்"

அத்துடன் ருக்குமணி மௌனமானாள்.பைக் கடைவீதியை நோக்கி போனது.

காட்சி 31
ஹோட்டல்
காலை - உள்ளே/ வெளியே.

சிங்காரி உள்ளே நுழைந்தவுடன், வரவேற்பறையில் இருந்த பெண் அவளை அழைத்தாள்.

"சிங்காரி அக்கா,ரூம் நம்பர் அறுபத்தி எட்டுல தரையை சரியா சுத்தம் செய்யன்னு கம்ப்ளைன்ட் வந்திருக்கு."

“யாரு கம்ப்ளைன்ட் பண்ணுனாங்க.?”

“நேத்து ராத்திரி,ரூமுக்கு ஆள் வந்தாங்க.அவங்க வழக்கமா பாரடைஸ் ஹோட்டல்ல தான் தங்குவாங்களாம். அங்கே ஏதோ பிரச்சனை.அதனால நம்ம ஹோட்டலுக்கு வந்திருக்குறாங்க.”

“சரி நான் போய் கிளீன் பண்ணுறேன்.”

அறை எண் அறுபத்தி எட்டு கதவை தட்டினாள்.

“உள்ளே வா”

உள்ளே நுழைந்தாள் சிங்காரி.

அங்கு ஒரு பெண் தலைவாரி கொண்டிருந்தாள்.

“மேடம்”

சிங்காரி கூப்பிட திரும்பினாள்.சிங்காரி அதிர்ந்தே போய்விட்டாள்.

அந்த ரூமில் இருந்தது தாரிகா.

சிங்காரி வாசலிலே நின்று விட்டு, “ஸாரி மேடம்”

என்று சொல்லிவிட்டு அப்படியே வெளியே வந்தாள்.வரவேற்பறைக்கு வந்தாள்.

“அதுக்குள்ளெ கிளீனிங் பண்ணீட்டீங்களா?”

“நான் அந்த ரூம்ல கிளீனிங் பண்ண போகலெ? முனுயம்மாவெ அனுப்புங்க.”

“ ஏன் என்ன விசயம் எதாவது பிரச்சனையா?”

சிங்காரி எதுவும் மறைக்காமல் சொன்னாள்.

"ஓ...அதுதான் அன்னைக்கு அந்த செண்ட் பாட்டில் கிடச்சதும் அப்படி கேட்டீங்களா? பரவாயில்ல.அந்த கஸ்டமர் காலி பண்ணுறெ வரைக்கும் நீங்க அவங்க ரூமுக்கு போகவேண்டாம்.
முனியம்மாவை வர சொல்லுங்க."

சிங்காரி முனியம்மாவை கூப்பிடப்போனாள்.

காட்சி 32
அறை.
காலை - உள்ளே/ வெளியே.

தாரிகா அறையை முனியம்மா சுத்தம் செய்துக் கொண்டிருந்தாள். தாரிகா ஆப்பிள் ஜூஸ் குடித்துக் கொண்டிருந்தாள்.

"ஆமா,இப்ப ஒரு பொண்ணு வந்துட்டு, ஏன் திரும்பி போச்சு?"

எதுவும் தெரியாதது போல் கேட்டாள் தாரிகா.

"தெரியல மேடம்"

"அந்த பொண்ணு எவ்ளோ நாளா இங்கெ வேலெ செய்யுது?"

"ஒரு ஆறுமாசம் இருக்கும்.இதுக்கு முன்னால பாரடைஸ் ஹோட்டல்ல வேலெ செஞ்சிருட்டு இருந்துச்சு"

"அப்புறம் ஏன் நின்னுடுச்சு.பொண்ணு எப்படி?"

"ஏன் நின்னுச்சுன்னு தெரியலெ.ஆனா,நல்ல பொண்ணு.அப்பா,
அம்மா இல்லெ.ஒரு தங்கச்சி இருக்கா.இந்த பொண்ணு தான் பாத்துக்கிறா.அவளுக்கு கல்யாணம் பண்ணி வச்சா தன்னோட பாரம் குறைஞ்சிருமுன்னு நெனக்குறா?"

"அப்ப இந்த பொண்ணுக்கு கல்யாணம் ஆயிடுச்சா?"

"இல்ல.ஏன்னு கேட்டேன்.தன்னெ கட்டிக்கிறவன் தங்கச்சியை எப்படி பார்ப்போனோன்ன பயம்.அதனால தங்கச்சிக்கு முதல் கட்டி வைச்சுட்டு,அதுக்கு அப்புறம் தன்னை ஏத்துக்கிற மாப்பிள்ளை கிடைச்சா கட்டிக்குவேன். இல்லாட்டி,தங்கச்சி குழந்தையையும் தங்கச்சி மாதிரி வளர்ப்பேன்னு சொல்றா "

"வாவ்...இந்த காலத்துல இப்படி ஒரு அக்காவா?"

"சில மனுஷங்க மனசுல இன்னும் கடவுள் இருக்காரு மேடம்."

"ஆமா,இப்ப அந்த பொண்ணு எங்கே?"

"எண்பத்தி ரெண்டாவது அறையை சுத்தம் பண்ணுறா"

முனியம்மா வேலையை முடித்து விட்டு வெளியே போனாள். தாரிகா முனியம்மா,சிங்காரியை பற்றி சொன்னதை நினைத்துக்
கொண்டிருந்தாள்.அதே நேரத்தில் பெரியவரின் அறையை சுத்தம் செய்துக் கொண்டிருந்தாள் சிங்காரி.

"என்னம்மா,உம்மேலே ஏதோ வித்தியாசமான சென்ட் வாசம் வருது"

சிங்காரி சிரித்தாள்.

“கேட்டா பதில் சொல்லாம சிரிக்கிறெ?”

“இது எங்க தயாரிப்பு”

“உங்க தயாரிப்பா?அப்ப எனக்கு ஒண்ணு குடு பாக்குறேன்.”

“இருங்க பேக்குல இருக்கு எடுத்துட்டு வரேன்.”

வேகமாக அறையில் இருந்து வெளியே வந்தாள். பிறகு தனது தோள் இருக்கும் இடத்திற்கு வந்தாள். தனது பேக்கை திறந்து ஒரு செண்ட் பாட்டிலை எடுத்து வந்தாள்.

சிங்காரி திரும்பவும் பெரியவர் அறைக்கு போவதை பார்த்த தாரிகா அவள் பின்னால் வந்தாள்.ஆனால் சிங்காரி அதை கவனிக்கவில்லை.அறையில் புகுந்தாள்.

“இந்தாங்க”

அவள் கொடுத்த பாட்டிலை பார்த்தார்.அது உயர்தர வெளிநாட்டு பிராண்ட்.அவர் அந்த சென்டை தனது கை மணிக்கட்டில் அடித்து,முகர்ந்து பார்த்தார்.அந்த வாடை அவருக்கு குமட்டலை தந்தது.

“என்ன சிங்காரி.இந்த பாட்டிலுக்கும், உள்ளெ இருக்குறெ சென்ட்டுக்கும் சம்மந்தம் இல்லையே”
அவள் அவரிடம் அனைத்தையும் சொல்லி விடுகிறாள்.

“இது தப்பில்லையா? இப்படி எல்லாம் சம்பாதிச்சு என்ன பண்ண போறெ?”

“எந்தங்கச்சியெ நல்லா வாழ வைக்கனும்.அது

ஒண்ணு தாங்க என்னோட லட்சியம்."

"லட்சியம் நல்லாதான் இருக்கு.ஆனா, அதுக்காக நீ தேர்ந்தெடுத்த வழி ரொம்ப தப்பாச்சே."

"ஐயா,இந்த விசயத்தெ வெளியில சொல்லி,என்னோட வேலையை பிடிங்கீறாதீங்க."

"பயப்படாதே.நான் இதை யார்கிட்டையும் சொல்ல மாட்டேன்.ஆனா,இந்த தப்பெ இனி செய்யாதே.இதை யாராவது கண்டுபிடிச்சா, கண்டிப்பா ஜெயில் தான்.இந்த விசயம்,நம்ம தவிர யாருக்கும் தெரியாது பயப்படாதே."

"ஆனா,எனக்கு தெரியுமே"

இருவரும் திரும்பி பார்க்க, கதவருகே தாரிகா நின்றுக்கொண்டிருந்தாள். அவளை கண்டவுடன் அதிர்ச்சி அடைந்தாள் சிங்காரி.

காட்சி 33
வீடு.
மதியம் - உள்ளே/ வெளியே.

சிங்காரி பதட்டத்துடன் வீட்டினுள் நுழைந்தாள்.

"என்னக்கா மதியமே வந்துட்டெ.முகமெல்லாம் ஒரு மாதிரி வாடி போய் இருக்கு?"

"திரும்பவும் ஒரு பிரச்சனை."

"அந்த ஹோட்டல்ல தான் அந்த பொம்பளெ பிரச்னெ

பண்ணுனா? இங்கெ யாருக்கா?"

"இங்கேயும் அதே பொம்பளெ தான்"

"என்னக்கா சொல்றெ?"

"உண்மதாண்டி"

சிங்காரி நடந்தவற்றை எல்லாம் கீதாவிடம் சொன்னாள்.

"அதிசயமா இருக்கு. அதே பெரியவர். அதே வில்லி. அப்புறம் மேனேஜர்கிட்ட சொல்லீட்டாளா?"

" இல்லெ. இந்த கார்டை கொடுத்துட்டு, நாளை மறுநாள். ஞாயிற்று கிழமை. இதுல இருக்குற விலாசத்துக்கு வர சொன்னா, அப்படி வராட்டி போலீஸ் இங்கெ வருமுன்னு சொல்லீட்டா.
அதுதான் என்ன செய்யறதுன்னு தெரியாம, உடம்பு சரியில்லைன்னு லீவு போட்டுட்டு வந்துட்டேன்."

"நமக்குன்னு இந்த குடிகாரி எங்கிருந்து வந்தா?"

"ஆனா இன்னைக்கு அவ குடிக்கலெ"

"சரி இதுல உன்னோட முடிவு?"

"ஞாயிற்று கிழமை அவ சொன்ன இடத்துக்கு போறேன்."

“நானும் வரேன்.”

“வேண்டா.எதுவானாலும் என்னோட போகட்டும்.”

“அக்கா...”

“இந்த விசயம் யாருக்கும் தெரியக்கூடாது. குறிப்பாக சுரேஷ்க்கு”

“சரிக்கா”

“நான் குளிச்சிட்டு வரேன்.”

குளிப்பதற்காக உடைகளை எடுத்துக்கொண்டு பாத்ரூம் நோக்கி போனாள் சிங்காரி.

காட்சி 34.
பங்களா.
காலை - உள்ளே/ வெளியே.

ஞாயிற்று கிழமை.

கால் டாக்ஸியில் வந்து, தாரிகா சொன்ன விலாசத்தில் இறங்கினாள் சிங்காரி.

“இங்கெ தான்.”

கார் நிற்க கீழே இறங்கினாள்.

“மேடம் வெயிட் பண்ணணுமா?”

“வேண்டாம்.”

சிங்காரி பணம் கொடுக்க,கார் கிளம்பியது.

கேட்டில் நின்ற வாட்ச் மேனிடம், “தாரிகா மேடம்...”

அவள் சொல்லி முடிப்பதற்குள்... “சிங்காரி தானே,உள்ளே போங்க”

கேட் திறக்க,ஆச்சரியமாக பார்த்தபடி உள்ளே சென்றாள்.மிக பெரிய பங்களா.மூன்று கார்கள் வரிசையாக இருந்தது.

இவள் உள்ளே நுழைந்ததும்,

“வா சிங்காரி உனக்காக தான் காத்திருந்தேன். சொன்ன நேரத்துக்கு வந்துட்டெ.பரவாயில்ல.கார்ல ஏறு”

“எங்கெ மேடம்?”

“சொன்ன இடத்துக்கு தனியா வந்த நீ...இப்ப எந்த இடமுன்னு சொன்னா தான் வருவியா?”
கார் கதவை திறந்த படி தாரிகா கேட்க,எதுவும் பேசாமல் ஏறி அமர்ந்தாள் சிங்காரி. டிரைவர் சீட்டில் ஏறி உட்கார்ந்து காரை ஸ்டார்ட் செய்து நகர்த்தினாள் தாரிகா.

வண்டியின் வேகத்தை கூட்டினாள்.வண்டி காற்றாய்

பறந்தது. ஒரு மணிநேர பயணத்துக்கு பிறகு, ஒரு கம்பெனி கேட்டின் முன்பு கார் போனதும், காவலாளி கதவை திறந்துவிட்டு, சல்யூட் அடித்தான். கார் போர்டிகோவில் போய் நின்றது. இறங்கினாள் தாரிகா. சிங்காரியும் கார் கதவை திறந்துவிட்டு இறங்கினாள்.

மேலே இருந்த பெயர் பலகையை பார்த்தாள்.

"தாரிகா பெர்ப்யூம் பாக்டரி"

என்று கொட்டை எழுத்தில் எழுதி இருந்தது.

"வா... உள்ளே"

சிங்காரியை கூப்பிட்டு விட்டு உள்ளே நுழைந்தாள் தாரிகா. அங்கு இருந்த அனைவரும் அவளுக்கு வணக்கம் சொன்னார்கள். அவள் நேராக ஒரு அறை யின் கதவை திறந்து உள்ளே நுழைந்தாள். அவளிடன் சிங்காரியும் நுழைந்தாள்.

அங்கே ஒரு நடுதர வயதுடையவர் அமர்ந்திருந்தார். அவருக்கு முன்னால்,

"விமல்" எம்.டி என்ற பெயர் பலகை இருந்தது.

" உட்காரு தாரிகா. " இருவரும் அமர்ந்தார்கள்.

"விமல் இந்த பொண்ணு தான் நான் சொன்ன சிங்காரி"

சுப்ரபாரதிமணியன்

"சிங்காரி, இவர் என்னோட முன்னால் கணவர். பெயர் விமல். இந்த பாக்டரி முதலாளி"

"வணக்கம் சார்"

"வணக்கம் சிங்காரி. உன்னெ பத்தி எல்லாம் தாரிகா சொன்னாங்க.
இனிமேல் இந்த பாக்டரியில பேக்கிங் செக்ஷன் சூப்பர்வைசர் நீதான்."
அவர் சொன்னது, சிங்காரியால் நம்பமுடியவில்லெ.

"சார்..."

அவளுடைய கண்கள் விரிந்தன.

"இவ்ளோ பெரிய பாக்டரியில் நான் சூப்பர்வைசரா?"

"அன்னைக்கு நான் பண்ணின தப்புக்கு, பாரடைஸ் ஹோட்டல்ல உன் பேர் கெட்டுச்சு. அதுக்கு பதில் தான் இந்த வேலை. அன்னைக்கு நடந்த தப்புக்கு இன்னைக்கு பிராயசித்தம். நீ மந்த்ரா ஹோட்டல்ல வேலெ செய்யுறது தெரிஞ்சு தான் நான் அங்கெ ரூம் எடுத்து தங்கினேன். உங்கிட்ட விசயத்தெ சொல்லி இங்கெ அழைச்சிட்டு வர இருந்தேன். ஆனா நீ என்னெ பார்த்ததும் பயந்துட்டே, சரி நானே பெரியவர் ரூம்ல வந்து விசயம் சொல்லாமுன்னு வந்தேன். அப்பதான் நீயும் பெரியவரும் பேசினதெ கேட்டேன். சரி கடைசிவரைக்கும் வில்லி ரோலெ பண்ணீடலாமுன்னு உங்கிட்ட, அப்படி பயமுறுத்தினேன். நீ போன பிறகு பெரியவர்கிட்ட விவரத்தையும் சொன்னேன். அவரு சந்தோஷப்பட்டார். அடுத்தமுறை வரும்போ...

உன்னை பார்க்க வருவார்.அப்புறம் ஒரு விசயம்,பாரடைஸ் ஹோட்டல்ல நான் போதையில இருந்ததால தான் அப்படி ஆயிடுச்சு.. அது மாதிரி இன்னும் சில சம்பவங்கள். அப்ப முடிவு பண்ணீட்டேன்.பாதை மாத்துற போதை இனி வேண்டாமுன்னு.அதுல இருந்துவரைக்கும் நான் குடிக்கல. இனியும் குடிக்க மாட்டேன்."

தாரிகாவின் மனதை நினைத்து,அப்படியே அவள் காலில் விழுந்தாள் சிங்காரி.

"சே...எழுந்திரு.நீ தைரியமான பொண்ணு.அதுதான் உன்னோட கெத்து. அதை எங்கெயும் எப்போதும் விட்டுக் கொடுக்க கூடாது."

விமல் தனது பீரோவை திறந்து தங்களின் தயாரிப்பான இரண்டு சென்ட் பாட்டில்களை எடுத்து இருவருக்கும் கொடுத்தார்.

"சிங்காரி இதுல உங்க தயாரிப்பை கலந்து வெளிமார்க்கெட்டுல வித்து என்னெ காலிபண்ணீடாதீங்க."

"சார்,இனி அந்த குறுக்குவழியில போகமாட்டேன்"

"அவர் சும்மா சொன்னார்.இந்தா,இதை என்னோட சின்ன தங்கச்சிக்கு கொடுத்திடு.ஆமா அவ பேரு"

சென்டை சிங்காரியிடம் கொடுத்தாள் தாரிகா.

"கீதா"

"கீதா கல்யாணத்தெ பத்தி கவலெபடாதே.
இந்த அக்கா இருக்கான்னு சொல்லு."

சிங்காரி அவளையும் அறியாமல் கண்ணீர் வடித்தாள்.

யோகம் வந்தாச்சு

தனீயானவள் அவள். அவள் பலரால் துரத்தப்படுகிறாள்.. பலரிடமிருந்து தப்பிக்கையில் உதவும் ஒருவனின் பர்சிலிருந்த லாட்டரி சீட்டு அவள் கைக்கு வருகிறது. அது பின்னால் பரிசு பெறுகிறது. பணக்காரியாகிவிடுகிறாள்.

பணம் இருப்பதால் அவள் தனி ஆள் அல்ல. பலர் மொய்க்கிறார்கள். திருமணம் செய்து கொள்ள விரும்புகிறார்கள். அவள் தன்னைக்காப்பாற்றியவனைத்தேடி அந்த பரிசுப் பணத்தை தர விரும்புகிறாள். தன்னைக்காப்பாற்றியவன் என்பதால் தன்னை அவனுக்கு ஒப்படைத்துக்கொள்ள விரும்புகிறாள்.

காட்சி 01.
வீதி.
காலை - உள்ளே/ வெளியே.

கல்லூர் கிராமம். சற்று பின்தங்கிய கிராமமாக இருந்தது.கிராமத்தில் இருந்து இரண்டு கிலோமீட்டர் தொலைவில் ஒரு ஆரம்பப்பள்ளி இருந்தது.அந்த கிராமத்து பிள்ளைகள் அந்த பள்ளியில் தான் படித்து வந்தார்கள். வெறும் அறுபது மாணவ, மாணவிகள் மட்டுமே அங்கு படித்தார்கள்.அந்த பள்ளியில் மொத்தமா மூன்று ஆசிரியர் தான் இருந்தார்கள்.அங்கு வரும் ஆசிரியர்கள் ஓராண்டை நிறைவு செய்வது கடினமாக இருந்தது.காரணம்,அங்குள்ள மக்கள் தங்கள் குழந்தைகளின் படிப்பில் அக்கறை செலுத்தவில்லை.

பிள்ளைகளை கண்டிக்கும் ஆசிரியர்களை அந்த வீதியில் நடக்கமுடியாத அளவு தொந்தரவு செய்வார்கள். அதன் காரணமாக அங்கு வரும் ஆசிரியர்கள் உடனே, இடத்தை காலி செய்து விடுகிறார்கள். பிள்ளைகளை ஆடு,மாடு மேய்க்க வைத்து பணம் சம்பாதிப்பதையே அந்த கிராம மக்கள் விரும்பினார்கள். யாருடைய அறிவுரைகளையும் கேட்க மாட்டார்கள். அறிவுரை சொல்பவர்களை ஏளனமாக பார்ப்பார்கள். இப்படிப்பட்ட மக்கள் வாழும் கிராமத்திற்கு பிழைப்பு தேடி வருகிறாள் மல்லி.

மான் நிறம் என்றாலும், மயக்கும் கண்கள். அழகான நெளிவு, சுளிவுகளுடன் பிரம்மன் படைத்த ஓவியமாக தெரிந்தாள் மல்லி. தனது தோளில் ஒரு பெரிய பையை மாட்டி இருந்தாள்.அந்த பையில் துணிமணி உட்பட சில பொருட்கள் இருந்தது.அதுதான் அவளின்

மொத்த சொத்து. வீதியில் நடந்து வந்து கொண்டிருந்தாள் மல்லி.

அப்போது அங்கு இருந்த சாலையோர மரத்தின் கீழ் சில பல்லு போன பெரிசுகளும், வெட்டியாய் ஊர்சுற்றும் இளசுகளும் உட்கார்ந்திருந்தார்கள்.

“யாரு மச்சான் இவ,மாம்மரம் இல்லாத ஊர்ல மாம்பழமாட்டம்?”

“தெரியலையே மாப்ளே. விசாரிச்சிடலாமா?”

அதற்குள் அவளே அவர்கள் அருகில் வந்தாள்.

“ஏங்க ஊருக்குள்ளெ போக இன்னும் ரொம்ப தூரம் போகனுமா?”

“பக்கத்துல தான் இருக்கு.கொஞ்ச தூரம் நடந்தா போதும்.”

“ஆமா,யாரு வீட்டுக்கு போறே?”

“நான் ஊருக்கு புதுசுங்க”

“பொண்ணு ஊருக்கு புதுசு.அப்படிதானே?”

“பெருசு,என்ன சினிமா பேரெ சொல்லி, ஜமாக்கிறாயா? பீடியை குடிச்சோமா? புகையெ விட்டோமான்னு இருக்கனும்.இடையிலெ பேசக்கூடாது.”

பெருசு மஞ்சப்பல் தெரிய சிரித்தார். அதற்குள்,

நான் வரேங்கே என்று சொல்லி அவள் ஊரை நோக்கி நடந்தாள்.

"மாப்ளே புதுசுன்னு சொல்றா..?"

"எப்படியாவது முயற்சி பண்ணி பாத்துட வேண்டியது தான்."

அந்த இளைஞர்களும் எழுந்து அவளை பின் தொடர்ந்தார்கள்.

"இவனுங்க இப்படியே தான்...வெறும் பேச்சு மட்டும் தான் வெட்டிபயலுக..."

பெருசு சொல்லி சிரிக்க,மற்ற பெருசுகளும் கூட சேர்ந்து சிரித்தார்கள்.

காட்சி 02
கிராமம்.
காலை - உள்ளே/ வெளியே.

மல்லி ஊருக்குள் நுழைகிறாள்.அந்த கிராமம் கொஞ்ச வீடுகள் உள்ள சிறிய கிராமம்.

அவள் தோளில் பையை மாட்டிக்கொண்டு வருவதை,அங்கிருந்த ஒரு பெரிய மரத்தடியில் உட்காந்து சிலர் ஆண்கள் பார்த்துக் கொண்டிருந்தார்கள்

"டேய்,என்ன பள்ளிக்கூடத்துக்கு புது வாத்திச்சியா?"

"அப்படிதான் போல தெரியுது"

"அப்படியே இருந்தாலும்,
ஊருக்குள்ளெ என்ன வேலெ? பள்ளிக்கூடம் பக்கத்துலயே அவங்களுக்கு வூடு இருக்கே.அப்புறம் எதுக்காக்கும் இம்புட்டு தூரம்?"

"நம்ம பயலுகளெ தெனமும் மெரட்டி கூட்டீட்டு போக,இங்கெயே வூடு பாக்குதோ என்னமோ?"

"கூப்பிட்டே கேட்டுபுடலாமா?"

"வேணா,வேணா, அவுங்களே சொல்லுவாங்க"

அவர்களை கடந்து அவள் நடந்து சென்றாள். அப்போது அவளுக்கு எதிரே நடுதர வயதுடைய இரண்டு பெண்கள் நடந்து வந்தார்கள்.

அவர்களை கண்டவுடன், அவள் மெதுவாக புன்னகைத்தாள்.

"ஏண்டி,அந்த பொண்ணு யாருன்னே தெரியலெ.நம்மள பாத்து சிரிக்கிறா?"

"சரசு,இவ சாடையெ பார்த்த,செத்து போன கிழவி,மரிக்கொழுந்து பேத்தி மாதிரி தெரியுதே."

"ஆமா,அப்படிதான் தெரியுது.கேட்டுடலாம்"

மல்லி அவர்கள் அருகே வந்தாள்.அவள் வாய் திறக்கும் முன்பு,அந்த பெண்கேளே பேச்சை தொடங்கினார்கள்.

“நீ,மரிக்கொழுந்து ஆத்தா பேத்தியா?”

உடனே,மல்லியின் மனதில் ஒன்று தோன்றுகிறது.

‘நமக்கு இங்கெ யாரும் இல்லெ.ஊரும் புதுசு.ஆமான்னு சொல்லீட வேண்டியது தான்.’
“என்ன நான் கேட்டது வெலங்கிலையா? நீ மரிக்கொழுந்து ஆத்தா பேத்தியா?”

“ஆமா” சட்டென சொன்னாள்.

“பேரு என்ன?”

“மல்லி”

“நீ மரிக்கொழுந்து ஆத்தா பேத்தியே சந்தேகம் இல்லெ”

“எப்படி இவ்ளோ உறுதியா சொல்றீங்க.?”

“இது கூட தெரியாத புள்ளெ எங்களுக்கு? உங்க அம்மத்தா பேரு மராக்கொழுந்து,
உம்பேரு மல்லி.எல்லாம் பூவோட பேரு தானே?”

‘இப்படியும் லூசுங்க இருக்கா?’

என எண்ணி மனதுக்குள் சிரித்தாள் மல்லி.

"என்ன யோசிக்கிறெ?"

"என்னெ பார்த்தா பாட்டி எப்படி அதிர்ச்சி அடைவாங்கன்னு யோசிச்சேன்."

"அதுக்கு உங்க பாட்டி இருக்கனுமே?"

"என்ன சொல்றீங்க?"

"உங்க பாட்டி,செத்து போய் பத்து நாளாச்சு"
"பாட்டி" என்றபடி அதிர்ச்சி முகத்தில் காட்டி மயக்குவதுபோல் நடித்து கண்களை மூடி அப்படியே சரிந்தாள் மல்லி.உடனே,அந்த பெண்கள் அவளை தாங்கிக் கொண்டார்கள்.

காட்சி 03.
குடிசை.
பகல் - உள்ளே/ வெளியே.

சுமார் அரைமணி நேரத்திற்கு பிறகு கண்களை மெதுவாக திறந்து பார்த்தாள் மல்லி.அப்போது அவள் ஒரு குடிசைவீட்டில்,
தரையில் விரிந்திருந்த பாயில் கிடந்தாள்.

"நான் எங்கெ இருக்கேன்?"

"பயப்படாதே.உன் பாட்டி வீட்லதான் இருக்கே. இதுதான் உன்னோட அம்மத்தா உனக்கு விட்டுட்டு போன சொத்து."

வழியில் அவளிடம் பேசிய இரண்டு பெண்களும், அவர்களுடன் மேலும் சில பெண்களும் இருந்தார்கள்.

"நல்லவேளெ நாங்க இருந்தோம்.இல்லாட்டி ரோட்ல தான் கிடந்திருப்ப"

"ரொம்ப நன்றிக்கா."

"ஆமா,உன்னோட அம்மா,அப்பா?"

"பாட்டிக்கு முன்னாடியே போயிட்டாங்க."

"என்ன கடவுளிடி இது? பாவம் பொண்ணு தனியா என்ன செய்யும்?"

"இந்தன வருஷமா,இந்த குடிசையில உம் பாட்டி தனியா இருந்தா,இனி நீ தனியா இருக்கனும்"

"பயப்படாதே.நாங்க இருக்கோம்.ஆனா,ஒண்ணு கிறுக்கு பயலுக திரியுற ஊரு.நீதான் சாக்கிரதெயா இருக்கனும்."

"சரி நாங்க போறோம். அதோ அங்கெ தெரியறது தான் எங்க வீடு.அக்கான்னு கூப்பிட்ட வந்துடுவோம்"

"சரிக்கா."

அங்கிருந்த பெண்கள் எழுந்து போனார்கள். மல்லி மெதுவாக எழுந்து குடிசையை பார்த்தாள்.

அது ஒரு ஓலை குடிசை தான்.இருந்தாலும் அவள்

ஒருத்தி வாழ,
அந்த இடம் போதும்.
அடுப்பு அருகில் சென்று,அங்கே அடுக்கி இருந்த மண் பானைகளை எடுத்து பார்த்தாள்.அவற்றில் அரிசி முதல் மளிகை பொருட்கள் வரை இருந்தது.மல்லி தன் மனதால் மரிக்கொழுந்து பாட்டிற்கு நன்றி சொல்லி விட்டு,சமைக்கத் தொடங்கினாள்.

காட்சி 04.
சாலையோரத் திட்டு.
காலை - உள்ளே/ வெளியே.

சில இளைஞர்கள் சாலையோர திட்டிக் மேல் அமர்ந்துப் பேசிக்கொண்டிருந்தனர்

மாப்ளே,நேத்து நாம பாத்த பொண்ணு,செத்து போன மரிக்கொழுந்து பாட்டி பேத்தியாம்.பேரு மல்லி.

"அதுதான் அப்படி மணமாக இருந்தாளா?"

"நீ எப்படா அவளெ மோந்து பாத்தே?"

"அவ பாதையில வரும்போதே,வாசம் காத்துல மிதந்துச்சே?"

"இவன் கிடக்குறான் வீடு.ஆமா,அவ அம்மா,அப்பா?"

"குடும்பமே சிவலோக பதவி வாங்கீட்டு கிளம்பீடுச்சாம்"

"ஐயோ பாவம்"

“யாரு அவளெ பெத்தவங்களா? இல்ல அவளா?”

“போனவங்களெ பத்தி கவலெபட்டு என்ன நடக்க போகுது.நான் இப்ப இருக்குறெ மல்லிசெ சொன்னேன்.”

“டேய்,காலையிலேயே இப்படி உட்காந்து வெட்டி நாயம் பேசாம,ஏதாவது வேலைக்கு போங்கடா?”

“பெருசு,நீ என்னமோ வெட்டி முறிச்ச மாதிரி பேசுறெ. எங்க வயசுல நீயும் இந்த திட்டுல உட்காந்து,வெட்டி நாயம் தானே பேசுனெ.இப்ப புத்தி சொல்ல வந்துட்டெ,சும்மா போவியா?”

பெரியவர் அதற்குமேல் எதுவும் பேசாமல்,நடையை கட்டினார்.

“ஒரே போடு பெருசு.கப்புசிப்புன்னு கிளம்பிடுச்சு பாத்தியா?”

அவன் சொன்னதை கேட்டு மற்றவர்கள் சிரித்தார்கள்.

காட்சி 05.
குடிசை.
காலை - உள்ளே/ வெளியே.

மல்லி அப்போதுதான் கண்விழித்தாள்.படுக்கையை விட்டு எழுந்து வந்து கதவை திறந்து வெளியே பார்த்தாள். காலை நேரம் சூரியன் மின்னிக் கொண்டிருந்தது.

அவளிடம் கடிகாரம் இல்லாததால் நேரம் சரியாக தெரியவில்லை. நேற்று நடந்து வந்த களைப்பு அவளுக்கு அதனால் இரவு படுத்தவுடன் தூங்கி விட்டாள்.

"விடிஞ்சு ரொம்ப நேரம் ஆயிடுச்சு போல தெரியுது. நல்லா தூங்கீட்டேன்."

தனக்குள் பேசிக்கொண்டு,அங்கு ஓலையால் அமைக்கப்பட்டிருந்த கழிவறைக்குள் நுழைந்து,கைகால்களை அலம்பி விட்டு வெளியே வந்தாள்.

"என்ன மல்லி,நல்ல தூக்கமா? இப்பதான் எந்திரிச்சயா?"

"ஆமாக்கா"

"சரிசரி எதாவது செய்து சாப்பிடு..."

"அக்கா..?"

"என்ன மல்லி?"

"இங்கெ தண்ணி எல்லாம் எங்கெ போய் எடுக்கனும்?"

"அப்புறமா,நான் வரேன்.ரெண்டு பேரும் போகலாம்."

"சரிக்கா"

அருக்காணி அங்கிருந்து கிளம்பினாள்.மல்லி குடிசைக்கு புகுந்தாள்.

முகத்தை ஒரு டவலால் துடைத்துவிட்டு, அடுப்படியில் உட்கார்ந்து, பாலில்லாமல் தேனீரை போட்டு குடித்தாள்.அதன் பிறகு வீட்டில் என்னென்ன இருக்கிறது என்று தேடிபார்க்க தொடங்கினாள்.நேற்று வந்த களைப்பில் எதுவும் பார்க்காமல்,சாப்பாடு செய்து சாப்பிட்டு விட்டு தூங்கினாள்.அதனால் இன்று அந்த குடிசையில் ஏதாவது இருக்கிறாதா என தேட ஆரம்பித்தாள் மல்லி.அங்கு ஒரு தகர பெட்டி இருந்தது.அதை திறந்து பார்த்தாள். அதில் கிழவி உடுக்கவைத்திருந்த, ஐந்தாறு பழைய புடவைகள் இருந்தது.சில ஜாக்கெட்டுகள். அந்த பெட்டியினுள் ஒரு சிறிய மரப்பெட்டி இருந்தது. அதில் பழங்கால நாணயங்கள் சில இருந்தன.அதனுடன் ஒரு சிறிய தங்க கம்மல் மட்டும் இருந்தது.அந்த சிறிய மரப்பெட்டியை வெளியில் எடுத்து வைத்தாள். வேறொன்றும் அந்த பெட்டியில் இல்லை.

நல்லவேளை யாரும் அந்த குடிசையில் புகுந்து எதையும் எடுக்கவில்லை.நமக்கு யோகம் அதுதான்.படுக்க இடமில்லாமல் வந்த இடத்தில் சொந்தமாக குடிசையே கிடைச்சிருச்சு. ஆனாலும் கிழவியை தேடி யாராவது வருவார்களா? எதற்கும் மரிக்கொழுந்து பாட்டியை பற்றி ஊருக்குள் விசாரித்து முழுவதும் தெரிந்துக்கொள்வோம்" என்று தனக்குள் நினைத்தபடி,எழுந்து மீண்டும் அடுப்படிக்கு சென்றாள்.இன்றைக்கு என்ன சமையல் செய்வது என்று யோசனையுடன் மல்லி.

காட்சி 06

ஆற்றங்கரை.

காலை - உள்ளே/ வெளியே.

அருக்காணி மற்றும் சீதா இவர்களுடன் மல்லியும் குடிநீர் எடுக்க,அருகில் உள்ள ஆற்றுக்கு போனார்கள்.

“இந்த ஆறு தான் நாம குளிக்கவும்,குடிக்கவும் துணி துவைக்கவும் தண்ணி தர்றது.”

“சரிக்கா”

“அது போகட்டும்.உங்க அம்மா செந்தாமரெ, இந்த ஊரெ விட்டு போய் இருபத்தஞ்சு வருஷம் ஆகுது. ஆனா ஒரு தடவெ கூட,இந்த பக்கம் வர்லெ ஏன்?”

“அதெல்லாம் எனக்கு தெரியலெ.நானும் கேட்டுக்கல. சாகுறநேரத்துல தான் மரிக்கொழுந்து பாட்டியெ பத்தி எங்கிட்ட சொல்லிச்சு.”

“அப்பவாவது சொன்னாலே... இந்த கிழவி புருஷன் இல்லாம,கஷ்டப்பட்டு உன்னோட அம்மாவெ வளத்தா, அவ பெரிசானதும்,பக்கத்து ஊர்ல மாடு மேய்க்கிற பயலெ கூட்டீட்டு ஓடி போயிட்டா.அப்பவே கிழவி சாபம் விட்டா,நீ உருபடமாட்டேன்னு. இப்ப என்னான்னா கிழவிக்கு முன்னாலயே அதுக போய் சேர்ந்திருச்சு இருந்தாலும் கிழவியோட குடிசையில குடியிருக்க...பேத்தி வந்துட்டெ பாரு.”

“அது என்னமோ உண்மெ தான் அருக்காணி. என்ன

ஒரு மாசத்துக்கு முன்னாடி வந்திருந்தா கிழவியெ நீ பாத்திருக்கலாம். கிழவியும் சந்தோசப்பட்டிருக்கும்."

"பேத்தியெ பாக்குறெ யோகம் மரிக்கொழுந்து கிழவிக்கில்ல.ஆனா, பாட்டி குடிசையில தூங்குற யோகம் பேத்திக்கு இருக்கு."

"நிசந்தான் சீதா.அடுத்தவனுங்க உள்ளெ புகுந்து போறதுக்குள்ள பேத்தி வந்துட்டா."

அது ஒண்ணும் இல்ல அருக்காணி,கிழவி செத்து பதினாறு முடியறதுக்குள்ள அடுத்தவனுங்க உள்ளெ போனா,சாபம் தலைமுறையை பாதிக்குங்கிற பயந்தான்."

"எது எப்படியோ? எதுஎது யாருகிட்ட போகனுமோ, அதுஅது அவங்ககிட்ட தான் போகும்.அதுதான் வீதி"

அவர்கள் பேசிக்கொண்டே தண்ணீர் குடத்துடன் வீட்டிற்கு வந்து சேர்ந்தார்கள்.

"மல்லி,நாங்க தண்ணிக்கு போகும்பவே நீயும் வா."

"நீ ஊருக்கு புதுசு.எல்லா ஊர்லயும் சில தறுதலைங்க இருக்கும்.அதுமாதிரி இங்கேயும் கொஞ்சம் திரியுது. அதுதான்..."

"சரிக்கா,நீங்க போகும்போதே வர்றேன்"

அருக்காணியும்,சீதாவும் அவர்கள் குடிசையை நோக்கி போக...மல்லி தனது குடிசையை நோக்கி வந்தாள்.

காட்சி 07
குடிசை.
மாலை - உள்ளே/ வெளியே.

மல்லி கிழவியின் பெட்டியில் கிடைத்த தங்க கம்மலை நகரத்திற்கு போய் மார்வாடி கடையில் விற்றாள்.அந்த பணத்தில் வீட்டுக்கு வேண்டிய மளிகை பொருட்களை எல்லாம் வாங்கி வந்திருந்தாள்.

பொருட்களை எல்லாம் பிரித்து,காலி டப்பாக்களிலும்,பழைய மண் பானைகளிலும் போட்டு வைத்தாள். பிறகு களைப்பாக இருந்ததால்,குடிப்பதற்கு கொஞ்சம் தேனீர் வைத்தாள்.

நல்லவேளை கிழவியை பற்றி நாம கேக்குறதுக்கு முன்னால அவங்களே சொல்லீட்டாங்க.அந்த கதையை மறக்காம ஞாபகம் வச்சிருக்கனும்.
வேற யாராவது கேட்டாள்.அப்படியே சொல்லீட வேண்டியதுதான்.இருந்தாலும்,மாடு மேய்க்கிறவன் கூட கிழவி மக ஓடிபோயிட்டாளே...எல்லோருக்கும் யோகம் ஏதேதோ வழியில வரும்.நமக்கு யோகம் பேர் மூலமா வந்திருக்கு.
பாட்டி பேரு
மரிக்கொழுந்து,அம்மா பேரு செந்தாமரை. அப்ப மக எம்பேரு மல்லி."
சொல்லி தனக்குள் சிரித்தாள்.அப்போது தேனீர் கொதிக்கத் தொடங்கியது.அதை அடுப்பில் இருந்து இறக்கி,ஒரு பாத்திரத்தில் துணியை போட்டு தேயிலை தூளை வடிகட்டினாள். டம்ளரில் ஊற்றி குடிக்க தொடங்கினாள்.

“மல்லி”

குடிசைக்கு வெளியில் ஒரு ஆண் குரல் கேட்டது. தேனீர் டம்ளரை அப்படியே வைத்துவிட்டு வெளியே வந்தாள்.வெளியில் அந்த கிராமத்து கோவில் பூசாரி நின்று கொண்டிருந்தார் வயதானவர்.

“சொல்லுங்க அய்யா.”

“அது வேற ஒண்ணும் இல்லெ.இன்னும் மூணு நாள் கழிச்சா,

மரிக்கொழுந்து ஆத்தாவுக்கு பதினாறு நாள் ஆகுது. யாரும் இல்லாட்டி பரவாயில்லெ.இப்ப பேத்தி நீ இருக்குறெ.
அதனால செய்யவேண்டிய சடங்கெ நீதான் செய்யனும். அப்பதான் அந்த ஆத்மா சாந்தியடைஞ்சு இந்த உலகத்தெ விட்டு போகும்.”

“அய்யா,எனக்கு அதெ பத்தி எதுவும் தெரியாது.அனுபவமும் கிடையாது. அதனால நீங்களெ எல்லாத்தையும் ஏற்பாடு பண்ணீடுங்க. அதுக்கான பணத்தெ நான் கொடுத்திடுறேன்.”

“சரிம்மா நான் ஐயர்கிட்ட பேசீட்டு எவ்ளோ செலவாகுமுன்னு நாளைக்கு சொல்றேன்.”

“சரிங்கையா?”

“அப்ப நான் வரேம்மா.”

“இருங்கையா டீ சாப்பிட்டுட்டு போலாம்.”

“பதினாறு முடியட்டும்மா. வரட்டா?”

கோவில் பூசாரி அங்கிருந்து கிளம்பி சென்றார். மல்லி மீண்டும் குடிசைக்குள் வந்து தேனீரை குடிக்க தொடங்கினாள்.
“அப்ப கிழவி,கம்மலை கருமாதி செய்யதான் வச்சிருக்குமோ.நாம வித்துட்டு வந்ததுமே,கிழவியோட ஆவி ஆளெ அனுப்பீடுச்சு பாரு.”

நினைத்தபோது அவளுக்கே சிரிப்பு வந்தது.

“ஆவி எல்லாம் இந்த உலகத்துல இல்ல.மொத்தமும் பாவிங்க தான் நிறைஞ்சு இருக்காங்க.”

தேனீரை குடித்துவிட்டு காலி டம்ளரை கீழே வைத்தாள்.பழைய துணி மூட்டை,அப்புறம் அவள் வந்து இந்த நான்கு நாட்களில் தேடாத, இடங்களில் எல்லாம் தேட ஆரம்பித்தாள்.
கிழவியின் புகைப்படம் ஏதாவது கிடைக்குமா என்ற எண்ணத்தில்
கிடைக்காவிட்டால், பக்கத்து வீட்டு அருக்காணி இடம் கேட்கலாம் என்று நினைத்தாள்.

காட்சி 08.
ஆற்றங்கரை ஓரம்
காலை - உள்ளே/ வெளியே.

ஆற்றங்கரையோரத்தில் ஐயர் இறந்துபோன மரிக்கொழுந்து கிழவிக்கு பதினாறாம் நாள் கருமாதி செய்து கொண்டிருந்தார். கிழவிக்கு ஆண் வாரிசுகள் இல்லாததால்,ஐயரே எல்லாவற்றையும் செய்து முடித்து, கடைசியாக எள்கலந்த சோற்று பிண்டத்தை ஒரு

வாழையிலையில் வைத்து எடுத்து வந்து,சற்று தூரத்தில் நின்றிருந்த மல்லியிடம் கொடுத்தார்.

“இந்தம்மா,பாட்டியை மனசுல நினைச்சுண்டு,
இந்த பிண்டத்தை ஆற்று தண்ணீலெ விட்டுடு. அதுக்கப்புறம் மூணுமுறை மூழ்கி எழுந்திரிச்சுட்டு,திரும்பி பார்க்காம வீட்டுக்கு போய் விளக்கெ ஏத்து வச்சு சாமி கும்பிடுங்கோ... “

ஐயர் கொடுத்த, பிண்டத்தை வாங்கிக்கொண்டு ஆற்றில் இறங்கி, அப்படியே வாழையிலையுடன் தண்ணீரில் விட்டாள். அதன் பிறகு மூன்று முறை மூக்கை பிடித்துக்கொண்டு தண்ணீரில் மூழ்கி எழுந்தாள். ஈரத்துணியுடன் குடிசையை நோக்கி நடந்தாள்.அவளுக்கு துணையாக வந்திருந்த அருக்காணி முத்து குமாரி மற்றும் கீதாவும் அவள் பின்னால் சென்றார்கள்.

காட்சி 09.
குடிசை.
காலை- உள்ளே/ வெளியே.

மல்லி ஈரத்துணியுடன் சாமிக்கு விளக்கேற்றினாள். பிறகுஈர உடையை மாற்றினாள். ஒரு வாழையிலையில் சாதத்தை வைத்து வெளியே கொண்டு வந்து குடிசையின் கூரைமீது வைத்துவிட்டு,

“கா...கா..” என்று அவள் சத்தம்போடும் முன்பே ஒரு காக்கா வந்து சாதத்தை உண்ணத்தொடங்கியது.

“பாருடி அருக்காணி கிழவியெ, பேத்தி,கத்தி கத்தி குரல்

போயிட்டுமுன்னு, உடனே ஓடி வந்து சாதத்தெ சாப்பிடுது"

"ஆமாடி முத்துமாரி,பேத்தி மேலெ கிழவிக்கு அம்புட்டு பாசம் போல,உசிரோடு இருக்கும்ப பாக்க முடியலெயேங்குறெ ஏக்கத்தெ போக்கதான் உடனே வந்திருச்சு"

அவர்கள் பேசுவதை கேட்டு மனதுக்கு சிரித்தாள் மல்லி.

"இதுமாதிரி லூசுங்க இருக்குறெ வரைக்கும், ஏமாத்துறவங்க பொழுப்புக்கு,எந்த பிரச்சனையும் வராது"

"என்ன மல்லி எதுவும் பேசாம யோசிக்குறெ?"

"நீங்க பேசுறதெ கேக்கும்ப,பாட்டி எம்மேலெ எவ்ளோ பாசமா இருந்திருக்குமுன்னு நெனச்சேன்,பேச்சே வர்றல"

"என்னதான் தூரத்துல இருந்தாலும் ஒரு செடியில பூத்த பூவுக்கு வாசமில்லாமலா போயிடும்? நான் சொல்றது சரிதானே அருக்காணி?"

"ஆமா சீதா."

"வந்து எல்லோரும் உள்ளெ உட்காருங்க.சாப்பிட்டு போகலாம்."

அந்த மூன்று பெண்களும்,அவர்களுடன் நான்கு குழந்தைகளும் அமர,அவர்களுக்கு இலையை போட்டாள் மல்லி.

காட்சி 10.
காட்டுப்பகுதி.
மாலை - உள்ளே/ வெளியே.

கிராமத்தை அடுத்து இருந்த காட்டுப்பகுதியில் கள்ளச்சாராயம் காய்ச்சி விற்பனை செய்து கொண்டிருந்தார்கள்.அங்கு அந்த கிராமத்துவாசிகளும், வெளியூர்காரர்களும் வந்து குடிப்பது வாடிக்கை.அதனால் அங்கு சாராயம் காய்ச்சும் விசயம் யாரும் வெளியில் சொல்வதில்லை.

"ஏண்டா மூக்கா, மரிக்கொழுந்து கிழவி குடிசையை எப்படியாவது அபேஸ் பண்ணீடலாமுன்னு யோசிச்சு வச்சிருந்தேன்.
அதுக்குள்ள அவ பேத்தி எங்கிருந்து வந்தாளோ,புயலா உள்ளெ நுழைஞ்சுட்டா."

"பிச்செ,தேவையில்லாத பிரச்சனையெ கிளப்பிடாதே. அப்புறம் நம்மவீட்டு பொம்பளைங்களே நம்மளெ துடப்பாத்தாலெ அடிப்பாளுங்க."

"அது உண்மெதான்."

அப்போது காளிமுத்து,

"மல்லி பேருக்கு ஏத்தமாதிரி சும்மா மணமணக்குது.என்ன உடம்பு.என்ன நடெ.அவ இடுப்பெ பாத்தா...எம் உடம்பு அடுப்புல போட்ட புழுவா துடிக்குது."

"அடுப்பிலெயே கிடக்காதே. வெந்துட போறெ"

"அவளெ பாத்து நொந்து வாழ்றதெவிட,வெந்து சாகுறதே மேல்"

"அரெ பாட்டில் சாராயத்துக்கே அடுக்கு மொழி வருது. இன்னும் கொஞ்ச குடிச்சா, இவனெ நாம அள்ளீட்டு தான் போகனும்.
இத்தோடு நிறுத்தீட்டு கிளம்பு."

உள்ளூர்காரர்களின் பேச்சை அங்கிருந்த சில வெளியூர் ஆசாமிகள் ரசித்து கேட்டு கொண்டிருந்தார்கள்.

"என்ன கைசாலம். அவனுங்க சொல்ற அளவுக்குஅவ்ளோ பெரிய அழகிய இந்த ஊர்ல இருக்குறா?"

"யாருக்குடா தெரியும்.அவனுங்களே குடிச்சிட்டு போதையில உளறீட்டு இருக்குறானுங்க.அதெ போய் பெருசா பேசுறெ?"

"டேய்,சீக்கிரமாக சாப்பிடுங்க.நாமளும் கிளம்பலாம். ரொம்ப நேரம் ஆயிட்டா,போலீஸ் தொந்தரவு இருக்கும்."

"இத்தோட முடிச்சிடலாம்."

அவன் மீதமிருந்த சாராயத்தை மூன்று டம்ளரில் சமமாக ஊற்றினான்.மூவரும் எடுத்து குடித்து விட்டு,மீதமிருந்த மட்டை ஊறுகாயை ஆள்காட்டி விரலால் தொட்டு நக்கிக் கொண்டிருந்தார்கள்.

காட்சி 11
குடிசை
இரவு - உள்ளே/ வெளியே

மல்லி தாரையில் பாய் விரித்து,மேற்கூரையை பார்த்தபடி மல்லாந்து படுத்திருந்தாள்.

"எங்கேயோ பிறந்த நாம,எங்கேயோ பிறந்த இந்த பாட்டிக்கு பேத்தி ஆகமாறி கருமாதி பண்ணுறெ அளவுக்கு வந்திட்டோம்.
இதை எப்படி எடுத்துகிறதுன்னே தெரியலெ.எது எப்படியோ இந்த கிராமத்தெ பொறுத்தவரெ,மரிக்கொழுந்து பாட்டிக்கு இந்த மல்லி தான் பேத்தி.இனி இந்த சொந்தத்தெ பிரிக்க யாராலையும் முடியாது.வாழ ஒரு இடம் கிடைச்சிருக்கு. சாப்பிட ஒரு வேலெயெ தேடனும்.இனி அதுதான் முக்கியம். அதுக்கப்புறம் எல்லாம் விதிப்படி நடக்கட்டும்."
அவளுடைய கண்கள் தூக்க கலக்கத்தில் மயங்கத் தொடங்கியது. மெதுவாக கண்களை மூடினாள்.அப்போது

"மியாவ்..." என்ற சத்தம் குடிசையின் கூரை மீது கேட்க,படக்கென கண்விழித்தாள் மல்லி. திரும்பவும் "மியாவ்" என்ன சத்தம் கூரை மீது கேட்டது.

இந்த பூனையோட தொந்தரவு இனி தாங்கமுடியாது. ராத்திரி முழுவதும் கத்திட்டே இருக்கும்.முதல்ல அதை துரத்தனும்."

எழுந்து கதவெ திறந்து வெளியே வந்தாள்.
சுற்றிலும் பார்த்தாள்.
கிராமமே அமைதியாக இருந்தது.கூரை மீது பார்த்தாள்.

அந்த பூனை நின்று இவளை பார்த்துக் கொண்டிருந்தது. கரிய நிறம்.கண்கள் தகதகவென மின்னியது.அதன் பார்வை இவளுக்கு சற்று கலகமாக இருந்தது.அவள் எதிர்பார்க்காத தருணத்தில் அந்த கறுத்தபூனை இவள் மீது பாய்ந்தது. "அம்மா " அலறினாள்.
திடீரென கண்விழித்தாள்.அப்போது அவள் படுக்கையில் இருந்தாள்.

"ச்சீ..ச்சீ... கனவு பார்த்து பயந்துட்டேன்.இருந்தாலும் கருப்பு பூனை கனவு ஏன் வரனும்?"

எழுந்து,அருகில் இருந்த செம்பிலிருந்த தண்ணீரை குடித்தாள்.பிறகு "முருகா" என்று சொல்லிவிட்டு மீண்டும் பாயில் படுத்தாள்.

இம்முறை போர்வையை எடுத்து முகத்தையும் மூடிக்கொண்டாள் மல்லி.

காட்சி 12
அருக்காணி வீடு.
காலை - உள்ளே/ வெளியே.

அருக்காணி தன்வீட்டில் வளர்க்கும் கோழிகளுக்கு தீவனம் போட்டுக்கொண்டிருந்தாள்.அவருடைய மகள் கண்ணகி பள்ளிக்கூடம் செல்வதற்காக தயாராகிக்ண்டிருந்தாள்.அப்போது மல்லி அங்கு சென்றாள். அருக்காணியை அழைத்தாள்.

“அருக்காணி அக்கா”

“யாரு” என்று கேட்டுக்கொண்டே குடிசையின் பின்புறம் இருந்து வந்தாள் அருக்காணி.

“என்ன மல்லி காலையிலேயே?”
“அக்கா,வீட்டுல தனியா இருக்க கஷ்டமா இருக்கு. அதுவும் இல்லாம ஏதாவது வேலெ செஞ்சாதானேக்கா சாப்பிட முடியும்? அதனால எதாவது வேலெ வாங்கி கொடுங்கக்கா.”

“உனக்கு என்ன வேலெ தெரியும்.நீ என்ன வேலெ செய்வெ?”

“எதாயிருந்தாலும் பரவாயில்லக்கா”

“சரி,நான் வேலெ செய்யுற தோட்டத்துல கேட்டுட்டு வரேன்.நாளைக்கு வறியா?”

“சரிக்கா.சாயங்காலம் வந்து சொல்லுங்க. அப்ப நான் காலையில தயாரா இருப்பேன்.”

“காலையில சாப்பிட்டியா? பணம் ஏதாவது வேணுமா?”

“அதெல்லாம் வேண்டாக்கா.காலையில சாப்பிட கஞ்சி இருக்கு.அப்புறம் கூடவே தயிரும் இருக்கு.”

“நான் கோதும தோச சுட்டிருக்குறேன்.இரண்டு எடுத்துட்டு போறியா?”

“வேண்டாக்கா.”

“அம்மா” என்று மகள் கண்ணகி அழைத்தாள்.

“முதல்ல இவளெ பள்ளிக்கூடத்துக்கு அனுப்புனதான்... நான் நிம்மதியா வேலைக்கு போகமுடியும்”
அருக்காணி குடிசைக்குள் நுழைந்தாள்.மல்லி தன்னுடைய குடிசை நோக்கி போனாள்.

காட்சி 13
தோட்டம்.
காலை - உள்ளே/ வெளியே.

அருக்காணி,முத்துமாரி இருவரும் வெண்டைக்காய் தோட்டத்தில் காய் பறித்துக் கொண்டிருந்தனர். அவங்ககூட தோட்டத்தின் உரிமையாளரின் மனைவி கமலாம்மாவும் வேலைச்செய்துக்
கொண்டிருந்தாள்.

“அக்கா,எங்க வீட்டு பக்கத்துல ஒரு பொண்ணு இருக்கா,நம்ம தோட்டத்துக்கு கூட்டீட்டு வரட்டுங்களா?”

“அது யாருடி உம்வீட்டு பக்கத்துல புதுசா?”

“மரிக்கொழுந்து பாட்டியோட பேத்தி மல்லின்னு பேரு.”

யாரது இருபத்தஞ்சு வருஷத்துக்கு முன்னால, பக்கத்து ஊர் மாட்டுக்கார பயக்கூட ஓடிபோனாலே... செந்தாமரெ அவ பொண்ணா?”

“ஆமாக்கா,அவங்களெ உங்களுக்கு தெரியுமா?”

“போடி இவளெ...எனக்கு தெரியாத யாருடி இந்த ஊர்ல இருக்குறாங்க.நீ சொன்ன மல்லியெ தவிர. அவமட்டும் வந்திருக்குறாளா? இல்ல செந்தாமரையும் வந்துட்டாளா?”

“பொண்ணு மட்டும் தான்.ஆத்தாவும்,
அப்பனும் கிழவிக்கு முன்னாலயே போய் சேர்ந்திருச்சாம்.”

“ஐயோ,பாவம்.சரி வரச்சொல்லு.வேலெ செய்வா தானே?”

“அதெல்லாம்...”
பறித்த வெண்டைக்காயை அங்கே விரித்திருந்த சாக்கு பையின் மீது கொட்டினார்கள்.
“அருக்காணி நீ அந்த கத்தரிக்காயை பறிச்சிடு. முத்தீட போகுது.”

கமலாம்மா சொன்னதும் அருக்காணி,கத்தரிக்காயை பறிக்க தொடங்கினாள். கமலாம்மா சீதா இருவரும் மறுபடியும் வெண்டைக்காய் பறிக்க ஆரம்பித்தார்கள்.
“அக்கா,எங்கெ ஐயாவெ ரெண்டு நாளா தோட்டத்து பக்கம் காணம்”
“ஒரு வேலையா கவுண்டரு வெளியூர் போயிருக்காரு.
நாளைக்கு வந்துடுவாரு.”
அவர்கள் தொடர்ந்து காய் பறிக்க ஆரம்பித்தார்கள்.

காட்சி 14.
குடிசை
மாலை - உள்ளே/ வெளியே.

மல்லி குடிசையில் ஏதோ யோசனையில் உட்கார்ந்திருந்தாள். அப்போது,

"மல்லி" என்று கூப்பிட்டுக்கொண்டே, அருக்காணி உள்ளே நுழைந்தாள்.

"வாக்கா, உட்காருங்க."

அருக்காணி கீழே விரித்திருந்த பாயில் உட்கார்ந்தாள்.

"என்ன மல்லி யோசனையில இருக்கெ?"

"ஒண்ணுமில்லக்கா. நேத்து ராத்திரி நல்லா தூங்கீட்டு இருக்கும்போது ஒரு கனவு வந்தது. அதெ நெனச்சிட்டு இருந்தேன்."

"வயசுபுள்ளைங்களுக்கு ராத்திரி அந்த மாதிரி கனவு வர்றது சகஜம். ஆனா, அதெ நெனச்சிட்டு இருந்தா எப்படி சீக்கிரமா கனவுல வந்தவனெ கண்டு பிடிச்சு கட்டிக்க வேண்டியது தான்."

"நீங்க சொல்றமாதிரி கனவு இல்லக்கா அது?"

"அப்புறம்?"

"ஒரு கருப்பு பூனை கூரெமேலெ உட்கார்ந்து கத்தீட்டு இருக்கு. நான் வெளியே ஓடிப்போய் அதை துரத்துறேன். ஆனா அந்த பூனை திடீர்ன்னு எம்மேலே பாயுது. நான் பயந்து அப்படியே கண்விழிச்சிட்டேன். இந்த கனவு தான் வந்தது."

"இதுக்கு எனக்கு அர்த்தம் தெரியல.ஆனாலும் உனக்கு ஏதோ நடக்க போகுது.ஜாக்கிரதையா இருந்துக்கோ"

"அதுதாங்க எம்மனசுலயும் படுது."

"சரி அதுபோகட்டும்.நான் சொல்ல வந்ததெ சொல்றேன். முதலாளி அம்மாகிட்ட கேட்டேன்.எங்ககூட உன்னெ வேலைக்கு வர சொல்லீடாடாங்க."

"ரொம்ப நன்றிக்கா"

"நாளைக்கு காலையில ரெடியாயிடு.மதிய சாப்பாட்டெ எடுத்துக்கோ.அத சொல்ல தான் வந்தேன்.நான் வரட்டுமா?"

"அக்கா டீ போடுறேன்.குடிச்சிட்டு போங்க."

"பரவாயில்ல மல்லி.வீட்ல பாப்பா காத்திட்டு இருப்பா. நான் வரேன்.காலையில வேலைக்கு ரெடியாயிடு."

அருக்காணி எழுந்து வெளியே சென்றாள்.

காட்சி 15
தோட்டம்.
பகல் - உள்ளே/ வெளியே.

அருக்காணியுடன் மல்லியும் வெண்டைக்காய் பறித்துக் கொண்டிருந்தாள்.அப்போதுதான் தோட்டத்திற்கு வந்தாள் கமலாம்மா.

“என்ன அருக்காணி.இந்த பொண்ணு தான் மரிக்கொழுந்து பேத்தியா?”

“ஆமாக்கா”
“பேரென்னெ?”
“மல்லிங்க”

உங்க அம்மா உன் வயசு இருக்கும்ப தான் அப்ப ஊரெ விட்டு போனா,இப்ப அவ வயது இருக்கும்ப நீ ஊருக்கு வந்திருக்குறெ.இருந்தாலும் கிழவி சாவுறதுக்கு முன்னால வந்திருந்தைன்னா,பேத்தியெ ஆச பாத்துட்டாவது கிழவி போய் சேந்திருக்கும்.”

“அந்த குடுப்பினெ இல்லாம போயிடுச்சு என்ன பண்ணுறது? இருந்தாலும் பாட்டிக்கு காரியம் பண்ண சரியான நேரத்துல பேத்தி வந்துட்டாளே”

“அதுவும் ஒரு வகையில கிழவி செஞ்ச புண்ணியமா கூட நெனச்சுக்கலாம். மல்லி வேலெயில கருத்தா இருக்கனும். அப்புறம் இங்கெ வேலெ செய்யுற வரைக்கும் இந்த காதல் அது இதுன்னு,உன் அம்மா செந்தாமரெ மாதிரி எதுவும் செஞ்சிற கூடாது.அப்புறம் எங்க தோட்டத்துக்கு பேரு கெட்டுடும் பாத்துக்கோ.அது வரைக்கும் மாரப்பகவுண்டர் தோட்டத்துல வேலெ செஞ்ச யாரும்,தப்புபண்ணினது இல்லெ.அதனால நீயும் ஜாக்கிரதையா இருக்கோனும். அப்படி, இப்படி கேள்விப்பட்டா நான் வேலெயெ விட்டு நிறுத்திடுவேன்.சொல்லீடு அருக்காணி.”

“அதெல்லாம் முதல்லயே சொல்லீட்டேன்.”

“ஆமாம்மா, அருக்காணி அக்காவும் சீதாக்காவும்

எல்லாத்தையும் சொன்னாங்க.நான் தப்பேதும் பண்ணமாட்டேன்."

"ஆமா,உன்னோட அப்பனோட ஆத்தா பக்கத்து ஊர்ல தானே இருந்தாங்க?"

"அவங்க யாருன்னே எனக்கு தெரியாது.எங்க பாட்டியெ கூட,அம்மா சாகும்ப தான் சொன்னாங்க."

தான் அதுவரை சொன்ன பொய்யை கொஞ்சமும் மாற்றாமல் சொன்னாள் மல்லி.

"கமலாக்கா, அவளோட அப்பன் குடும்பம் பக்கத்து ஊர்ல இருந்து போய் ரொம்ப வருசம் ஆயிடுச்சு.இப்ப எங்கெ இருக்குறாங்கன்னு யாருக்கும் தெரியல"

"அப்படியா,என்ன காரணம்?"

"அது தெரியலெ."

அருக்காணிகொஞ்ச நாளைக்கு,மல்லியெ உங்கூடவே வெச்சு வேலெ பாரு.சீதாவெ மத்த வேலைக்கோ. பருத்தி காட்டிற்கோ அனுப்பீடு."

"சரிக்கா."

"சீதா உனக்கு பிரச்சனை இல்லையே?"

"அதெல்லாம் இல்லக்கா.எல்லாம் நம்ம தோட்டம் தானே"

“கமலா” தூரத்திலிருந்து சத்தம் கேட்க திரும்பினாள் கமலா.

தூரத்தில் மாரப்பகவுண்டர் வந்துக்கொண்டிருந்தார்.

“அதோ கவுண்டர் வராரு”

கமலா தோட்டத்தில் இருந்த சாலைக்கு சென்றாள். கவுண்டரும் சாலையை நோக்கி வந்துக்கொண்டிருந்தார்.

காட்சி 16
பேருந்து நிலையம்
மாலை - உள்ளே/ வெளியே.

பாலக்காடு பேருந்து நிலையத்தில் வந்து கேரளா பேருந்திலிருந்து கீழே இறங்கினான் தினேஷ்.

தினேஷுக்கு சிறுநீர் கழிக்க அவசரமாக இருந்ததால் தன்னுடைய பேக்கை தோளில் போட்டுக்கொண்டு வேகவேகமாக கழிவறையை நோக்கி சென்றான். சில்லறையை கொடுத்துவிட்டு கழிவறைக்கு சென்றான். சிறிது நேரத்தில் கை,கால்,
முகத்தையும் கழுவிக்கொண்டு வெளியே வந்தான்.
நேராக தேனீர் கடைக்கு சென்றான்.

“சேட்டா,ஒரு சாயா”

டீக்கடைக்காரர் உடனே,ஒரு டீயெ போட்டு தினேஷிடம் கொடுத்தார்.அவன் வாங்கி ஒரு வாய் குடித்து

பார்த்தான்.டீயில் சர்க்கரை மிகவும் குறைவாக இருந்தது. இருந்தாலும் எதுவும் பேசாமல் குடித்தான்.
கேரளத்தில் எல்லா கடைகளிலும் இப்படிதான் இருக்கும். காரணம் அங்குள்ள மக்கள் சர்க்கரையை குறைவாக தான் பயன்படுத்துவார்கள்.டீயை குடித்து விட்டு,காசை கொடுத்தான்.தனது ஊருக்கு போகும் பேருந்து வருகிறதா என பார்த்தான்.

"நாளைய குலுக்கல்.
இன்றே வாங்குங்கள். அண்ணே ஒரே ஒரு சீட்டு வாங்குங்க"

பேருந்து நிலையத்தில் லாட்டரி விற்றுக் கொண்டிருந்தவன் தினேஷிடம் விடாமல் கெஞ்சினான்.

"அண்ணே,ஒரு சாயாவோட பைசா தான்,பத்து ரூபா.
நாளைக்கு உங்களுக்கு
முதல் பரிசு ஐம்பது லட்சம்.வாங்குங்க அண்ணே."

அவனது தொந்தரவு தாங்காமல், பர்ஸில் இருந்து பத்து ரூபாய் நோட்டை கொடுத்து ஒரு லாட்டரி சீட்டை வாங்கினான்.அந்த லாட்டரி சீட்டை அதே பர்ஸில் வைத்து,தனது பேண்ட் பாக்கெட்டில் வைத்துக்கொண்டான். பிறகு தனது ஊருக்கு போகும் பேருந்துக்காக பேருந்து நிலையத்தில் காத்திருந்தான் தினேஷ்.

காட்சி 17.
சாலை.
மாலை - உள்ளே/ வெளியே.

கிராமத்து சாலையில் மல்லி நடந்து வந்து

கொண்டிருந்தாள். அன்று என்னமோ அந்த பாதையில் யாரையும் காணவில்லை. நேரமும் மாலை என்றாலும் சற்று இருட்டாக தொடங்கியது.

அப்போது அவள் காட்டுப்பாதையில் நடந்து வந்துக் கொண்டிருந்தாள். அதே நேரம் சாராயம் குடித்துவிட்டு மூன்று பேரு அந்த வழியே வந்துகொண்டிருந்தார்கள். அவர்கள் மல்லியை பார்த்தார்கள்.

"டேய் மாப்ளே... அன்னைக்கு அவனுங்க பேசுன பொண்ணு மாதிரியே இருக்காடா..."

"அதுவோ எதுவோ. ஆனா, இவ சும்மா அம்சமா இருக்காடா..."

அவர்கள் பேச்சைக்கேட்ட மல்லி, அவர்களை கடந்து போக, ஒதுங்கினாள். ஆனால், மூவரில் ஒருவன் அவள் கையை பிடித்து இழுத்தான்.

"ச்சீ, விடு நாயே... கத்திருவேன்."

" நீ கத்தினாலும், கதறினாலும் வர இங்கெ எந்த நாயும் இல்லெ. சும்மா வாடி என் சுந்தரி"

மற்ற இருவரும் சேர்ந்துக்கொண்டு அவளை காட்டு பகுதிக்கு இழுத்துக்கொண்டு போய் கொண்டிருந்தார்கள். மல்லி கத்தத்தொடங்கினாள். அப்போது அங்கிருந்த பிரதான சாலையில் பைக்கில் போய் கொண்டிருந்த இளைஞன் ஒரு பெண்ணின் சத்தம் கேட்க, அங்கு வண்டியில் வந்தான். அப்போது மூன்று பேர் ஒரு பெண்ணை இழுத்துக்கொண்டு போவதை பார்த்தவன், தனது பைக்கை நிறுத்திவிட்டு, ஓடி

போய் அவர்களிடம் இருந்து அவளை காப்பாற்ற முயற்சிக்கிறான்.அப்போது அவர்களுக்குள் கைகலப்பு ஏற்படுகிறது.இளைஞன் அவர்களை அடிக்க,அவர்கள் பதிலுக்கு இவனை அடிக்கிறார்கள்.கடைசியில் இவனிடம் அடிவாங்கி விட்டு அவர்கள் ஓடும்போது,அதில் ஒருவன் அந்த இளைஞனின் பேண்ட் பாக்கெட்டிலிருந்து பர்ஸை எடுத்துவிட்டு, அவனை முட்புதரில் தள்ளி விட்டுவிட்டு ஓடிவிடுகிறான். உடனே,மல்லி அவனை புதரிலிருந்து கைகொடுத்து தூக்குகிறாள். அவனது காயங்களுக்கு பச்சிலையை கசக்கி மருந்து போடுகிறாள்.

'என்னால தான் உங்களுக்கு இந்த சிரமம்.'

"பரவாயில்லைங்க.நான் வரேன்."

அவன் தனது இருசக்கர வாகனத்தை ஸ்டார்ட் செய்கிறான்.

"உங்க பேரு?"

"தினேஷ்"

பதில் சொல்லிவிட்டு அங்கிருந்து வேகமாக சென்றான்.அவன் போன பிறகுதான் மல்லி,அவனது பர்ஸ் கீழே கிடந்ததை கண்டாள்.அதில் பணம் எதுவும் இல்லை. காலியாக இருந்தது,கிழித்தும் விட்டார்கள்.பர்ஸ் கிடந்த இடத்திற்கு சற்று தூரத்தில் ஒரு லாட்டரி டிக்கெட் கிடந்தது. அதை எடுத்து தேதியை பார்த்தாள்.நாளை தேதி இருந்தது. முதல் பரிசு ஐம்பது லட்சம்.அதுதான் இன்று பாலக்காடு பேருந்து நிலையத்தில் தினேஷ் வாங்கிய சீட்டு.

"ஐம்பது லட்சம். லாட்டரி பைத்தியமோ? எது எப்படியோ... அவர் வந்ததால நம்ம வாழ்க்கை தப்பிச்சது. இச்சே பேரெ கேட்டா, நான் ஊரெ கேட்காம விட்டுட்டேனே. சரி, இனி பாக்காமலா போவோம்.
அப்ப கேட்டுக்கலாம்."

தனக்குள் பேசிக்கொண்டு, அந்த லாட்டரி சீட்டை தனது ஜாக்கெட்டில் செருகிக்கொண்டு வீட்டை நோக்கி போனாள் மல்லி.

காட்சி 18.
தோட்டம்.
காலை- உள்ளே/ வெளியே.

அருக்காணியும், சீதா மற்றும் முத்துமாரி, மல்லி இவர்கள் தோட்டத்தை நோக்கி வந்துகொண்டிருந்தார்கள்.

"இதெ நேத்தே ஏண்டி எங்கிட்ட சொல்லல.?"

"அது இல்லக்கா. ஒண்ணு ஆகலையே. அதுதான் சொல்லல."

"எதாவது ஆனாதான் சொல்லுவியா?"

"சரி, உன்னெ காப்பாத்துனது யாரு?"

"பேரு தினேஷ். அவ்வளவுதான் தெரியும்"

"எப்படி இருந்தான்?"

"இளமையா, அழகா இருந்தார்"

"ஓ...அதனால தான், அவனையே நெனசிட்டு வந்து,எங்ககிட்ட விசயத்தெ சொல்ல மறந்துட்டியா?"

"அப்படி எல்லாம் இல்லெ"

"இங்கெ பாருடி, காணுறது எல்லாம் கிடைக்காது. உங்க ஆத்தா செஞ்ச தப்பெ நீயும் செய்யாதே. அவ்ளோதான் நான் சொல்லுவேன்."

அனைவரும் தோட்டத்தில் இறங்கி வேலை செய்யத் தொடங்கினார்கள்.

"சீதா,நீயும் முத்துமாரியும் களையெ பிடுங்குங்கோ. நானும் மல்லியும் மீதமுள்ள கத்தரிக்காயை பறிக்கிறோம். அதுக்குள்ளெ கமலாக்கா வந்துடுவாங்க.அப்புறம் என்ன செய்யலாமுன்னு அவங்க சொல்லுவாங்க."

"அருக்காணி இன்னைக்கு எனக்கு ரொம்ப இடுப்பு வலியா இருக்கு. அதனால மல்லியெ களை பறிக்க அனுப்பு.நான் காய் பறிக்குறேன்."

"ஏன் நேத்து ராத்திரி புருஷன் தூங்கவிடலையா?"

முத்துமாரி சிரித்தாள்.

"அப்ப இடுப்பு வலிக்க தான் செய்யும்"

மற்றவர்கள் சிரிப்பது.

"மல்லி நீ களை பறிக்க போறீயா? இல்லெ நான் போகட்டுமா?"

"நானே போறேன்க்கா."

மல்லியும் சீதாவும் களை பறிக்கத் தொடங்கினார்கள். அருக்காணியும், முத்துமாரியும் நன்றாக விளைந்த கத்தரிக்காய்களை பறிக்க ஆரம்பித்தார்கள்.

காட்சி 19.
மளிகை கடை
மாலை - உள்ளே/ வெளியே.

அருக்காணி,சீதா,முத்துமாரி,மல்லி வேலை முடிந்து நடந்து வந்துக்கொண்டிருப்பது.

"அக்கா,வீட்டுல சில மளிகை பொருள் எல்லாம் இல்ல. நான் வாங்கீட்டு வந்திடுறேன்.நீங்க முன்னால போங்க."

"வாங்கீட்டு வா...நான் நிற்கிறேன்."

"இல்லக்கா நான் வந்துடுறேன்."

"நேத்து மாதிரி ஏதாவது நடந்துட போகுது."

"இது நம்ம கிராமம் தானே,யாரு வரப்போறா? நேத்து காட்டுப்பகுதி அதுதான்."

“சரி அப்ப நாங்க வரோம்”

மூவரும் வீட்டை நோக்கி நடந்தார்கள்.மல்லி மளிகை கடையை நோக்கி போனாள்.

“என்னம்மா வேணும்?”

“அண்ணே,புளி நூறு,மல்லித்தூள் நூறு.கடுகு பாக்கெட் ஒன்னு...”

மேலும் சில பொருட்களை மல்லி சொல்ல,அவர் அதை குறித்துக்கொண்டு,எடுக்கத் தொடங்கினார்.

அப்போது ஒருவன் நல்ல சாராய வாடையுடன் கடைக்கு வந்தான்.உடனே கடைக்காரர் அவனை கண்டு,

“பிச்செ என்ன வேணும்?”

அவன் மல்லியை ஏற இறங்க பார்த்துவிட்டு,

“முதல்ல பாப்பாவுக்கு கொடுங்க.நான் அப்புறமா வாங்கிக்கிறேன்.”

“முதல்ல உனக்கு என்ன வேணும் அதை வாங்கீட்டு கிளம்பு”

“என்ன மணி அண்ணா,என்னெ கிளப்புறதுல தான் குறியா இருக்கே?”

“ பிச்செ பேசமா போ.இல்லாட்டி உம் பொண்டாட்டியெ கூப்பிட்டு சொல்லீடுவேன்”

” நீ கூப்பிட்ட,எம் பொண்டாட்டி உடனே வந்துருவா.... நீ மட்டுமா என்னெ தவிர எவன் கூப்பிட்டாலும் வந்துடுவா,ஆனா,நான் கூப்பிட்டா வரமாட்டா. வராட்டி கூட பரவாயில்ல,
என்னெ மனுசனா கூட மதிக்கிறதில்ல.”

“முதல்ல நீ மனுஷனா இருக்க பாரு”

“எனக்கு,எனக்கு என்ன குறை?”
அவன் மேலும் போதையில் உளற ஆரம்பித்தான்.
“நீ இதெ கண்டுகாதம்மா. இவன் இப்படி தான்.எல்லாம் வயித்துல இருக்குறெ சாராயம் பண்ணுற வேலெ”

“ ஏண்ணே,இந்த கள்ளச்சாராயத்தை தடுக்க முடியாதா? இல்ல போலீஸ் தான் கண்டுக்காதா?”

போலீசும் எவ்வளவோ சொல்லி பார்த்தாங்க.கேஸ் போட்டாங்க.அடிச்சு பாத்தாங்க.காய்ச்சுறவனும் திருந்தல. குடிக்கிறவனும் திருந்தல...போலீஸ் பாத்தாங்க. இதுங்க சொன்னா கேட்காதுங்க. எப்படியோ செத்து தொலையட்டுமுன்னு,கமிஷனெ வாங்கீட்டு கண்டுக்காம விட்டுட்டாங்க.இப்ப இதுங்க இப்படி திரியுதுங்க.”

அருகில் இருந்த குடிகாரன் மல்லியின் இடுப்பை கண்கொட்டாமல் பார்த்துக்கொண்டிருந்தான்.

“இந்தம்மா நீ கேட்ட பொருள்.எடுத்துட்டு நீ கிளம்பு.”

மல்லி மளிகை பொருட்களை எல்லாம் எடுத்துக்கொண்டு கடையை விட்டு,நகர்ந்தாள்.

உடனே பிச்செ அவளை திரும்பி பார்த்தான்.

“பிச்செ அங்கெ என்ன பார்வெ.உனக்கு என்ன வேணும்?”
“எனக்கு...எனக்கு...” என்று சொல்லிக்கொண்டே...

“பே...” வென வாந்தி எடுத்துக்கொண்டே கடைமுன்னால் அப்படியே சாய்ந்தான் பிச்சை.

காட்சி 20
குடிசை
மாலை - உள்ளே/ வெளியே.

மல்லி கதவை திறந்து உள்ளே நுழைந்தாள்.

“என்ன மல்லி வந்துட்டியா?”

“வந்துட்டேன்க்கா.”

“சரிம்மா.”

அருக்காணி அவள் வீட்டினுள் நுழைந்தாள்.

மல்லி தான் வாங்கி வந்த மளிகை பொருட்களை எல்லாம் அந்த டப்பாகளிலும் மண்பானைகளிலும் போட்டு மூடி வைத்தாள். பிறகு அடுப்பை பற்ற வைத்தாள்.

தேனீர் வைக்கும் பாத்திரத்தை அடுப்பில் வைத்து, அளவாக தண்ணீர் ஊற்றினாள்.பிறகு நாட்டு சர்க்கரையை இட்டு,தேயிலை தூளையும் இட்டாள்.

தேனீர் கொதிக்கும் பருவம் வந்ததும்,அதில் தேவையான அளவு பால் கலந்தாள்.நன்றாக கொதித்தவுடன்,இறக்கி வைத்தாள்.

"மல்லி" வீட்டிற்கு வெளியில் சத்தம் கேட்டது.

"இதோ வந்துட்டேன்"

மல்லி எழுந்து வெளியே வந்தாள்.அங்கு சீதா நின்றுக்
கொண்டிருந்தாள்.

"உள்ளெ வராம வெளியெ நிற்குறீங்க?"

"கருவேப்பில கொஞ்சம் வேணும்.நீதான் மளிகை கடைக்கு போனியே அதுதான்...இருக்குமுன்னு வந்தேன்."

"உள்ளெ வாங்கக்கா தரேன்."

சீதா உள்ளெ சென்றாள்.மல்லி காய்கறி கூடையிலிருந்து கருவேப்பிலையை எடுத்து வந்து கொடுத்தாள்.

"அக்கா டீ இப்பதான் போட்டேன்.குடிச்சிட்டு போங்க."

"பரவாயில்ல மல்லி நீ குடி."

"கொஞ்சம் குடிங்க"

மல்லி ஒரு டம்ளரில் தேனீரை ஊற்றி கொண்டு வந்து கொடுத்தாள்.

"சொன்னா கேட்க மாட்டேயே?"

சிரித்துக்கொண்டே சீதா, அந்த தேனீரை வாங்கி குடித்தாள்.

"மல்லி டீ அருமையா போட்டு இருக்கெ"

"கிண்டல் பண்ணாதீங்கக்கா"

"இல்ல மல்லி. உண்மையா நல்லாதான் இருக்கு."

சீதா குடித்துவிட்டு, டம்ளரை கீழே வைத்தாள்.

"நான் வரேன் மல்லி"

"சரிக்கா."

சீதா கருவேப்பிலை கொத்துடன் வெளியே சென்றாள். மல்லி நேற்று கழற்றி போட்டிருந்த துணிகளை எல்லாம் துவைக்கலாம் என்று எண்ணி அவற்றை எல்லாம் ஒரு அலுமினிய வாளியை கொண்டு வந்து, அதனுள் எடுத்து போட்டாள். அப்போது தான் நேற்று தினேஷ் பர்ஸில் இருந்து கிடைத்த லாட்டரி டிக்கெட்டை பார்த்தாள்.

"அடே, இது இன்னைக்கு குலுக்கி இருப்பாங்களே. இதுல என்ன விழபோகுது."

லாட்டரி டிக்கெட்டை எடுத்து தூர போட்டாள். அது போய் சாமி போட்டோ மீது விழுந்தது.

"சாமி படத்துமேலெ வீசிட்டேனா?"

மீண்டும் போய் எடுத்தாள். மீண்டும் வீச நினைத்தபோது, அவள் மனதுக்குள் ஏதோ நெருடெ, இந்த டிக்கெட்டோட முடிவு என்னான்னு தான் பார்த்திடலாமே. இன்னைக்கு இருட்டிருச்சு. நாளைக்கு போய் பாத்துடலாம்"

மீண்டும் லாட்டரி டிக்கெட்டை பத்திரப்படுத்தி கொண்டாள்.

காட்சி 21.
வீடு.
காலை - உள்ளே/ வெளியே.

அந்த மலைபிரதேசம் பார்க்க மிகவும் அழகாக இருந்தது.
பச்ச பசேலென்ற தேயிலை தோட்டங்களும் அவற்றிற்கு நடுவே இருந்த வரிசையான ஓட்டு வீடுகளும்,
தேயிலை தோட்டத்தை சுற்றி கண்ணுக்கெட்டிய தூரம் வரை காடுகளால் நிறைந்த மலைகளும் இருந்தன.

அந்த வரிசை வீடுகளில் ஒரு வீட்டிலிருந்து வெளியே வந்தான் தினேஷ்.

“அம்மா நான் கிளம்புறேன். மத்தியானம் சாப்பிட வந்துடுறேன்.”

“இப்படிதான் நேத்தும் சொன்னே,ஆனா வர்ல.”

“நான் ஏற்கனவே இரண்டு நாள் லீவு போட்டதால, என்னோட வேலெ தேங்கிருச்சு. அதெ முடிக்க லேட் ஆனதால நான் வர்ல.”

“அப்ப இன்னைக்கு வந்திருவ தானே? நாளைக்கு சம்பள நாளு அதனால வேல இருந்திச்சுன்னு சாக்கு சொல்லமாட்டியே?”

“நிச்சயமாக வர்றேன்.”

“ஆமா,உன்னோட மாமாவெ விசாரிச்சு போனயே ஏதாவது தகவல் கிடைச்சதா?”

“வேலைக்கு போகும்ப கேக்குறெ கேள்வியா இது? எல்லாம் சாயங்காலம் வந்து சொல்றேன்.”

தினேஷ் தனது பழைய ஸ்கூட்டரை எடுத்துக்கொண்டு, இன்கோ தேயிலை தொழிற்சாலையை நோக்கி சென்றான்.

தினேஷ் இன்கோ தேயிலை தொழிற்சாலை அலுவலகத்தில் கணக்காளராக வேலை செய்கிறான். பனிரெண்டாம் வகுப்புவரை படித்தவன்.

அவனது அப்பா அங்கு வேலை செய்து கொண்டிருக்கும் போது மாரடைப்பு ஏற்பட்டு மரணம் அடைந்தார். அதனால் அவருடைய வேலையை வாரிசு அடிப்படையில் இவனுக்கு வழங்கப்பட்டது.இன்கோ

தேயிலை தொழிற்சாலை ஒரு அரசு நிறுவனம். தேயிலை தொழிற்சாலையின் முன்னால் தனது ஸ்கூட்டரை நிறுத்திவிட்டு உள்ளே நுழைந்தான்.

"வா தினேஷ்.நீ ஒரு பர்லாங்க்குக்கு அந்தப்பக்கம் வரும்போதே,உன்னோட ஸ்கூட்டர் சத்தம்,நீ வர்றதெ சொல்லீடுச்சு. இந்த பழைய ஸ்கூட்டரெ தான் மாத்திட வேண்டியது தானே?"

"இல்லடா இது அப்பாவோடது. அதுதான்."

சென்டிமெண்ட்.அதுசரி பொண்டாட்டி கட்டீட்டு,இந்த ஸ்கூட்டர்ல தான் அவளெ எல்லா எடத்துக்கும் கூட்டிட்டு போவியா?"

"ஆமா,அதனால் என்ன?"

"வெலங்கீடும்"

"நீ காலையிலேயே... அறுக்காதே.வேலெ நிறைய இருக்கு"

தினேஷ் அலுவலகத்திற்குள் நுழைந்தான்.அவனை தொடர்ந்து மதிவாணனும் அலுவலகத்தினுள் நுழைந்தான்.

காட்சி 22
சாலை
காலை - உள்ளே/ வெளியே.

மல்லி,அருக்காணி ,சீதா,முத்துமாரி நால்வரும் வழியில் நடந்து போய் கொண்டிருப்பது.

“என்ன மல்லி,
இன்னைக்கு எதுவும் பேசமா வர்றெ,அப்படி என்ன யோசனெ?”

“அக்கா,அன்னைக்கு என்னெ ஒருத்தர் காப்பாத்துனாருன்னு சொன்னேனே...”

“ஆமா”

“அன்னைக்கு அவரோட பர்ஸிலிருந்த பணத்தெ எடுத்துட்டு,பர்ஸெ வீசீட்டாங்கன்னு சொன்னேனே...அந்த பர்ஸ்ல ஒரு லாட்டரி சீட்டு இருந்திச்சு.”
“அதுக்கு இப்ப என்ன?”
“அந்த சீட்டு நேத்து குலுக்கி இருப்பாங்க.
அதனால இன்னைக்கு சாயங்காலம் டவுனுக்கு போய் பார்க்கலாமான்னு யோசிக்கிறேன்”

அதை கேட்ட மூவரும்,குலுங்கி, குலுங்கி சிரிப்பது.

“ஏண்டி,மல்லி அந்த சீட்டுல பரிசு விழுந்திருக்குமுன்னா நினைக்கிறே,போடா பைத்தியக்காரி.”

அவர்கள் மீண்டும் சிரிப்பது.மல்லி அதற்கு எதுவும் சொல்லாமல் பேசாமல் அவர்களுடன் நடந்தாள். நால்வரும் தோட்டத்தை அடைந்தார்கள்.

காட்சி 23.
கணணி மையம்.
மாலை - உள்ளே/ வெளியே.

மல்லி ஒரு கணணி மையத்தில் இருந்து வெளியே வந்தாள்.

“என்னடி லாட்டரி விழுந்துச்சா?”

“ இல்லக்கா.”

“அதேதான் நான் காலையிலேயே சொன்னேனே.நீதான் கேட்கமாட்டேங்கிறெ”

“அதுதில்லக்கா. இந்த கடையில கரண்ட் இல்லெ.அதனால வேற கடைக்கு போக சொன்னாங்க.”

“அப்படியா.இப்ப அடுத்த கடைக்கு போறதா?”

“ஆமாக்கா”

“அப்ப ரிசல்ட் பாக்காம விட மாட்டே. சரி வா,ஆசெ யாரெ விட்டது. வா...போலாம்.”

இருவரும் அடுத்திருந்த ஒரு கணணி மையத்திற்கு சென்றார்கள்.

“நான் இங்கெ நிற்கிறேன்.நீ போய் பாத்துட்டு வா.”

“நீயும் வாக்கா”

மல்லியின் வற்புறுத்தல் தாங்காமல், அருக்காணியும் அவளுடன் சென்றாள்.

கணணி முன்னால் அமர்ந்திருந்த இளைஞன் மல்லியை பார்த்தான்.

"என்ன வேணுங்க?"

"ஒரு லாட்டரியோட ரிசல்ட் பார்க்கனும்."

"இருபது ரூபாய் ஆகும்"

"சரிங்க"

இருபது ரூபாயை கொடுத்தாள் வாங்கி,கல்லாவில் போட்டுக்கொண்டு,

"லாட்டரி டிக்கெட்டை கொடுங்க."

"சீட்டெ கொண்டு வர்ல.நம்பரெ எழுதிக்கொண்டு வந்திருக்கிறேன்."

லாட்டரி சீட்டின் விபரத்தை எழுதிய காகிதத்தை அவனிடம் கொடுத்தாள்.அதை வாங்கி பார்த்த இளைஞன்,

"ரொம்ப விவரமா தான் இருக்குறீங்க"

சிரித்துக்கொண்டே, அந்த காகிதத்தில் இருந்த எண்ணை,
கேரளா லாட்டரி ரிசல்டில் பார்த்தான். மீண்டும், மீண்டும் பார்த்தான்.

'என்னங்க பார்த்துட்டே இருக்குறீங்க.பரிசு விழுந்திச்சா,

இல்லையா?"

"பரிசு,விழுந்ததால தான் திரும்ப,திரும்ப சந்தேகத்துல பாக்குறேன்."

மீண்டும் எண்ணை சரிபார்த்தான்.கடைசியா கெஜட்டரிலும் பார்த்தான்.

"எவ்ளோ விழுந்திருக்கு?"

"மொத்தமா விழுந்திருச்சு. முதல் பரிசு ஐம்பது லட்சம்"

அதை கேட்டதும் அப்படியே மயங்கி சாய்ந்தாள்.

"அக்கா"

அருக்காணியை தாங்கி பிடித்தாள் மல்லி.

"ஏங்க சீட்டு உங்களதா, அவங்களதா?"

"என்னோடது."

"அப்ப மயக்கம் உங்களுக்கு தானே வரனும்.அவங்களுக்கு வருது?"

கடைக்காரர் தண்ணீர் கொடுக்க,அருக்காணி முகத்தில் தெளித்து எழுப்பினாள் மல்லி.

"தம்பி திரும்பவும் நல்லா பாருங்க"

"நீங்க இன்னொரு தடவெ மயங்கி விழவா? ஒருதடவெ இல்லைங்க. பத்து தடவெ பார்த்துட்டேன்.

கடைசியில கெஜட்டரிலும் பார்த்துட்டேன்.பரிசு ஐம்பது லட்சம் இந்த லாட்டரிக்கு தான் விழுந்திருக்கு."

"மல்லி நீ லட்சாதிபதி ஆயிட்டெ?"

"ஏங்க சீட்டு எங்கெ?"

"அது உனக்கு எதுக்குப்பா?"

"எனக்கு வேண்டா.நீங்க அந்த சீட்டை யாருகிட்டையும் கொடுத்துடாதீங்க.நாளைக்கு காலையில நேரா பேங்குக்கு போங்க.பேங்க் மேனேஜர்கிட்ட விசயத்தெ சொல்லி,உங்க பேர்ல டெபாசிட் பண்ணீடுங்க. இல்லாட்டி யாராவது உங்களெ ஏமாத்திடுவாங்க. அதுதான் சொன்னேன்."

"ரொம்ப நன்றிங்க."

இருவரும் அங்கிருந்து வெளியே வந்தார்கள்.

"மல்லி,நீ சொன்ன மாதிரியே லட்சாதிபதி ஆயிட்டெ. இனி என்னெ எல்லாம் நீ மதிப்பியா?"

"அப்படி சொல்லாதெக்கா.இந்த ஊர்ல எனக்கு ஆதரவு தந்த முதல் ஆளு நீங்க.பணம் மட்டும் எனக்கு வரட்டும். உங்களுக்கு என்ன செய்யனுமோ அதெ,நான் நிச்சயம் செய்வேன்."

அவர்கள் கிராமத்திற்கு செல்லும் பேருந்து வர, இருவரும் அதில் ஏறி அமர்ந்து கொள்கிறார்கள். பேருந்து கிராமத்தை நோக்கி சென்றது.

காட்சி 24.

வீடு.
இரவு - உள்ளே/ வெளியே.

“அம்மா,நான் போய் அந்த ஊர்ல விசாரிச்சேன்.
எந்த தகவலும் கிடைக்கல.அப்புறம், அத்தெ சம்பந்தபட்ட ஊருக்கு போகும்போது தான்,ஒரு பொண்ணெ காப்பாத்துற நிலையில,
காயம்பட்டதால நான் வந்துட்டேன். இருந்தாலும் எப்படியாவது அவங்களெ தேடி கண்டுபிடிச்சிடுறேன்.”

“அன்னைக்கு அவன் பண்ணுன தப்பால,
நாங்க அந்த ஊர்ல இருக்க முடியால.அப்புறம் வேற வழியில்லாம ஒரு வருஷம் கழிச்சு இந்த ஊருக்கு வந்துட்டோம்.அப்ப உனக்கு மூணு வயசு.உங்க அப்பாவும்,நானும் இந்த ஊருக்கு வந்துட்டோம்.உங்க தாத்தா,பாட்டி ரெண்டு பேரும் சொந்த கிராமத்துக்கு போய் கொஞ்ச நாள்ல ஒருத்தர் பின்னால ஒருத்தரா போய் சேந்துட்டாங்க.
கடைசியில உங்க அப்பாவும் போயிட்டாரு.இப்பவாவது என்னோட தம்பி கிடைப்பானான்னு ஏங்குறேன்.”

“எனக்கு புரியுதம்மா. அவங்க இருந்தா,
நிச்சயமா நான் ஒருநாளைக்கு உங்க முன்னாடி அவங்களெ கொண்டு வந்து நிறுத்துறேன்.”

“சரிப்பா, தோசை கொண்டு வரேன். சாப்பிட்டுட்டு தூங்கு.”

திநேஷின் அம்மா குமுதா,தோசையை எடுக்க சென்றாள்.

காட்சி 25
வங்கி.
காலை - உள்ளே/ வெளியே.

வங்கி மேலாளர் அறையில் மல்லியும், அருக்காணியும் அமர்ந்திருந்தார்கள்.

மல்லி எல்லாவற்றையும் மேலாளரிடம் சொன்னாள்.

“வாழ்த்துகள்.எங்கள் வங்கியை தேர்ந்தெடுத்ததற்காக, உங்களுக்கு நன்றி.நீங்க பரிசு விழுந்த லாட்டரி சீட்டை கொண்டு வந்திருக்கிறீர்கள் தானே?”

“கொண்டு வந்திருக்குறோம் சார்.”

அதெ கொடுங்க.மல்லி வங்கி மேலாளரிடம் கொடுத்தாள்.அவர் அந்த சீட்டின் எண்ணை தனது கணனியில் சரிபார்த்து,பரிசு விழுந்திருந்ததை உறுதி செய்தார்.பிறகு தனது மேஜை மீது இருந்த,அழைப்பு மணியை அழுத்தினார்.உடனே ஒரு இளைஞன் அவரது அறைக்குள் வந்தான்.

“சுகுமார்,இவங்களுக்கு புதுசா ஒரு வங்கி கணக்கைதொடங்கனும். அதுக்கான படிவத்தை எல்லாம் நிரப்பி இவங்க கையெழுத்தை வாங்கீட்டு,இந்த லாட்டரி சீட்டை டெபாசிட் பண்ணி, பாஸ் புக்கெ கையிலெ கொடுத்திடு.”

“சரிங்க சார்.”
“மல்லி அவருக்கூட போங்க.அவர் எல்லாத்தையும் ரெடி

பண்ணி,உங்களுக்கு புது பேங்க பாஸ் புக் தருவாரு."

"நன்றிங்க சார்."

மல்லி,அருக்காணி இருவரும் சுகுமாருடன் மேலாளர் அறையில் இருந்து வெளியே போனார்கள்.

சுகுமார் இருக்கையை காட்டி,

"உட்காருங்க"

இருவரும் உட்கார்ந்தார்கள்.

"உங்க விபரங்களை சொல்லுங்க."

அருக்காணி அக்காவை மல்லி பார்த்தாள்.அதை கவனித்த சுகுமார், அருக்காணியை பார்த்து,

"நீங்க கொஞ்சம் வெளியில் இருங்க."

உடனே,அருக்காணி எழுந்து வெளியே போனாள்.

ஏறக்குறைய ஒரு மணி நேரத்திற்கு பிறகு, வங்கி பாஸ் புத்தகத்துடன் வெளியே வந்தாள் மல்லி.

"எல்லாம் முடிஞ்சதா?"

"முடிஞ்சதக்கா.இந்தாங்க பாருங்க புக்"

என வங்கி பாஸ் புத்தகத்தை அருக்காணியிடம்

காண்பித்தாள். அருக்காணி அதை வாங்கி தொகையை பார்த்தாள்.ஐம்பது லட்சம்.அதில் இருந்த பூஜ்யத்தை எண்ணினாள்.ஆறு பூஜ்யம் இருந்தது.

"கடவுள் உன் பக்கம் பார்த்துட்டார்.மரிக்கொழுந்து பாட்டி,பேத்தி இந்த ஊர்ல பெரிய லட்சாதிபதி ஆயிட்டா"
பாஸ் புக்கை மல்லியிடம் திருப்பி கொடுக்க...
அவள் அதை வாங்கி,தனது கைப்பையில் வைத்துக்கொண்டாள்.

காட்சி 26
வீடு.
காலை - உள்ளே/ வெளியே.

ஒருமாதத்திற்கு பிறகு...
மல்லி தான் இருந்த குடிசை வீட்டிற்கு அருகில் புதிதாக நிலம் வாங்கி வீடுகட்ட தொடங்கி இருந்தாள்.
குடிசை வீட்டில் இருந்துக்கொண்டு புதிய வீட்டின் கட்டிட பணிகளை கவனித்தாள்.
அதே நேரத்தில் ஐந்து லட்ச ரூபாய் கொடுத்து,
மாரப்ப கவுண்டரின் காய்கறி தோட்டத்தை வாங்கி இருந்தாள். அந்த தோட்டத்தில் ஏற்கனவே வேலை செய்துக்கொண்டு இருந்த அருக்காணி, சீதா,முத்துமாரி அவர்களுடன் சில பெண்களும் வேலை செய்தார்கள். அருக்காணி கண்காணிப்பில் தோட்டத்தின் முழு பொறுப்பையும் விட்டிருந்தாள் மல்லி.

"மல்லி சிமெண்ட் மூட்டை வாங்கனும்,ஒரு லோடு மணல் இன்னும் தேவெப்படும்"

கட்டிட மேஸ்திரி கார்மேகம் சொன்னார்.

"அண்ணே,எவ்ளோ பணம் வேணும். எல்லாத்துக்கும் பில் சரியா வந்திடனும்."

"அதெல்லாம் வாங்கீட்டு வந்து தந்துடுறேன் மல்லி." கார்மேகம் கேட்ட பணத்தை கொடுத்தாள் மல்லி.

அண்ணே,இதுக்கு மேலெ எங்கிட்ட பணம் இல்ல.அதனால நீங்க வார சம்பளத்துக்கு முன்னாலயே சொன்னீங்கன்னா போய் எடுத்துட்டு வரேன்.இல்லாட்டி உங்களுக்கு செக் தரேன்.நீங்க பேங்க்ல போய் வாங்கிக்கோங்க."

"சரிம்மா.அதெல்லாம் வெள்ளிக்கிழம சொல்றேன்."

"சரிண்ணே நான் கொஞ்சம் போகனும். சாயங்காலம் வரேன்.
எல்லாத்தையும் பார்த்துக்கோங்க."

பணத்தை வாங்கிக்கொண்டு அங்கிருந்து நகர்ந்தார் கார்மேகம். மல்லிதனது இருசக்கரவாகனத்தில்,தோட்டத்தை நோக்கி சென்றாள்.

காட்சி 27.
தோட்டம்.
பகல் - உள்ளே/ வெளியே.

"என்ன அருக்காணி உன்னோட அக்கா பையன் மதேஷுக்கு, மல்லியெ கேட்டுட வேண்டியது தானே"

“அதில்ல சீதா”

“ஏன் உங்க அக்கா ஒத்துக்க மாட்டாளா? இல்ல மாதேஷ் மல்லி பொருத்தமா இருக்க மாட்டாளா?”

“நாங்க அதை முடிவு பண்ண முடியாதே.
மல்லி அதுக்கு சம்மதிக்கனமே?”

“ கேட்டு பார்த்திட வேண்டியது தானே?”

“எப்படி இதெ போய் அவகிட்ட நான் கேக்குறது?”

“சரி நான் சொல்லி பார்க்கட்டா?”

“எனக்கு என்னமோ இது சரியாபடலெ. இருந்தாலும் எங்க அக்காகிட்ட ஒரு வார்த்த கேட்டுட்டு சொல்றேன்.”

அவர்கள் பேசிக்கொண்டிருக்க தூரத்தில் மல்லி வந்துக்
கொண்டிருந்தாள். உடனே முத்துமாரி,

“அருக்காணி மல்லி வர்றா.”

அவர்கள் பேச்செ அத்துடன் நிறுத்திக் கொள்கிறார்கள். மல்லி தனது இருசக்கர வாகனத்தை தோட்டதின் வேலி ஓரத்தில் நிறுத்திவிட்டு,வண்டியிலிருந்து,பிளாஸ்க் மற்றும் காகிதத்தில் சுற்றப்பட்ட பெரிய பொட்டலம் ஒன்றையும் எடுத்துக்கொண்டு வந்தாள்.

"வா மல்லி.என்ன பொட்டலம்பெருசா இருக்கு?"

"எல்லாம் உங்களுக்கு தான் வாங்க.டீ சாப்பிடலாம்."

தோட்டத்தில் மொத்தம் ஐந்து பெண்கள் வேலை செய்துக்கொண்டிருந்தார்கள். அனைவரும் ஒன்றாக ஓரிடத்தில் வந்து அமர்ந்தார்கள்.மல்லி தான் கொண்டு வந்த பொட்டலத்தை அருகாணியிடம் கொடுத்தாள்.பிறகு பிளாஸ்கையும் கொடுத்தாள்.பொட்டலத்தை பிரித்தாள் அருக்காணி.

"என்ன மல்லி, பஜ்ஜி,வடை,
போண்டா மூணையும் வாங்கீட்டு வந்திருக்குறெ?"

"சாப்பிடுங்க அக்கா.தோட்ட வேலையோட கஷ்டம் எனக்கு தெரியும். அக்கா பாப்பா பள்ளிக்கூடம் போயிட்டாளா?"

"போயிட்டா மல்லி. அடுத்த வாரம் பரீட்சைன்னு சொன்னா."

உடனே சீதா,
"மல்லி உங்கிட்ட ஒரு விசயம் கேட்கலாமா,
தப்பா நினைக்கமாட்டியே?"

"தாராளமா கேளுங்க."

"இப்படி எப்படிம்மா இருப்பெ,நல்லா வரனா வந்தா கல்யாணம் பண்ணிக்கலாமே?"

மல்லி புன்னகைத்தாள்.

“இதை பத்தி இன்னைக்கு கேட்ட அஞ்சாவது ஆள் நீங்க. ஏற்கனவே நாலு பேர் கேட்டுட்டாங்க. வர்ற வழியிலெ ரெண்டு பேர்.டீக்கடைக்காரர்.
இதை எல்லாத்தையும் விட,காலேஜ்ல படிக்கிறெ ஒரு பையன் வண்டியெ எனக்கு எதிரே நிறுத்தி,ஐ லவ் யூ ன்னு சொல்லீட்டு, உன்னெ கட்டிக்க ஆசப்படுறேன்.எனக்கு பதில் சொல்லுன்னு சொன்னான்.இப்ப நீங்க. இதுல நான் யாருக்கு பதில் சொல்லனும்?”

“எல்லாம் உன்னோட ராசி.”

முத்துமாரி அக்கா,என்னோட ராசி ஒரு பக்கம் இருக்கட்டும்.இப்ப எங்கிட்ட பணம் இல்லாட்டி அந்த நாலு பேர் எங்கிட்ட இந்த கேள்வியெ கேட்டிருப்பாங்களா?”
“அப்ப என்னையும் அப்படி நெனச்சிட்டெயா?”

“சேச்சே...உங்கள அப்படி நினைக்கிலெ.நீங்க எல்லாம் என்னோட வாழ்க்கெ நல்லா அமையனமுன்னு நினைக்கிறவங்க. ஆனா மத்தவங்க,நான் இந்த ஊருக்கு வந்து ஒரு வருசம் ஆகலெ.
அதுக்குள்ள மத்தவங்களுக்கு எம்மேலெ இவ்ளோ பாசம் வர காரணம்?”

அந்த கேள்விக்கு யாரிடமும் பதில் இல்லை.

“அக்கா எனக்கான மாப்பிள்ளையெ சரியான நேரத்துல நானே தேர்ந்தெடுப்பேன். அவரெ உங்களுக்கு அறிமுகம் படுத்தி வைப்பேன்.உங்க தலமையில தான் என்னோட கல்யாணம் நடக்கும். சரி டீ சாப்பிடுங்க.நான் பேங்க வரெ போயிட்டு வரேன்.”

மல்லி தனது இருசக்கர வாகனத்தை நோக்கி நடந்தாள்.

"என்ன அருக்காணி பொண்ணு தெளிவாதான் பேசுறா"

அவர்கள் பேசிக்கொண்டிருக்க, மல்லி தனது இருசக்கர வாகனத்தில் அங்கிருந்து கிளம்பினாள்.

காட்சி 28
வங்கி.
பகல் - உள்ளே/ வெளியே.

மல்லி தனது இருசக்கர வாகனத்தை வங்கி அருகில் நிறுத்திவிட்டு உள்ளே செல்கிறாள். வங்கியிலிருந்து பணம் எடுக்க பயன் படுத்தபடும் சீட்டை எடுத்து,பூர்த்தி செய்கிறாள்.பிறகு காசாளரிடம் கொடுக்க,அவர் அதை வாங்கிவிட்டு,அவளுக்கு டோக்கன் கொடுக்கிறார்.

"இந்தம்மா டோக்கன். உங்க டோக்கன் நம்பர் வரும்போது கூப்பிடுவோம் வந்து பணத்தெ வாங்கிக்கோங்க."

மல்லி டோக்கனை பார்த்தாள்.எண்பத்தி ஆறு என்றிருந்தது. அங்கு போடப்பட்டிருந்த இருக்கையில் போய் அமர்ந்தாள்.மின்விசிறியின் காற்று அவளுக்கு இதமாக இருந்தது. தனக்கு அருகில் இருந்த பெண்மணியை பார்த்தாள்.

"அக்கா,பணம் எடுக்கவா,இல்லை போடாவா?"

"நாம எங்கம்மா பணம் போட்றெ நிலையில இருக்குறோம். கொஞ்சகொஞ்சமா போட்ட பணத்தெ எடுக்குறெ நிலமையில தான் இருக்குறோம்."

அந்த பெண்மணி புலம்ப ஆரம்பித்தாள்.ஏண்டா கேட்டோம் என்ற நிலைக்கு மல்லி வந்துவிட்டாள்.

"உங்க டோக்கன் நம்பர் என்ன?"

"பதினேழு"

"என்னோடது எண்பத்தி ஆறு."

"அப்ப எப்படியும் இரண்டு மணி நேரம் ஆகும்.நீ போய் சாப்பிட்டுட்டே வந்திடலாம்.இப்பதான் பதிமூணாம் நம்பரெ கூப்பிட்டாங்க."

மல்லி வங்கியில் மாட்டி இருந்த சுவர்கடிகாரத்தை பார்த்தாள். மணி பத்தரை. மெதுவாக தனது இருக்கையிலிருந்து எழுந்து வெளியே வந்தாள்.

சற்று நேரம் சாலையை பார்த்துக்கொண்டிருந்தாள். அப்போது திடீரென ஒரு வாகனம் அவளை கடந்து போனது.அந்த வாகனத்தை ஓட்டியவனை அவள் நன்கு கவனித்தாள்.அவன் தினேஷ். இவளை காப்பாற்றி,லாட்டரி சீட்டை தொலைத்தவன்.

மல்லி,அவனை "ஹலோ...ஹலோ..." என்று கூப்பிட்டாள். ஆனால்,அவன் அதை கவனிக்காமல் வேகமாக சென்றான். லாட்டரியில் விழுந்த பணத்தை எடுத்து செலவு

செய்யும்போது எல்லாம் அவள் அவனை மறக்காமல் நினைப்பாள். ஒருநாள் அவனை சந்திக்கமாட்டோமா என்ற ஏக்கம் அவளிடம் இருந்தது. இன்று அவனை பார்த்தும் பார்க்க முடியாமல் போய்விட்டதை நினைத்து வருந்தினாள்.

காட்சி 29
வீடு.
மாலை - உள்ளே/ வெளியே.

மல்லி தான் கட்டிக்கொண்டிருக்கும் புதிய வீட்டின் முன்பு நின்றுக்கொண்டிப்பது.அப்போது தோட்டத்து வேலையை முடித்து விட்டு,அருக்காணி அவளை பார்க்க வந்திருந்தாள்.

“சொல்லுங்கக்கா”

“மல்லி எனக்கு அவசரமா ஒரு இருநூறு ரூபா பணம் வேணும்”
“அதுக்கு ஏங்கக்கா இப்படி தயங்குறீங்க.
இருநூறு போதுமா? ஏதாவது அவசரமா?”

“பாப்பாவுக்கு பரீட்சை வருதுல்ல.அதுக்கு அவளுக்கு கைடு ஏதோ வேணுமுன்னு சொன்னா,அதுக்கு தான்.”

மல்லி இருநூறு ரூபாயை எடுத்து, அருக்காணியிடம் கொடுத்தாள்.அதன் பிறகு, மீண்டும் இருநூறு ரூபாய் எடுத்து கொடுத்தாள்.

“மல்லி இருநூறு போதும்”

"அக்கா இது பாப்பாவுக்கு கைடு வாங்க.இந்த பணத்தை நீங்க திருப்பி தரவேண்டாம்.அப்புறம் அவளோட படிப்பு செலவை இனி நான் பாத்துக்குறேன்.நீங்க கவலெபட வேண்டாம்."

"மல்லி,எதுக்கும்மா உனக்கு வீண் செலவு?"

"அக்கா,உங்களெ நான் என்னோட கூடப்பிறப்பு மாதிரி தான் நெனக்கிறேன்.அந்த உரிமையில தான் பாப்பாவோட படிப்பு செலவெ ஏத்துக்கிறேன்.அதை நீங்க மறுக்கக்கூடாது. நீங்க வீட்டுக்கு போய் அவளுக்கு கைடு வாங்கி கொடுங்க."

அருக்காணி மனதில் ஏதோ இனம்புரியாத சந்தோஷத்துடன் வீட்டை நோக்கி சென்றாள்.

காட்சி 30.
அருக்காணி வீடு.
காலை - உள்ளே/ வெளியே.

மல்லி காலையில் அருக்காணி வீட்டிற்கு செல்கிறாள்.

"அக்கா"

சத்தம் கேட்டு வீட்டை விட்டு வெளியே வருகிறாள் அருக்காணி.

"என்ன மல்லி காலையில வந்திருக்கே?"

“அக்கா,நான் ஒரு விசயமா வெளியெ போறேன்.அநேகமா ராத்திரி நேரம் ஆயிட்டாலும் ஆயிடும். அதனால நீங்க இன்னைக்கு கட்டத்துல வேலெ பாருங்க. நாளைக்கு நான் வந்த பிறகு தோட்டத்துக்கு போகலாம்.மத்தவங்க மட்டும் தோட்டத்து வேலைக்கு போகட்டும்.”
“ ரொம்ப முக்கியமான விசயமா? நான் வேணுமின்னாலும் கூட வரேன்.நீ தனியா போகவேண்டாம்.”

“விசயத்தெ வந்து சொல்றேன்.இன்னொரு நாள் நாம போலாம்.”

சரி மல்லி.ஏதாவது பிரச்சனைன்னா,நம்ம கவுண்டர் வீட்டுக்கு போன் பண்ணினா போதும்.கமலாக்கா வந்து சொல்லீடுவாங்க.”

“சரிக்கா... நான் வரேன்.”

மல்லி வீட்டிற்கு வந்து,தன்னுடைய கை பையில் இருந்த விலாசத்தை எடுத்து,ஒருமுறை பார்த்துவிட்டு,மீண்டும் தனது கைப்பையில் பத்திரபடுத்திக் கொண்டு,வீட்டிலிருந்து வெளியே வந்தாள்.
தனது இருசக்கர வாகனத்தை எடுத்து கொண்டு,பிரதான சாலையை நோக்கி சென்றாள்.பிரதான சாலையில் அமர்ந்திருந்த சிலர்,மல்லி வருவதை பார்த்தனர்.

“இவளுக்கு வந்த அதிர்ஷடத்தை பார்த்தியா? ஒரே ராத்திரியில லட்சாதிபதி.அதுவும் ஒரு லட்சம்,ரெண்டு லட்சம் இல்லெ.அம்பது லட்சம்.”
“அதிஷ்ட தேவதை மரிக்கொழுந்து பாட்டி குடிசையோட கூரையை பிச்சிட்டு கொட்டிருச்சு. நமக்கு அந்த

குடுபினை இல்லை.நம்மவீட்டு கூரை காத்துல பிச்சுட்டு தான் போகுது"

அவர்கள் பேசிக் கொண்டிருக்கவே, மல்லி தனது வாகனத்தில் அவர்களை கடந்து சென்றாள்.

காட்சி 31
வீதி.
பகல் - உள்ளே/ வெளியே.

மல்லி தனது இருசக்கர வாகனத்தை ஒரு உணவகத்திற்கு முன்பாக நிறுத்தினாள்.பிறகு உள்ளே சென்றாள்.ஓரமாக இருக்கையை தேர்ந்தெடுத்து அமர்ந்தாள்.

"சாப்பிட என்ன வேணுங்க?"

"என்ன இருக்குதுங்க?"

"பூரி,ரோஸ்ட்,மசால் ரோஸ்ட்,தோசை..."

என்று அடுக்கிக் கொண்டு போனான்.

"இட்லி இருக்கா?"

"தீந்திடுச்சு"

"சரி மசால் ரோஸ்ட் ஒண்ணு, முறுகலா கொண்டு வாங்க"

உணவக ஊழியர் நகர்ந்தார்.மேஜைமீது டம்ளரில் ஊற்றி வைத்திருந்த தண்ணீரை எடுத்து குடித்தாள்.

அதற்குள் அவள் சொன்ன ரோஸ்ட் வந்தது.

ரோஸ்டை டேபிள்மீது வைத்து விட்டு, "வேறென்ன வேணுங்க"

"ஒரு காபி மட்டும் சூடா..."

சாப்பிட துவங்கினாள் மல்லி.அவள் சாப்பிட்டு முடித்து எழுந்து கைகழுவ சென்றாள். அப்போது காபியை கொண்டு வந்து மேஜை மீது வைத்தார் உணவக ஊழியர். மல்லி கைகழுவிவிட்டு வந்து அமர்ந்து காபியை குடிக்க தொடங்கினாள்.

அதற்கு உணவக ஊழியர் பில்லை கொண்டு வந்து வைத்தார்.பில்லை அவள் எடுத்துக்கொண்டு,பத்து ரூபாயை அந்த தட்டில் வைத்தாள்.உணவக ஊழியர் மனமகிழ்ச்சியோடு அந்த பணத்தை எடுத்து தனது சட்டைப் பையில் போட்டுக்கொண்டு கிளம்பினார்.மல்லி பில் தொகையை கேஷியரிடம் கொடுத்தாள்.

"அண்ணே,இந்த விலாசம் எங்கெ இருக்கு?"

கேஷியர் மல்லி கொடுத்த காகிதத்தில் இருந்த விலாசத்தை படித்து பார்த்துவிட்டு,

இங்கெ இருந்து தெற்கே கொஞ்சதூரம் போனீங்கன்னா காளியம்மன் கோவில் ஒண்ணு வரும்.அதுக்கு பக்கத்துல சில வீதிகள் இருக்கு.அங்கெ போய் கேளும்மா.இந்த விலாசம் அங்கெ தான் இருக்கு.கொஞ்ச தூரம் போகனும். ஆட்டோ பிடிச்சிட்டு,விலாசத்தெ சொன்னா இறக்கி

விட்டுடுவாங்க.”

“இல்லண்ணே,எங்கிட்ட வண்டி இருக்கு.”

“அப்ப சரி.அங்கெ தான் இந்த விலாசம்.”

அவருக்கு நன்றி சொல்லிவிட்டு தனது இருசக்கர வாகனத்தில் ஏறி அமர்ந்து,அதனை இயக்கி காளியம்மன் கோவில் நோக்கி பயணத்தை தொடங்கினாள் மல்லி.

காட்சி : 32
தோட்டம்.
பகல் - உள்ளே/ வெளியே.

சீதா,முத்துமாரி மற்றும் சில பெண்கள் தோட்டத்தில் வேலை செய்து கொண்டிருப்பது.

“ஏண்டி,முத்துமாரி,
இன்னைக்கு அருக்காணியெ கட்டிடத்துல வேல பாக்க சொல்லீட்டு, மல்லி காலையிலேயே எங்கெயோ கிளம்பீட்டாளம்.”

“எனக்கு என்ன தெரியும்.மல்லி எங்கெ போறா.எதுக்கு போறான்னு நமக்கு என்ன தெரியும். மரிக்கொழுந்து பாட்டி பேத்திங்கிறதெ தவிர யாருக்கும் எதுவும் தெரியாது.”

அப்போது அவர்களுடன் வேலை செய்யும் ஒரு பெண் பேசினாள்.

“மல்லிக்கு நகரத்துல சொந்தக்காரங்க யாராவது

இருப்பாங்களோ? அவங்களெ பார்க்க போயிருப்பாளோ?"

"அப்படி யாரும் இருக்க வாய்ப்பில்ல.அப்படி இருந்தா கிழவிக்கு காரியம் பண்ண வந்திருப்பாங்க.அப்ப வராட்டி கூட இப்ப புது வீடு கட்டும்போதும்,புது தோட்டம் வாங்கும் போது வந்திருப்பாங்க.அப்படி யாரும் வரலெயே"

"சீதா சொல்றதும் சரி தானே?"

நம்மள விட மல்லியை பத்தி,அருக்காணிக்கு அதிகம் தெரியும்.
இருந்தாலும் இப்ப மல்லி எங்கெ போயிருக்கான்னதெரியாதுன்னு தெரியாதுன்னு சொல்றா."

"அப்ப மல்லி, அருக்காணிக்கிட்ட எதுவும் சொல்லி இருக்கமாட்டா."
அப்போது பக்கத்து தோட்டத்திலிருந்து கமலாக்கா கூப்பிட்டாள்.

"என்னங்கடி பேச்சு சத்தம் மட்டும் தான் கேக்குது.வேலெ நடக்குற மாதிரி தெரியலையே. உங்களெ நம்பி அந்த பொண்ணு தோட்டத்தெ விட்டுட்டு போயிருக்கு.வாங்குறெ சம்பளத்துக்கு கொஞ்சமாவது வேலெ செய்யுங்கடி."

அக்காவுக்கு கரிசனத்தெ பாரு எம்புட்டு இருக்குன்னு. நாங்க யாருக்கும் துரோகம் செய்யமாட்டோம். வாங்குறெ கூலிக்கு மேலெ வேலெ செய்வோம்."

"ஆமா,உங்க தலைவி அருக்காணியே இன்னைக்கு காணம்."

“அருக்காணிக்கு இன்னைக்கு கட்டிடத்துல வேலெ.மல்லி ஏதோ டவுனுக்கு போயிருக்கு.”

“ஏ...கமலா விமர்சன வா”

கவுண்டர் கூப்பிட்டார்.

“அக்கா,கவுண்டர் கூப்பிடுறார் போங்க.இல்லாட்டி கோவிச்சுக்க போறார்.” சீதா உட்பட அனைவரும் சிரித்தார்கள்.

“உங்களுக்கு கிண்டலா இருக்கா.இரு கவுண்டர்கிட்ட சொல்றேன்”

கமலா தோட்டத்தில் போட்டிருந்த சாலையை நோக்கி போனாள்.கவுண்டர் சாலைக்கு வெளியில் போட்டிருந்த கயிற்று கட்டிலில் அமர்ந்திருந்தார்.

காட்சி 33
காளியம்மன் கோவில்
பகல் -உள்ளே/ வெளியே.

மல்லி தனது இருசக்கர வாகனத்தை கோவில் அருகே நிறுத்தினாள்.கோவிலினுள்ளெ நுழைந்தாள். காளியம்மனை மனதால் நினைத்து துதித்தாள்.பிறகு அர்ச்சகர் தீபாரதனை தட்டை நீட்ட,அதில் இருபது ரூபாய் தாளை இட்டாள்.விபூதியை எடுத்து நெற்றியில் ஒரு சிறுகீற்றை போட்டுக்கொண்டாள்.பிறகு தன் கையில்

இருந்த விலாசத்தை அர்ச்சகரிடம் காட்டி,கேட்டாள்.

"சாமி,இந்த வீதி எங்கெ இருக்கு?"

அவர் அந்த விலாசத்தை படித்து விட்டு,மல்லியிடம்

"கோவிலுக்கு பின்புறம் இரண்டாவது வீதி.அந்த வீதியில் கடைசியில எட்டாவது வீடு.ஆமா நீ எந்த ஊரும்மா?"

"நான் பக்கத்து கிராமம்.இந்த அம்மா எனக்கு அத்தெ முறை ஆகனும். அதுதான்,புது வீடு கிரஹப்பிரவேசம் பண்ணுறேன்.அதெ சொல்லீட்டு போலாமுன்னு வந்தேன்."

"சரி பார்த்து போங்கோ"

மல்லிதனது இருசக்கரவாகனத்தை எடுத்துக்கொண்டு, அர்ச்சகர் சொன்னபடி எட்டாவது எண் வீட்டின் முன்னால் நிறுத்தினாள்.வண்டியிலிருந்து இறங்கி வீதியை பார்த்தாள். அந்த வீதி மிகவும் அழகாகவும்,நேர்த்தியாகவும் இருந்தது. அனைத்துவீட்டு கதவுகளும் வண்ணம் பூசப்பட்டிருந்தது. மல்லி எட்டாம் நம்பர் வீட்டின் வாசற்படியில் ஏறி கதவை தட்டினாள். வீட்டுக்கார அம்மா கதவை திறந்தாள்.

"வணக்கம்மா..."

"வணக்கம் யாரும்மா நீ,யாரெ பாக்கனும்?"

"உங்க பையனெ பாக்கனும்"

"எம் பையனா? அவனெ உனக்கு எப்படி தெரியும்? நீ

ஏதோ வீடு மாறி வந்த மாதிரி இருக்கு."

"அம்மா யாரு வந்திருக்குறாங்க"

வீட்டினுள் இருந்து ஒரு ஆண் குரல் கேட்டது.

"ஒரு பொண்ணு. உன்னெ பாக்கனமுன்னு சொல்லுது."

"என்னையா,இரு வரேன்."

"எம் பையன் வரான்."

"யாரும்மா?"

"இந்த பொண்ணு தான்."

மல்லியை எட்டி பார்த்தான் தினேஷ்.

"ஹாய் தினேஷ்"

"உங்களெ எங்கெயோ பார்த்த மாதிரி இருக்கு. ஆனா,ஞாபகம் இல்லை."

"உள்ளெ உட்கார்ந்து பேசலாமே.ரொம்ப தூரத்துல இருந்து வரேன்."

"தாராளமா உள்ளெ வாங்க"

இருவரும் வழிவிட,மல்லி தனது வலது காலை எடுத்து வைத்து உள்ளே சென்றாள்.

“உட்காருங்க”

திணேஷ் இருக்கையை காட்ட,மல்லி அமர்ந்தாள். தன் கைப்பையிலிருந்து விபூதியை எடுத்து,

“இந்தாங்கம்மா,காளியம்மன் கோவில் பிரசாதம்”

நீட்டினாள்.திணேஷின் அம்மா விபூதியை நெற்றியில் வைத்துக்கொண்டார்.

“நீ யாரும்மா,எங்களுக்கு புரியலெ?”

“அம்மா,நான் திணேஷ்கிட்ட கொஞ்சம் தனியா பேசனும்.”

“அம்மா,நீங்க டீ போடுங்க.”

“சரிப்பா”

எதுவும் புரியாமல் டே போட சென்றார் திணேஷின் அம்மா.

“சொல்லுங்க...நீங்க யாரு?”

“மரியாதையா கூப்பிடுற அளவுல நான் ஒண்ணும் பெரிய ஆள் இல்லெ. ஆறு மாசத்துக்கு முன்னால...”

திணேஷ்,மல்லியை முரடர்களிடம் இருந்து காப்பாற்றியது முதல் இன்று அவனை தேடி இங்கு வந்தது வரை அனைத்தையும் சொல்லி முடித்தாள் மல்லி.

"ரொம்ப ஆச்சரியமா இருக்கு மல்லி நீ சொன்னது.அதுசரி என்னோட அட்ரஸ் உனக்கு எப்படி தெரிந்தது?"

"அதுதான் சொன்னேனே...நான் பேங்குல நிற்கும்ப நீங்க வண்டியில போனீங்க.நான் உங்களெ கூப்பிட்டேன். ஆனா நீங்க பார்க்கமா போயிட்டீங்க. அதெ பார்த்த ஒருத்தர்.அந்த தம்பியெ எனக்கு தெரியுமுன்னு சொல்லி உங்க அட்ரஸ் கொடுத்தாரு."

"அவரு யாரு?"

"அது தெரியலெ.
எப்படியோ உங்களெ சந்திச்சு எல்லாத்தையும் சொல்லீட்டேன்."

அம்மா காபி கொண்டு வந்து தந்தார்கள்.

"அம்மா,இது மல்லி மத்த விசயத்தெ நான் அப்புறம் சொல்றேன்."

காபியை குடித்து முடித்து விட்டு,

"அப்ப நான் கிளம்புறேன்.என்னோட விலாசம் இந்தாங்க" அவள் கொடுத்த காகிதத்தை வாங்கிக்கொண்டான்.

"நான் அம்மாகிட்ட பேசீட்டு,நாளைக்கு அங்கெ வரேன்" அவள் எழுந்து மீண்டும் தினேஷின் அம்மாவுக்கு வணக்கம் சொல்லிவிட்டு அங்கிருந்து வெளியேறினாள்.

காட்சி 34
வீடு
மாலை - உள்ளே/ வெளியே.

மல்லி குடிசையில் அமர்ந்திருந்தாள். அப்போது அருக்காணி "மல்லி" என்று அழைத்துக்கொண்டே உள்ளே வந்தாள்.

"வாக்கா"

"போன விசயம் முடிஞ்சதா?"

"நல்லபடியா முடிஞ்சதக்கா.இனி அவங்க முடிவு தான்."

"நீ பேசறது ஒண்ணுமே புரியல.கொஞ்ச தெளிவா சொன்னா, நானும் தெரிஞ்சுக்குவேன் தானே?"

"இரண்டு நாள் பொறுங்கக்கா எல்லாத்தையும் சொல்லீடுறேன்."

"சரிம்மா,அப்ப நான் தோட்டத்துக்கு நாளைக்கு வேலைக்கு போகட்டா?"

"இல்லக்கா,நீங்க நான் சொல்ற வரைக்கும் கட்டத்திலேயே வேலெ செய்யுங்க. மேஸ்திரியும், நானும் இல்லாத நேரத்துல எல்லாமே நீங்க தான்.நீங்க இங்கெ கல்லும் மண்ணும் சுமக்க வேண்டாம். மேற்பார்வை பார்த்தா போதும்."

"அது எப்படி மல்லி சரிவரும்?"

“அக்கா பணம் கொடுக்குறது நான்.மத்தவங்களை பத்தி நீங்க கவலெபட தேவையில்ல...நான் எவ்ளோ உயர போனாலும்,அருக்காணி அக்காவுக்கு நான் தங்கச்சி தான். நீங்களும் என் குடும்பத்துல ஒருத்தர் தான்.”

அருக்காணி மல்லியை பார்த்து,
“உன்னோட இந்த மனசுதான் உன்னெ இந்த அளவு உயர்த்தி இருக்கு.”

“அக்கா நான் ராத்திரிக்கு எதுவும் செய்யல.நீங்க ஏதாவது செய்திருந்தா கொண்டு வாங்க எனக்கும்.”

“தோசை ஊத்திக்கொண்டு வரட்டா?”

“எதாயிருந்தாலும் பரவாயில்லெ. கட்டிடம் முடிய இன்னும் எத்தனை நாள் ஆகுமோ?”
“சீக்கிரம் முடிஞ்சிரும் மல்லி.கவலெபடாதே.”

“சீதாக்கா ஏதாவது சொன்னாங்களா?”

“இன்னைக்கு முழுவதும் பாவற்காய் பறிச்சு,கிருஷ்ணன்கிட்ட கொடுத்து சந்தைக்கு அனுப்பியதாக சொன்னா,கிருஷ்ணன் பில்லை நாளைக்கு தரேன்னு சொன்னானாம்.”

“அதெ நாளைக்கு நான் வாங்கிக்கிறேன்.”

“நான் போய் தோசை ஊத்தீட்டு வரேன்”

அருக்காணி எழுந்து தனது வீட்டிற்கு சென்றாள்.
காட்சி 35.
கட்டிடம்.
பகல் - உள்ளே/ வெளியே.

இரண்டு நாட்களுக்கு பிறகு...

மேஸ்திரியும், மல்லியும் புதிய கட்டிடத்தில் பேசிக்கொண்டிருந்தார்கள். வேலையாட்கள் வேலை செய்து கொண்டிருந்தார்கள்.

அருக்காணியும் அங்கே இருந்தாள். அப்போது ஒரு கார் மல்லியின் குடிசை வீட்டை தாண்டி புதிய கட்டிடத்தை நோக்கி வந்துக்கொண்டிருந்தது.

அதைபார்த்தாள் அருக்காணி.

"மல்லி, அந்த கார் இங்கெ தான் வர்ற மாதிரி தெரியுது. யாராக இருக்கும்,?"

உடனே, மல்லி மேஸ்திரியுடன் பேச்சை நிறுத்திவிட்டு கார் வருவதை கவனித்தாள்.

கார் கட்டிடத்தின் அருகில் மணல் கொட்டி இருந்த இடத்தில் வந்து நின்றது. காரில் இருந்து தினேஷ் இறங்கினான்.

உடனே, மல்லி முகமெல்லாம் புன்னகை பூத்தாள்.

தினேஷ் இறக்கி விட்டு கார் கதவை திறந்தான், அவனுடைய அம்மாவும் இறங்கினார்.

"வணக்கம்மா. திடீர்னு சொல்லாம வந்துட்டீங்க."

அந்த அம்மா பதிலேதும் சொல்லாமல் புன்னகைத்தார்.

"அருக்காணி அக்கா டீ வாங்கீட்டு வாங்க. வாங்க தினேஷ் உள்ளெ சுத்தி பாருங்க. வாங்கம்மா"

மூவரும் வீட்டை சுற்றி பார்க்க உள்ளே செல்கிறார்கள்.மேஸ்திரி அவர்கள் பின்னால் செல்கிறார்.

மல்லி மெதுவாக,

"என்ன தினேஷ் அம்மாவெ கூட்டீட்டு வருவீங்கன்னு ஒரு வார்த்தெ கூட சொல்லல?"

"நான் உன்னெ பாத்துட்டு வரேன்னு சொன்னேன்.உடனே நானும் வரேன்னு சொல்லி கார்ல ஏறிட்டாங்க."

" அம்மாகிட்ட விசயத்தெ சொல்லீட்டீங்களா?"

"எல்லாத்தையும் சொல்லீட்டேன்."

"அவங்க என்ன சொன்னாங்க?"

"ஒண்ணும் சொல்லல"

"நீங்க கேட்க வேண்டியது தானே?"

"கேட்டேன்.உங்கிட்டயே சொல்றேன்னு சொல்லீட்டாங்க"

" எங்கிட்டெயா?"

"ஆமா,உங்கிட்ட தான்"

"என்ன தினேஷ் ரெண்டு பேரும் அங்கேயே நிற்குறீங்க. நான் வீட்டை சுத்தி பாத்துட்டு வந்துட்டேன்."

"நீங்க பாருங்க.நான் அப்புறமா பாத்துக்குறேன்."

"மல்லி வீடு நல்லா இருக்கு. பெயிண்டிங் எல்லாம்

முடிஞ்சா,பிரமாதமா இருக்கும்.ப்ளான் யாருடையது?"

எல்லாம் மல்லி தாங்க.அவங்க,இப்படி வேணும்,அப்படி வேணுமுன்னு சொன்னாங்க.அவங்க சொன்னபடி நானும் கட்டிட்டேன்."

"மல்லி நான் உங்கிட்ட கொஞ்சம் பேசனும்.இங்கெ பேசலாமா?"

"இங்கெயே பேசலாம்மா. மேஸ்திரி நீங்க கொஞ்ச நேரத்துக்கு இந்த பக்கம் யாரையும் அனுப்பாதீங்க. நாங்க கொஞ்சம் ஃப்ரீயா பேசனும்."

"சரி மல்லி.நான் சேர் கொடுத்து அனுப்புறேன்"

மேஸ்திரி அங்கிருந்து சென்றார்.சற்று நேரத்தில் மூன்று சேர்களை ஒரு வேலையாள் கொண்டு வந்து போட்டான்.

மூவரும் அதில் அமர்ந்தார்கள்.

"மல்லி நான் சுத்தி வளைச்சு நீளமா பேச விரும்பல. விசயத்தெ சுருக்கமாசொல்றேன். நீ தினேஷ்கிட்ட பேசினதெ எல்லாம் எங்கிட்ட சொன்னான்.இந்த காலத்துல இப்படி ஒரு பொண்ணான்னு நானே ஆச்சரியப்பட்டுட்டேன். கிடைச்ச பணத்தெ வெச்சிட்டு,ஏதாவது பணக்கார மாப்பிள்ளை பார்த்து கட்டிட்டு நீ சந்தோஷமா இருந்திருக்கலாம். ஆனா, நீ அப்படி செய்யாம,யாரால இந்த பணம் கிடைச்சதோ, அவரெ கண்டுபிடிச்சு விசயத்தெ சொல்லி,விருப்பப்பட்ட கட்டி தயாரா இருக்குறதா சொன்னெ நீ... எனக்கு மருமகளா வர்றதெ நான் பெருமையா நெனக்கிறேன்."

உடனே மல்லி எழுந்து,தினேஷின் அம்மாவின்

காலில் விழுந்தாள்.

“எழுந்திரு மல்லி.” அவளை தூக்கி விட்டாள்.

“அம்மா உங்கிட்ட இன்னொரு உண்மையையும் சொல்லனும்.”

“அதென்ன உண்மை?”

“நான் இந்த மரிக்கொழுந்து அம்மா பேத்தி இல்லெ...”

அவள் இங்கு நடந்த விசயத்தை முழுவதும் சொன்னாள்.

“கடவுள் சரியான முடிச்சாதான் போட்டிருக்குறான்.”

“நீங்க சொல்றது எனக்கு புரியலம்மா”

“நீ சொல்ற மரிக்கொழுந்து பொண்ணு செந்தாமரை கூட்டீட்டு போனது வேறெ யாரும் இல்லெ.என்னோட கூட பிறந்த சொந்த தம்பி காத்தமுத்து தான்.ஆனா, இருபத்தஞ்சு வருசமா இது வரெ ஒரு தகவலும் இல்லெ. ஆனா கடவுள் ஏதோ ஒரு கணக்குல நம்மளெ சேர்த்து வச்சிட்டார்.”

அருக்காணி டீ கொண்டு வந்து அனைவருக்கு ஊத்தி கொடுப்பது.

“அருக்காணி அக்கா இவர் பேரு தினேஷ்.இவரோட அம்மா இவங்க”

இப்படி சொன்னா அருக்காணிக்கு எப்படி புரியும். இவன் தான் மல்லியெ கட்டிக்க போறவன்.நான் மல்லிக்கு மாமியார்.”

"மல்லி, நீ சொன்ன அருக்காணி இவங்க தானா?"

"ஆமா, தினேஷ்."

"அக்கா உங்களெ பத்தி, நெறைய சொன்னா, இந்த புது வீட்டிற்கு நாங்க குடிவந்தவுடன், இந்த குடிசை இருக்கிற இடத்தை உங்க பொண்ணு கொடுக்கமுன்னு எங்கிட்ட சொல்லி இருக்கா."

தினேஷ் சொன்ன வார்த்தை அருக்காணியின் கண்களை குளமாக்கியது.

"ஏன் அக்கா அழுகிறீங்க"

மல்லியை அன்புடன் அணைத்துக் கொண்டாள் அருக்காணி.

தேர்தல் தீ

அரசியலுக்கு பலர் பலியாகிறார்கள் அரசியல்வாதிகளுக்கு பலர் பலியாகிறார்கள். அந்த பலிகள் ஒவ்வொன்றும் ஒரு விதம். இதில் உள்ள பலி " தீக்குளித்தல் பலி ". ஒருவனைத் தீக்குளிக்க வைத்து இன்னொருவனைக்காட்டி- நாடகம் ஆடுகிறார்கள். பாதிக்கப்பட்டவர்கள் யார் .. என்ன ஆனார்கள்..

காட்சி: 01
கட்சி அலுவலகம்.
காலை - உள்ளே/ வெளியே.

ம.சே.கழக அலுவலகம் முழுவதும் கட்சி தொண்டர்களால் நிரம்பி இருந்தது.இன்று கட்சியின் செயல் குழு கூட்டம் கட்சி தலைவர் குறள்வாணன் தலைமையில் நடக்க இருக்கிறது.

"என்ன கண்ணாயிரம், கொஞ்ச நாளா நம்ம மாவட்ட தலைவர் ரொம்ப டென்ஷன்ல இருக்குறாரு?"

"கொஞ்ச நாளா இல்லெ.என்னைக்கு கால்நடை மந்திரி ஆனாரோ அன்னையிலிருந்து, இந்த டென்ஷன் இருக்கு"

"அதுதான் ஏன்?"
"மக்கள் சேவை கழகமுன்னு கட்சிக்கு பேரு.ஆனா,இவங்க சேவை முழுவதும், இவனுங்க பெத்த மக்கள் மேலெ தான் இருக்கு.போன தடவெ தொகுதி மேம்பாட்டு நிதியை அப்படியே சுருட்டி,தன்னோட மகளெ மேல் படிப்புக்காக வெளிநாட்டுக்கு அனுப்பீட்டாருன்னா பாரே."

"கால்நடை துறை தானே கண்டுக்க மாட்டாங்கன்னு நினைச்சிருப்பாரு?"
"மொத்தத்தையும் மந்திரியே சுருட்டுனா,வட்டம்,ஒன்றியம் எல்லாம் எங்கெ போகும்? அதுதான் அவனுங்க நேரா முதல்வர்கிட்ட பத்த வெச்சுட்டானுங்க."

"அப்ப இன்னைக்கு கண்ணாயிரம் மந்திரி பதவி காலி ஆயிடுமா?"

அதற்குள் வேறொருவன் அவர்களை நோக்கி வருகிறான்.,

“துளசிராமா பேச்செ நிறுத்து,வர்றவன் கண்ணாயிரத்தோட கைத்தடி,அப்புறம் நாம கட்சியில மட்டும் இல்ல,ஊர்லயே இருக்க முடியாது.”

“என்னப்பா ரெண்டு பேரும் ரொம்ப நேரமா பேசீட்டு இருக்குறீங்க?”

“எல்லாம் செயல்குழுவை பத்தி தான்.”

“எந்த கூட்டம் போட்டும்,நம்ம மாவட்டத்தெ அசைக்க முடியாது.அப்படி அசைச்சு பாக்க நினைச்சா,முதலமைச்சர் நாற்காலியே அசைய ஆரம்பிச்சிரும். கட்சியோட அஸ்திவாரமே நம்ம அண்ணன் தான்.”

மகளிர் அணியை சேர்ந்த மேனகா வர,துளசிராமன் பல்லிளித்துக்கொண்டு, பின்னால் சென்றான்.

காட்சி 02.
வீடு.
காலை - உள்ளே/ வெளியே.
கால்நடை அமைச்சர் கண்ணாயிரம் வீட்டின் முன்னால்,அவரது ஆதரவாளர்கள் திரண்டிருந்தார்கள்.

“தலைவருக்கு ஒரு பிரச்சனைன்னா,உசிரையும் கொடுப்பேன்.”

“உன்னை மாதிரி தொண்டனுங்க இருக்குற வரைக்கும் தலைவரை யாராலும் அசைக்க முடியாது.”

“ஆமா,தலைவர் இன்னும் வெளியவே வரலெ.கூட்டத்துக்கு போகமாட்டாரா?”

“நிச்சயமா போவார். அதே மாதிரி அவர் மேலே எந்த பிரச்சனையானாலும் சமாளிப்பார்.அவர் மேலே சுமத்தப்பட்ட இந்த புகாரை தூள் தூளாக்கி வெளியே வருவார்.கால்நடை துறை அமைச்சராக தொடர்ந்து இருப்பார்.”

அதே வேளையில் வீட்டினுள்...

“என்னய்யா பி.ஏ? நம்ம பயலுக வெளியில என்ன பேசீட்டு இருக்காங்க?”

“சார்,உங்களுக்கு ஒரு பிரச்சனை வந்தா உயிரையும் கொடுப்பேன்னு சொல்றாங்க.நீங்க எந்த தப்பும் செஞ்சிருக்கமாட்டீங்கன்னு சொல்றாங்க.”

சதாசிவம் பக்கத்துல வாங்க, பி.ஏ சதா சிவம் அவர் அருகே சென்றார்.

“குனிய்யா”

பி.ஏ குனிந்தார்.அவன் காதில் கண்ணாயிரம் ஏதோ சொன்னார்.

சதாசிவம் முகத்தில் அதிர்ச்சியுடன்...
“சார்,இது நடக்குமா?”

“அரசியல்ல எதுவும் தானாக நடக்காது.
நமக்கு ஏத்த மாதிரி நாமதான் எல்லாத்தையும் நடத்தி காட்டனும்.நான் மந்திரியா இருக்குறவரைக்கும் தான் நீ பி.ஏ?

“ஆமா சார்.”
“தொடர்ந்து நான்தான் மந்திரியா இருக்கனும்.நீ தான் பி.ஏ வா இருக்கனும்.அதுக்கு இது நடக்கனும்.”

“பண்ணீடலாம் ஐயா”
’ அது,அதுதான் ஒரு நல்ல பி.ஏ வுக்கு அடையாளம்.சரி நாம கட்சி ஆபிஸ் போலாமா?”

கண்ணாயிரம் எழுந்து வெளியே வந்தார்.
ஆதரவாளர்கள் அனைவரும், “வாழ்க...வாழ்க...என கோஷம் போடத் தொடங்கினார்கள்.

“அமைதி,அமைதி. என்னெ பத்தி கட்சி தலைவரை விட உங்களுக்கு தெரியும். உங்களெ பத்தி எனக்கு தெரியும். களங்கமுன்னு வந்துட்டா பதவியை தூக்கி எறிஞ்சிட்டு,நான் நிரபராதின்னு நிரூபிப்பேன்.வரட்டுமா?”

“தலைவரே,உங்க பதவியை பிடுங்குனா அதே இடத்துல தீ குளிப்பேன்.”

“பி.ஏ யாரு அந்த விசுவாசி.தீ குளிக்கிறதெ டீ குடிக்கிற மாதிரி ஈஸியா சொல்றான். நோட் பண்ணிக்கோ, அவனோட விசுவாசத்துக்கு நாம ஏதாவது செய்யனும்.”
கண்ணாயிரம் தனது காரில் ஏறி ம.சே.க அலுவலம் நோக்கி சென்றார்.

காட்சி 03.
கட்சி அலுவலகம்.
காலை - உள்ளே/ வெளியே.

கட்சித்தொண்டர்களும்,மாவட்ட தலைவர்களும் அவரவர்கள் ஆதரவாளர்களும்,பத்திரிகைகாரர்களும் அங்கே கூடி இருந்தார்கள். கால்நடை அமைச்சர் கண்ணாயிரத்தின் வாகனம் கட்சி அலுவலக வளாகத்தில் நுழைந்தது.

“எங்கள் மண்ணின் மைந்தன்.
கால்நடைகளின் காவலன் அமைச்சர் கண்ணாயிரம் வாழ்க...வாழ்க...” என்ற கோஷம் ஓங்கி ஒலித்தது.

“என்னடா,பணத்துக்காக அநியாயமா கூவுறானுங்க. இவன் அடிச்ச கொள்ளையில, மாடுகள் எல்லாம் கசாப்பு கடைக்கு தான் போச்சு. இவனெ பார்த்து கால்நடைகளின் காவலன்னு கத்துறாருங்க”

கண்ணாயிரம் காரில் இருந்து இறங்கி, அலுவலகம் நோக்கி வந்தார். அவருடன் பி.ஏ சதாசிவமும் இருந்தார்.

“ சார்,உங்கள் மேலே கட்சி நடவடிக்கை எடுக்க போகுறதாக பேசிக்கிறாங்க.அதுக்கு உங்க பதில்”

“அப்படின்னு யார் சொன்னார்?”

“உங்க கட்சியில இருக்குறவங்க தான்”

“அப்ப பதிலையும் அவங்ககிட்ட கேட்டு வாங்கிக்கோங்க.

இதுல வழக்கமா நடக்குற பொது குழு கூட்டம்.அவ்ளோ தான் எனக்கு தெரியும்."

"அப்ப நீங்க ஊழல் பண்ணுலன்னு சொல்றீங்களா?"

" இங்கெ பாருங்க. அமைச்சர் பத்திரிகையாளர்களை மதிப்பவர்.உங்க கேள்விக்கு பதிலை, கூட்டம் முடிஞ்சு வெளியே வரும்போ தருவார்.நேரம் ஆகுது."

சதா சிவம் சொல்லிக் கொண்டிருக்க முதல்வரின் வாகனம் அலுவலகத்திற்குள் நுழைய அந்த இடம் பரபரப்பானது.

காட்சி : 04
கட்சி அலுவலகம்.
காலை - உள்ளே/ வெளியே.

கட்சி அலுவலகத்திற்குள் சைரன் சத்தத்துடன் போலீஸ் வாகனங்கங்களும், முதல்வர் பாதுகாப்புப்படை வாகனங்களும் நுழைந்துக்கொண்டிருந்தது. முதல்வர் பயணம் செய்த வாகனம் வந்து நின்றவுடன், பாதுகாவலர்கள் ஓடிவந்து வாகனத்தின் கதவை திறந்தவுடன் தேசிய கொடி பொருத்தி இருந்த வாகனத்தில் இருந்து முதல்வர் 'காட்டூர் தேவேந்தன்' இறங்கினார்.

"முதல்வர் வாழ்க.எங்கள் குலத்தெய்வம் வாழ்க.நாளைய நாட்டின் பிரதமர் வாழ்க..."

என்ற கோஷங்கள் ஓயாமல்,ஒலிக்க...

சுப்ரபாரதிமணியன்

முதல்வர் தொண்டர்களை பார்த்து புன்னகைத்தபடி, அனைவருக்கும் கை அசைத்து விட்டு, கூட்டம் நடக்கும் அறையை நோக்கி நடந்தார். அவரை தொடர்ந்து பாதுகாப்பு அதிகாரிகள் சென்றனர். பத்திரிகையாளர்கள் அவரை நோக்கி கேள்விக் கணைகளை தொடுக்க தொடங்கினார்கள்.

"எல்லாருடைய கேள்விக்கும் கூட்டம் முடிஞ்சதும் கண்டிப்பா பதில் தருவேன். கூட்டத்துக்கு நேரம் ஆயிடுச்சு. தயவு செஞ்சு புரிஞ்சுக்கோங்க"

சொல்லி முதல்வர் அனைவரையும் பார்த்து கையெடுத்து கும்பிட்டு விட்டு அலுவகத்துக்குள் நுழைந்தார்.

முதல்வர் தனது உதவியாளரை பார்த்து,

"சுந்தரம், அந்த கண்ணாயிரம் வந்துட்டானா? இல்லெ நீதிமன்றத்துல வாய்தா கேக்குறமாதிரி கேக்குறானா?"

"இல்ல தலைவர் வந்துட்டாராம்."

"அப்ப இன்னைக்கு இந்த பிரச்சனையை முடிச்சிடலாம். வெளியில பத்திரிகைகாரங்களுக்கு பதில் சொல்லனும். அதனால நல்ல செய்தியா தந்திடலாம்."

"நீங்க சொன்னா சரி தலைவரே."
இருவரும் அறை கதவை திறந்து உள்ளே நுழைந்தார்கள்.

காட்சி 05
செயற்குழு அறை.
காலை - உள்ளே/ வெளியே.

ம.சே.க செயற்குழு,பொதுகுழு உறுப்பினர்கள் அனைவரும் அவரவருக்கான இருக்கையில் அமர்ந்திருந்தார்கள்.
கண்ணாயிரத்துக்கு ஆதரவானவர்கள் ஒருபுறமும்,அவருக்கு எதிர்ப்பானவர்கள் மறுபுறமும் அமர்ந்திருந்தார்கள். அந்த நீள்வட்ட மேஜையின் முன்புறம்,முதல்வர்,மற்றும் முக்கியமான இருவர் அமர்வதற்காக மூன்று இருக்கைகள் போடப்பட்டிருந்தது. அறையினுள் ஒரே சலசலப்பாக இருந்தது.

"இன்னைக்கு மட்டும் தலைவர் சரியான முடிவு எடுக்காம இருக்கட்டும். அப்புறம் தெரியும் இந்த சிந்தனை ராஜன் யாருன்னு?"

"அண்ணே,இன்னைக்கு கண்ணாயிரம் பதவி போகுது. உங்களுக்கு அந்த பதவி கிடைக்குது."

"கிடைக்கனும், கிடைச்சாகனும். இல்லாட்டி நமக்கு ஆதரவு தர்ற எம்.எல்.ஏ களை பிரித்து,முதல்வர் நாற்காலிக்கு ஆட்டத்தெ காட்டிற வேண்டியது தான்."

"நமக்கு பதவி கிடைக்காட்டி,எவனும் பதவியில இருக்க கூடாது.கலைஞர் வசனம் மாதிரி ' பொறுத்தது போதும் மனோகரா,பொங்கி எழு.'

சுப்ரபாரதிமணியன்

நாமளும் இத்தனை நாள் பொறுத்தது போதும்.பொங்கி எழுந்திட வேண்டியது தான்."

எதிர்புறம்,

"கண்ணாயிரம்,இப்ப இங்கெ இந்தன பிரச்சனைக்கும் காரணம்,சிந்தனை ராஜன் ஒருத்தன் தான்.அவனுக்கு உன்னோட பதவி வேணும்."

"சடையப்பா,யாரு நினைச்சாலும், என்னோட பதவியை பறிக்க முடியாது. அவனுக்கு எம்.எல்.ஏ கள் பலம் இருந்தா,எனக்கு மக்களோட பலமும்,ஆதரவும் இருக்கு. மக்கள் பலத்துக்கு முன்னால இந்த சிந்தனை ராஜனால எதுவும் சிந்திக்க முடியாது."

"கண்ணாயிரம்,தலைவர் கேள்விக்கு தயங்காம பதில் சொல்லு,
எவனுக்கும் பயப்படாதே. மத்ததெ நாங்க பாத்துக்குறோம்."

இவர்கள் இப்படியாக பேசிக்கொண்டிருந்தார்கள். அதே நேரம் அறைக்கதவு திறந்து,தனது சேனைகளுடன் உள்ளே நுழைந்தார் முதல்வர்.

காட்சி 06.
செயற்குழு அறை.
காலை - உள்ளே/ வெளியே.

முதல்வர் அறையினுள் நுழைந்தவுடன்,அனைவரும் எழுந்து வணக்கம் சொன்னார்கள்.முதல்வருக்கும் பதிலுக்கு வணக்கம் சொன்னார்.பிறகு தனது இருக்கையில் அமர்ந்தார்.

அவருக்கு இருபுறத்தில், கல்வி அமைச்சர் மற்றும் வருவாய் துறை அமைச்சர் அமைந்தார்.

" உங்களுக்கு இந்த கூட்டம் எதுக்கு நடக்குதுன்னு தெரியும்? அதனால அவங்கவங்க கருத்தெ, நீங்க இப்ப தெரிவிக்கலாம்."

"தலைவரே, முடிவு பண்ணீட்டு வந்துட்டு, இங்கெ முடிவு எடுக்குற எடுக்குற மாதிரி நடிக்காதீங்க. நானும் அரசியலுக்கு வந்து நாற்பது வருஷம் ஆயிடுச்சு. உங்க அனுபவம் எனக்கும் இருக்கு. அதனால சுத்தி வளைக்காம, நீங்க உங்க முடிவெ சொல்லுங்க. அப்புறம் நான் ராஜிநாமா செய்யனுமா? வேண்டாமான்னு யோசிக்கிறேன்."

"கண்ணாயிரம் ஏன் அவசரபடுறெ? மத்தவங்க கருத்தும் கேட்கலாம். அப்பதான் ஒரு முடிவு எடுக்க முடியும்."

"தலைவரே இந்த வெங்காய விளக்கம் எல்லாம், நேத்தைக்கு கட்சியில சேர்ந்து, இன்னைக்கு பதவிக்கு வந்த சின்ன பயலுககிட்ட சொல்லுங்க. எங்கிட்ட வேண்டாம். எனக்கு தொகுதியில வேலெ இருக்கு."

"நீ தொகுதியில கிழிச்சதெல்லாம் ஊருக்கே தெரியும்"

எதிர்தரப்பை சேர்ந்த எம்.எல்.ஏ சொன்னவுடன் கோபத்தில் உச்சத்திற்கே சென்றார் கண்ணாயிரம்.

"நீ உன்னோட தொகுதியில என்ன கிழிச்சிட்டெ என்னெ சொல்லெ."

'கால்நடை மந்திரி ஆகுறதுக்கு முன்னாடி உன்னோட சொத்து மதிப்பு என்ன இருந்தது.இப்ப எவ்ளோ இருக்கு.? மாமன்,மச்சான்னு உங்க குடும்ப உறுப்பினர் சொத்து. கண்ணாபின்னான்னு உயர்ந்திருக்கு எப்படி?"

"உழைப்பு.எங்க குடும்ப உழைப்பு."

"வீண் பேச்செல்லாம் வேண்டாம்.கண்ணாயிரம் உன்மேல கோர்ட்ல எதிர்கட்சிக்காரனுங்க கேஸ் போட போறாங்க. அப்படி போட்டுட்டா அது கட்சிக்கு கெட்ட பெயர் ஆயிடும்.அதனால நீயே ராஜினாமா பண்ணீட்டு, 'என்மேலெ பொய்யான குற்றச்சாட்டை எதிர்கட்சி சுமத்துறாங்க.அதனால கட்சிக்கு கலங்கமில்லாம நானே ராஜினாமா செய்யுறேன்.ஆனால் நான் தப்பு செய்யலைன்னு நிருபிச்சு திரும்பவும் மந்திரியா வருவேன்னு' மீடியாவுல ஒரு பேட்டி கொடுத்திரு அவ்ளோ தான் பிரச்சனையெ நாங்க திசை திருப்பீடுறோம். இல்லாட்டி..."

முதல்வர் பேசி முடிப்பதற்குள்,

" இல்லாட்டி நீங்களே என்னெ மந்திரி பதவியில இருந்து தூக்கீடுவேன்னு சொல்றீங்களா? தூக்கி...தூக்கி பாருங்க. அப்புறம் ஒருத்தர் கூட இந்த பதவியில இருக்க முடியாது. எல்லாம் பேசி வெச்சிட்டு,இங்கெ வந்து நாடகமா நடத்துறீங்க.நான் யாருன்னு வெளியில இருக்குறெ தொண்டர்கள் சொல்லுவாங்க.
எந்திரிங்கடா"

தனது ஆதரவு எம்.எல்.ஏ களை நோக்கி கண்ணாயிரம் சொன்னதும்,வெறும் மூன்று பேர் மட்டும் எழுந்தார்கள்.

அதுவரை அவனுக்கு ஜால்ரா அடித்துக்கொண்டிருந்தவர்கள் அப்போது எழவில்லை.

"நீங்களும் இப்ப கட்சி மாறிட்டீங்களா? இன்னையோட இந்த அரசாங்கத்தை காலி பண்ணுறேன் பாரு" கோபத்துடன் வெளியே சென்றார் கால்நடை மந்திரி கண்ணாயிரம்.

காட்சி 07.
கட்சி அலுவலகம்.
காலை - உள்ளே/ வெளியே.

கண்ணாயிரம் கோபத்துடன் வராண்டாவில் நடந்து வந்துக்கொண்டிருப்பது.கூடவே பி.ஏ சதாசிவமும் நடந்து வந்துக்கொண்டிருப்பது.

"சதாசிவம்,நம்ம தொண்டர் படை தயாரா?"

"எல்லா ஏற்பாடும் சரியாக பண்ணீட்டேன் சார். "

அவர்கள் பேசிக்கொண்டே வெளியே வந்தார்கள்.

"அமைச்சரே உள்ளெ என்ன நடந்தது?"

கண்ணாயிரத்திடம் பத்திரிகையாளர்கள் கேட்டார்கள்.,

"முதல்ல என்னோட தொண்டர்களிடம் பேசீட்டு வரேன்."

அங்கு கூடியிருந்த தொண்டர்களிடம்,

"என்னெ அநியாயமாக குற்றவாளி ஆக்கி, தங்களோட பதவியெ தக்கவைக்க சிலபேர் யற்சிக்குறாங்க. நீங்க சொல்லுங்க, நான் குற்றவாளியா சொல்லுங்க."

சுப்ரபாரதிமணியன்

கூட்டத்தில் இருந்தவர்கள் இல்லெ...இல்லெ...என சிலரும்,ஆமா...ஆமா... என சிலரும் கூச்சல் போட்டார்கள். அவர்களுக்கு சண்டை தொடங்கியது.

"அமைதி,அமைதி..."

கண்ணாயிரம் சொல்லியும் கேட்காமல்,கூச்சலும், குழப்பமும் அதிகமானது.

அப்போது,கூட்டத்தில் ஒருவன்,

"என்னோட தலைவன் உத்தமன்.ஊதாரியில்ல,ஊழல்வாதி இல்லை. அவருக்காக என்னோட உயிரையும் தருவேன்."

சொல்லிக்கொண்டு,தன்கையில் இருந்த பெட்ரோல் கேனை திறந்து,அதிலிருந்த பெட்ரோலை தன்மீது ஊற்றினான். லைட்டரை ஆன் செய்து தீச்சுவாலையை தன் உடல் அருகே கொண்டு போய் அனைவரையும் பார்த்து, "என் தலைவன் வாழ்க...வாழ்க..."

என்று சொல்லிக்கொண்டிருக்கும் போதே கூட்டத்தில் உள்ளவர்கள் அங்கும் இங்கும் ஓட,அவன் உடம்பு முழுவதும் தீ பற்றி எரியத்தொடங்கியது. அந்த காட்சியும்,அவன் கதறல் சத்தமும் செய்தியாளர்கள் பதிவு செய்தார்கள்.

செயற்குழு அறைக்கு உள்ளே ஒருவன் ஓடிப்போனான்.

"தலைவரே,அந்த கண்ணாயிரத்துக்காக,அவனோட ஆளு ஒருத்தன் பெட்ரோலை ஊற்றி,நெருப்பு வெச்சுகிட்டான்."

"என்னய்யா சொல்றே?. இதை வெச்சே அவன் தன்னோட குத்தத்தை மறச்சிருவான்.இனி அவனெ நம்மளால

ஒண்ணும் செய்ய முடியாது.”
முதல்வர் எழுந்து வெளியே வந்தார்.
அவரை தொடர்ந்து அனைவரும் வெளியே வந்தார்கள். அதற்குள் தீ பற்றியவன் கரிகட்டையாக மாறி,உயிரற்ற உடலாக மண்ணில் விழுந்தான்.

காட்சி 08.
வீதி.
பகல் - உள்ளே/ வெளியே.

வீதி முழுவதும் பெட்ரோல் ஊற்றி தற்கொலை செய்துக்கொண்ட தொண்டனை பற்றிய பேச்சுகள் ஊரெங்கும் காட்டு தீயாய் பரவியது.
“கண்ணாயிரத்தை பதவியிலிருந்து நீக்குவதை கண்டித்து அவனுக்கு விசுவாசமாய் இருந்த தொண்டன்,கட்சி அலுவலகத்துக்கு முன்னாலயே தீ குளிச்சு இறந்துட்டான்.”

இந்த பேச்சுதான் ஊர் முழுக்க, ம.சே.க அலுவலகம் முழுவதும் போலீஸ் கண்காணிப்பில் இருப்பதாகவும்,அங்கெ பொது மக்கள் கூடவும் அனுமதி மறுக்கப்பட்டிருந்தது. கட்சி தொண்டர்களிடம் இறந்தவனை பற்றிய செய்திகளை போலீஸ் சேகரித்துக்கொண்டிருந்தனர்.
“கண்ணாயிரத்துக்காக உயிரையும் கொடுக்கிற தொண்டர்கள் இன்னும் அவர்க்கூட இருக்குறாங்க.”

“இப்படியே இன்னைக்கும் முட்டாள் தனமானவனுங்க இருக்குறதாலதான் ஊழல் பண்ணுற மந்திரிங்க எல்லாம் தப்பிக்குறாங்க.”

“ரவி சொல்றது சரிதானே? கண்ணாயிரத்துக்கு குடும்பம் இருக்கு. சொந்தபந்தங்க இருக்கானுங்க.ஆனா, அவனுங்க எவனும் தற்கொலெ பண்ணிக்கல. முட்டாள் கட்சிகாரனுங்க தான் செத்து போயிறானுங்க.”

"இதை பத்தி செய்தியில என்ன சொல்றாங்க?"

"செத்தவன் முகம் முழுவதும் கருகி போனதால ஆளு அடையாளம் இன்னும் தெரியல.இருந்தாலும் இறந்தவர் குடும்பத்துக்கு அரசு இரண்டு லட்சமும் கால்நடை அமைச்சர் கண்ணாயிரம் இரண்டு லட்சமும் தர்றதா சொல்லி இருக்காங்க."

"அடையாளம் எப்ப கண்டுபிடிப்பாங்களாம்?"

"அதெ சீக்கிரமா கண்டு பிடிச்சிருவாங்க."

"தமிழகம் எங்கும் இதுபோல விவாதம் தான் அன்று முழுவதும் நடைப்பெற்றது."

காட்சி 09.
வண்டிச்சோலை கிராமம்.
மாலை - உள்ளே/ வெளியே.
பதினைந்து வருடங்களுக்கு பிறகு...

கற்பூர மரங்களால் சூழப்பட்ட அந்த அழகிய கிராமத்தில் இயற்கை காற்றை சுவாசித்தபடி பல குடும்பங்கள் வாழ்ந்து வந்தனர். அவற்றில் வையாபுரியின் குடும்பமும் ஒன்று. வையாபுரியின் அம்மா,சில வருடங்களாக நோய்யுற்றிருந்தாள்.வையாபுரிக்கு கூட பிறந்தவர்கள் இல்லை.தந்தையை அவன் சிறு வயதில் இருக்கும்போதெ,அவனையும்,அவனது தாயையும் விட்டுவிட்டு எங்கோ ஓடிபோய் விட்டான்.அதன் பிறகு அவன் தாய் கிடைத்த வேலைகளை செய்து அவனை வளர்த்தாள்.

சில வருடங்களுக்கு முன்னால் அவளுக்கு உடல் நலக்குறைவு ஏற்பட, மருத்துவரின் அறிவுரைப்படி,தாயை

அழைத்துக்கொண்டு மலைகிராமத்திற்கு வந்துவிட்டான் வையாபுரி.இப்ப அம்மாவை வீட்டில் உட்கார வைத்து இவன் வேலைக்கு போய் சம்பாதித்து கொண்டு வர ஆரம்பித்தான்.

"அம்மா,ராத்திரிக்கு சாப்பிட என்ன செய்யுறெ?"

"மத்தியானம் செஞ்ச சாப்பாடு இருக்கு."

"கருவாட்டுக்குழம்பு மீதி இருக்கா?"

"அதெ தான் உனக்கு மீதி இருந்ததையும் மதியமே ஊத்திக்கொடுத்துட்டுனே?"

"சரிம்மா அப்ப முட்டை குழம்பு வை.நான் கொஞ்சம் வெளிய போயிட்டு வரேன்."

" ஏண்டா, வழக்கம் போல பிராண்டி குடிக்க போறியா?"

"இல்லம்மா."

"தெரியுண்டா,இப்ப வரவர குடி உனக்கு கொஞ்சம் கூடிதான் போயிருச்சு.இப்படியே போனா,இந்த சீக்காலிக்கு முன்னால,நீ சீக்கிரமா போயிடுவ போல தெரியுதே."

"உன்னோட புருஷனெ கண்டுபிடிச்சு கொல்லாம,நான் சாகமாட்டேன்."

"அந்த ஆளெ இன்னுமா நீ நெனச்சிட்டு இருக்கெ.
அந்த மனுஷன் நம்மள விட்டுட்டு போகும்போ உனக்கு ஆறு வயசு.அந்த ஆளெ நானே மறந்துட்டேன்.
ஆனா, நீ இன்னும் நெனச்சிட்டே இருக்கெ?இப்ப அந்த ஆளு எங்கெ இருக்காரோ?எப்படி இருக்குறாரோ? இல்ல போய் சேந்துட்டாரோ?

"அந்த ஆளு நிச்சயமா உசிரோட தான் இருப்பாரு.எங்கெ இருந்தாலும்,அந்த ஆளுக்கு என் கையால தான் சாவு."

வையாபுரி,அம்மாவிடம் பேசிவிட்டு,வீட்டை விட்டு வெளியே வந்தான்.
சாந்தம்மா மகன் சொன்ன முட்டை குழம்பு வைக்க,வெங்காயம், தக்காளியை எடுத்து அறுக்க தொடங்கினாள்.

காட்சி 10.
விபசாரி வீடு.
இரவு - உள்ளே/ வெளியே.

கர்நாடக மாநிலம்
சித்ரதுர்கா மாவட்டத்தில் உள்ள ஒரு சிறிய கிராமம். விவசாய நிலங்களும்,தரிசு நிலங்களும் உள்ள அந்த ராமத்திலிருந்து,நகர் புறத்திற்கு வரும் வழியில் ஒரு சில வீடுகளில் இது போன்ற விபசாரம் நடைபெறுகிறது. வேறு காரணத்தை சொல்லி வீட்டை வாடகைக்கு எடுத்துக்கொண்டு, இளம் பெண்களை வைத்து விபசாரம் செய்து வந்தார்கள். கன்னிமுத்து அடிக்கடி அங்கு வந்து செல்வது உண்டு. அவனுடைய மனைவி இறந்து ஐந்து வருடங்கள் கடந்து விட்டது. அதன் பிறகு அவன் போதை ஏற்றிக்கொண்டு, விபசாரிகளை தேடிவருவது சகஜமாக இருந்தது. அன்றும் அவன் வழக்கம் போல அங்கு வந்துவிட்டு, அறையில் இருந்து வெளியே வந்தான்.

"என்ன போனவாரம் முழுசும் இந்த பக்கம் ஆளையேக் காணம்?"

விடுதி தலைவி சொர்ணம் கேட்டாள்.

"பணம் இல்லாட்டி படுக்க விடுவியா?"

"பாக்கக்கூட விடமாட்டேன்."

"அப்புறம் சும்மா வந்துட்டு,வாசல்ல நின்னுட்டு போறதா?"

"விவரமான ஆளாதான் இருக்கெ?"

"யாரு சொன்னா,நான் விவரமான ஆளுன்னு. விவரமான ஆளா இருந்தா, தமிழ்நாட்டெ விட்டுட்டு இங்கெ வந்து சீரழியுவேனா?"

"இது பொம்பளைங்க பேசவேண்டிய வசனம்.உனக்கு செட்டாகல.நீ கிளம்பு."
கன்னிமுத்து,அவளை பார்த்து,நமுட்டு சிரிப்பு சிரித்தான். பிறகு அங்கிருந்து வெளியேறினான்.
" என்னக்கா பெணாத்தீட்டே போறான்?"

"எல்லோருக்கும் மனசுல ஏதோ ஒரு வருத்தம் இருக்கு. அதோட வெளிப்பாடு சில சமயம் இப்படி தான் இருக்கும்."

வீட்டு வாசலில் வாகனம் வரும் சத்தம் கேட்டது.

"மேனகா,பார்ட்டி வர்றமாதிரி தெரியுது.நீ போய் மேக்கப் போடு."

"சரிக்கா"

மேனகா அங்கிருந்து விலகி,தனது அறைக்குள் நுழைந்தாள்.அதே நேரம் சொர்ணம் வாசலை நோக்கி வந்தாள்.

காட்சி 11
வீடு.
இரவு - உள்ளே/ வெளியே.

கன்னிமுத்து ஃபுல் போதையில் தன்னுடைய வீட்டின் கதவை திறந்தான்.அவனை கேள்வி கேட்க அங்கே யாரும் இல்லை.

அதனால் கன்னிமுத்து தன் மனது என்ன நினைக்கிறதோ அதை செய்யத் தொடங்கினான். அதன் காரணமா அவன் இஷ்டத்திற்கு விபசாரிகளிடம் கும்மாளம் போடுவதும், சரக்கு அடிப்பதும் அவனுக்கு வேலையாக இருந்தது.கதவை திறந்து உள்ளே நுழைந்தான் கன்னிமுத்து. தடுமாறியபடி மின் விளக்கின் பொத்தானை போட்டான்.விளக்கு எரிந்ததும், அதன் வெளிச்சத்தில் மெதுவாக நடந்து,கட்டிலில் மல்லாந்தான். அவனுக்கு தாகம் எடுத்தது.உடனே படுக்கையில் இருந்து எழுந்து சமையல் அறைக்கு சென்றான். செம்பை எடுத்து, தண்ணீரை குழாயில் பிடித்து,குடிக்கத் தொடங்கினான். திடீரென கன்னிமுத்துக்கு தலைவலி எடுக்க,தலையை பிடித்துக்கொண்டான்.

"அடிச்ச சரக்கு சரியில்லையோ. தலை இப்படி வலிக்குது. இப்ப கடை வேறெ சாத்தி இருப்பான்.என்ன செய்யுறது?"

தனக்குள்பேசிக்கொண்டு,தன் வீட்டில் ஏதாவது மிச்சம் சரக்கு இருக்கா,என தேடத்தொடங்கினான். ஆனால்,காலி

பாட்டிலை தவிர வீட்டில் எதுவும் கிடைக்கவில்லை. அப்போது அவனுக்கு அதிகமாக தலைவலி எடுக்க ஆரம்பித்தது. மெதுவாக சுவற்றில் மாட்டிருந்த கடிகாரத்தை பார்த்தான்.மணி இரவு பதினொன்று நாற்பது.தலையை கையால் அழுத்தி பிடித்துக்கொண்டு கட்டிலில் போய் சாய்ந்தான். படுக்கையில் புரண்டான்.தலைவலியால் துடிக்க தொடங்கினான். கண்கள் மெதுவாக செருக ஆரம்பித்தது. அந்த அறை மின்விளக்கு ஒளியிலும் அவன் கண்களுக்கு இருட்டாக தெரிய ஆரம்பித்தது.கடைசியில் கண்களை மூடினான்.

காட்சி 12.
மருத்துவமனை.
காலை - உள்ளே/ வெளியே.

கன்னிமுத்து கண்களை திறந்து பார்த்தான். அப்போது அவன் மருத்துமனை படுக்கையில் படுத்திருந்தான்.அருகில் பக்கத்துவீட்டு பஷீர் பாய் நின்றுக்கொண்டிருந்தார்.
“என்ன கன்னிமுத்து நல்லா இருக்குறியா?”

“நான் எப்படி பாய் இங்கெ?”

“காலையில உன்வீட்டு வழியே வந்தேன்.கதவு திறந்திருந்தது. கூப்பிட்டு பார்த்தேன்.ரொம்ப நேரமா பதிலையே காணம். சந்தேகப்பட்டு உள்ளே வந்து பார்த்தேன்.நீ கட்டிலுக்கு கீழே வாந்தி எடுத்து, மயக்கமா கிடந்தெ.உடனே மருத்துவ மனைக்கு சொல்லி ஆம்புலன்ஸெ வரவெச்சு,இங்கெ கொண்டு வந்து சேர்த்தேன்.ஆமா,இப்ப எப்படி இருக்கு?”

"உங்க உதவியால நல்லா இருக்கேன். ஆனா தலைவலி மட்டும் இன்னும் விடலெ. அப்புறம் நான் நேத்து கொஞ்ச அதிகமா குடிசிட்டேன்."

அவர்கள் பேசிக்கொண்டிருக்க, டாக்டர் உள்ளே வந்தார்.

"இப்ப எப்படி இருக்கு?"

"பரவாயில்ல டாக்டர். ஆனா தலைவலி தான்..."

டாக்டர் கன்னிமுத்துவை பரிசோதிக்கிறார்.

"கண்ணெ நல்லா திறங்க. நாக்கெ நீட்டுங்க"

எல்லாவற்றையும் பார்த்துவிட்டு,

"எதுக்கும் உங்களுக்கு பிளெட் செக் பண்ணி பாத்திடலாம். அப்பதான் முழுசா என்ன பிரச்சனைன்னு தெரியும்."

"சரிங்க டாக்டர்."

அந்த பரிசோதனை இவனது வாழ்க்கையெ எப்படி புரட்டி போட போகிறது என்பது அப்போது கன்னி முத்துக்கு தெரியவில்லை.

காட்சி 13.
வீதி.
அதிகாலை - உள்ளே/ வெளியே.

வையாபுரி தனது மிதிவண்டியை எடுத்துக்கொண்டு, அதிகாலையில் வீடுவீடாக செய்தி தாளை போடும் பணியை செய்துக்கொண்டிருந்தான்.பேருந்து நிலையத்தில்

இருந்து தினசரி செய்தி தாள்களை பிரித்து சிறுசிறு பண்டலாக கட்டி,போக வேண்டிய இடங்களின் பெயர்களை எழுதினான்.பிறகு அந்தந்த ஊர்களுக்கு போகும் பேருந்துகளில் போட்டான்.பிறகு வீதிகளில் உள்ள வீடுகளுக்கு போடவேண்டிய செய்தித்தாள்களை எடுத்து,தனது மிதிவண்டியின் பின்புறத்தில் வைத்துக்கொண்டு வீதியை நோக்கி புறப்பட்டான்.

"பேப்பர்... பேப்பர்" சொல்லிக்கொண்டே மிதிவண்டியின் மணியை அடித்தான்.

"என்ன வையாபுரி.அதுக்குள்ள விடிஞ்சிருச்சா?"

கதவை திறந்தபடி ஒருவர் கேட்டார்.

"மணி ஆறாகுது. விடிஞ்சிருச்சான்னு கேக்குறீங்க."

சொல்லிக்கொண்டே பேப்பர் அவரிடம் கொடுத்துவிட்டு,அடுத்த வீட்டை நோக்கி போனான். கடைசி பேப்பரை போட்டுவிட்டு,
தன் மிதிவண்டியுடன் வீட்டை நோக்கி போனான்.

"டேய் வையாபுரி... எங்கடா நேத்து கடெ பக்கமே காணோம்."

"நான் வந்துட்டு சீக்கிரமா போயிட்டேன்."

"அப்ப நான்தான் லேட்டா வந்தேனா?"

"இருக்கலாம்."

“இன்னைக்குபாக்கலாம். சரி வா டீ சாப்பிட்டுட்டு போலாம்.”

மிதிவண்டியை தேனீர் கடை ஓரமாக நிறுத்திவிட்டு,அங்கு போடபட்டிருந்த மர பெஞ்சில் அமர்ந்தான். இருவருக்கும் தேனீர் கொண்டு வந்து கொடுத்தார் கடைக்காரர்.

“ஆமா,அந்த கல்யாணியை இன்னைக்கு பாத்தியா?”

“ஏண்டா இப்பதாண்டா விடிஞ்சிருக்கு.
அதுக்குள்ள அவளெ பாத்தியா,இவளெ பாத்தியான்னு கேக்குறெ?”

“நீ தான் விடியகாலையிலெயே வீதி வீதியா,வீடு வீடா பேப்பர் போடுறெ.உன் கண்ணுல படாம இந்த ஊர்ல ஒரு பொண்ணும் இருக்க முடியாது. அதுதான் கேட்டேன்.”

“நான் போறது பேப்பர் போட,நீ சொல்றமாதிரி பொண்ணுங்களெ பாக்க இல்லெ? சரி நேரம் ஆயிடுச்சு. குளிச்சிட்டு வேலைக்கு போகனும்.”

டம்ளரை கீழே வைத்துவிட்டு,தனது மிதிவண்டியை எடுத்துக்கொண்டு வீட்டை நோக்கி போனான் வையாபுரி.

காட்சி 14
வீடு.
காலை - உள்ளே/ வெளியே.

வையாபுரி வீட்டிற்கு வெளியில் தட்டியால் மூடி இருக்கும் ஒரு சின்ன குளியல் அறையில் குளித்துவிட்டு, துண்டால் தலையை துவட்டிக்கொண்டு வீட்டினுள் நுழைந்தான்.

" அம்மா சாப்பிட என்ன வெச்சிருக்குறெ?"

"காலையில சாதம் தான் பண்ணி இருக்கேன்."

"ஏம்மா,கோதுமெ மாவை கரச்சு தோசை ஊத்தி இருக்கலாமில்லெ?"

"சரிடா,உனக்கு வேணுமுன்னா, ஊத்துட்டா?"

"ரெண்டே ரெண்டு தோசெ ஊத்து போதும்.சட்னி எல்லாம் அரைக்க வேண்டாம்.சாம்பாரே ஊத்துக்கிறேன்."

வையாபுரி உடை மாற்ற தொடங்கினான். அதற்குள் அவனது அம்மா அவனுக்கு தோசையை ஊற்றத்தொடங்கினாள்.

சற்று நேரத்தில் உடை மாற்றிவிட்டு,தரையில் பாய் விரித்து அமர்ந்தான். அதற்குள் அம்மா தோசையை தட்டில் போட்டுக்கொண்டு வந்தாள்.ஒரு சிறிய கிண்ணத்தில் சாம்பாரையும் கொண்டு வந்து வைத்தாள். வையாபுரி தோசையை பிய்த்து சாம்பாரில் தொட்டு சாப்பிடத் தொடங்கினான்.

"உங்க அப்பன் மட்டும் நம்ம கூட இருந்திருந்தா இன்னைக்கு நமக்கு இந்த நிலைமை வருமா?"

சட்டென முகம்சிவக்க கோபம் கொப்பளிக்க,

சுப்ரபாரதிமணியன்

” அந்த உதவாக்கரை ஆளெ பத்தி எங்கிட்ட பேசாதே. கையில்ல பணம் கிடச்சதும்,நம்மளெ விட்டுட்டு,உசிருக்கு பயந்து ஓடி போனான். அந்த ஆளோட சாவு எங்கையால தான் நடக்கும்.என்னைக்கு அந்த ஆளு என்கையில சிக்குறானோ? அன்னைக்கு அந்த ஆளுக்கு சாவு நிச்சயம்.”

“நீ கொல்ல உன் அப்பன் இன்னும் உயிரோட இருக்குறாரோ...இல்ல போய் சேந்துட்டாரோ? யாருக்கு தெரியும்?”

“அம்மா நீ வேணுமுன்னா பாத்துக்கோ,அந்தாளு இங்கெ வந்து,
எங்கையால தான் சாவபோறான்.இனி நீ அந்த ஆளெ பத்தி பேசக்கூடாது.அப்புறம் நான் என்ன செய்வேன்னு எனக்கு தெரியாது.”
கோபத்துடன் எழுந்து கைகழுவ போனான் வையாபுரி. அவன் சாப்பிட்ட தட்டை எடுத்துக்கொண்டு,சமையல் அறைக்குள் நுழைந்தாள் அம்மா.

காட்சி 15.
சே.ம.க அலுவலகம்.
பகல் - உள்ளே/ வெளியே.

வருவாய் துறை அமைச்சர் சிந்தனை ராஜனின் வாகனம் கட்சி அலுவலக வாயிலில் வந்து நின்றது. அதிலிருந்து சிந்தனை ராஜன் இறங்கி நேராக கட்சி அலுலகத்துக்குள் நுழைந்தார்.

கட்சி அலுவலகத்தில் ஏற்கனவே கண்ணாயிரம்

மற்றும் கட்சி எம்.எல்.ஏகள் அமர்ந்திருந்தார்கள். சிந்தனை ராஜனை பார்த்ததும் அனைவரும் வணக்கம் சொன்னார்கள். சிந்தனை ராஜனும் பதில் வணக்கம் சொல்லிவிட்டு,கண்ணாயிரம் அருகில் இருந்த நாற்காலியில் அமர்ந்தார்.

"என்ன கல்வி அமைச்சர், முதல்வர் வந்துட்டாரா?"

"வருவாய் வந்துட்டீங்க இல்லெ...இனி முதல்வர் உடனே வருவார்."
சொல்லி சிரித்தார் கல்வி அமைச்சர் கண்ணாயிரம். பதினைந்து வருடங்களுக்கு முன்னால் எதிரிகளாக இருந்த, கண்ணாயிரமும், சிந்தனை ராஜனும் இன்று நண்பர்கள். கடந்த தேர்தலில் அதிக வாக்குகள் பெற்ற இரண்டு வேட்பாளர்கள் இவர்களே...அதனால் அவர்கள் கேட்ட பதவியை இருவருக்கும் கட்சி தலைமை கொடுத்தது. அதன்படி கால்நடை அமைச்சராக இருந்த கண்ணாயிரம் கல்வி அமைச்சரானார்.

கால்நடைக்கு ஆசைப்பட்ட சிந்தனைராஜன் வருவாய்துறையை கேட்டு பெற்றுக்கொண்டார். இன்று இவர்கள் இருவரும் நெருங்கிய நண்பர்கள். அதுதான் அரசியல்.இப்படிதான் காட்சிகள் மாறும். அதை சரியாக உணராத முட்டாள்களால் தான் ஊதாரிகளும்,ஊழல்வாதிகளும் மீண்டும் மீண்டும் ஜெயித்து மந்திரிகளாகி முன்பைவிட அதிகமாக கொள்ளையடிக்க தொடங்குகிறார்கள்.

"சதாசிவம் தலைவர் வண்டி வந்துச்சா? இல்லையா?"

"பார்த்துட்டு வந்துடுறேன்."

கண்ணாயிரத்தின் பி.ஏ சதாசிவம் அறையை விட்டு வெளியே போனான்.அதன் பிறகு,கல்வி அமைச்சரும்,வருவாய் அமைச்சரும் மற்ற காரியங்களை பற்றி பேசத்தொடங்கினார்கள்.

காட்சி 16.
மருத்துவமனை.
காலை - உள்ளே/ வெளியே.

கன்னிமுத்து டாக்டர் அறைக்குள் நுழைந்தான்.

"வா கன்னிமுத்து. உட்கார்."

டாக்டர் எதிரில் இருந்த இருக்கையில் அமர்ந்தான்.

"என்ன ரெண்டே மாசத்துல ஆளு எளச்சு போயிட்டே. சரியா சாப்பிடதில்லையா?"

"முடியல டாக்டர்.எனக்கு இப்படி ஒரு வியாதி வருமுன்னு நான் எதிர்பாக்குல"

"கன்னிமுத்து இதெல்லாம்,தப்பான பொம்பளைங்ககிட்ட போய் தப்பு பண்ணும்ப யோசிச்சிருக்கனும்.இப்ப வியாதி வந்த பிறகு யோசிச்சு ஒரு பிரியோசனமும் இல்லெ. இப்ப நீ இருக்குறெ இந்த நிலையில,இந்த ஊரோட சூழ்நிலை உனக்கு ஒத்துவராது.
அதனால நீ கொஞ்ச நாளைக்கு குளிர் பிரதேசத்துக்கு போ.அதுதான் உன் உடம்புக்கு நல்லா இருக்கும்."

"குளிர் பிரதேசமுன்னா?"

"ஊட்டி,கொடைக்கானல்,ஏற்காடு மாதிரி இடம்.நல்ல வசதி இருந்தா,சிம்லா,சுவிட்சர்லாந்துன்னு கூட போலாம்."

"சரிங்க டாக்டர்"

டாக்டர் மீண்டும் கன்னிமுத்துவெ பரிசோதித்துவிட்டு,ஊசி போட்டார்.சில மாத்திரைகளை எழுதி கொடுத்தார்.

"கன்னிமுத்து,இதை மறக்காம குறிப்பிட்ட நேரத்துல சாப்பிடு. போற ஊர்ல உடம்புக்கு ஏதாவது பிரச்சனை வந்தா,நான் எழுதி தர்ற இந்த சீட்டை டாக்டர்கிட்ட காட்டுங்க.அவர் உனக்கான சிகிச்சையை தொடங்குவார்."
"சரிங்க டாக்டர்."

டாக்டர் சீட்டை எழுதிக்கொடுத்தார்.அதை வாங்கிக்கொண்டு அவரது அறையை விட்டு வெளியேறினான் கன்னிமுத்து.

காட்சி 17.
வீடு.
இரவு - உள்ளே/ வெளியே.

தனது வீட்டின் வெளியே இருக்கும் மைதானத்தில் சந்தோஷமாக அமர்ந்து மது அருந்தி கொண்டிருந்தார் கல்வி அமைச்சர் கண்ணாயிரம், அவருக்கு கம்பெனி கொடுத்து மது அருந்திக்கொண்டிருந்தார் வருவாய்துறை அமைச்சர் சிந்தனை ராஜன்.

“கண்ணாயிரம் நான் உன்னெ என்னமோ நெனச்சேன். ஆனா,நீ சும்மா தூள் கிளப்பீட்டெ”

பழைய கதையை சொன்னான் சிந்தனைராஜன்.

“எல்லாம் என்னோட பி.ஏ சதாசிவத்தோட மூளை தான்.அன்னைக்கு அப்படி ஒரு ஐடியாவை அவன் கொடுக்காட்டி,இன்னைக்கு நான் இப்படி வந்திருக்க முடியாது.நீயும் இந்த பதவியில இருக்கமுடியாது.”

சிந்தனைராஜன் அருகில் இருந்த சதாசிவத்தை பார்த்தார்.சதாசிவம் மெலிதாக புன்னகைத்தார்.

“ஒரு ஆணோட வெற்றிக்கு பின்னால ஒரு பொண்ணு இருப்பான்னு சொல்லுவாங்க.ஆனா,
கண்ணாயிரத்தோட வெற்றிக்கு பின்னால, இந்த சதாசிவம்.”

“இந்த கண்ணாயிரத்தோட கண்ணு மாதிரி,சதாசிவம்.”

“சார்,அப்படி எல்லாம் சொல்லாதீங்க.
இன்னைக்கு நான் இந்த அளவு வளர்ந்திருக்குறதுக்கு காரணம் நீங்க தான். நீ எங்க குலதெய்வம் மாதிரி.”

“ரொம்ப சந்தோஷமா இருக்கு கண்ணாயிரம்.பி.ஏ வெ புகழ்றெ மந்திரி.மந்திரியை தெய்வமா நெனக்குற பி.ஏ.”

“ரொம்ப புகழாதெ சிந்தனெ.இந்த சிக்கனெ சாப்பிடு.”

“சார் சிக்கன் கொஞ்சமா சாப்பிடுங்க. இப்ப முயல் பிரியாணியும்,முயல் ஃப்ரையும் வந்துடும்.”

இருவரும் மீண்டும் காலி டம்ளரில் மதுவை ஊற்ற தொடங்கினார்கள்.

காட்சி 18
உருளைகிழங்கு
தோட்டம்.
காலை - உள்ளே/ வெளியே.

உருளைக்கிழங்குகளை மண்ணிலிருந்து பெண்கள் தோண்டி எடுத்து,அங்காங்கே போட்டு செல்ல , அவர்களுக்கு பின்னால் சில பெண்கள் அவற்றை எல்லாம் ஓரிடத்தில் குவித்தார்கள். வையாபுரி மற்றும் மேலும் சில ஆண்கள் அந்த கிழங்குகளை எல்லாம் அள்ளிக்கொண்டு வந்து,தண்ணீரில் கழுவி,சணல் சாக்கு பைகளில் நிரப்பி மூட்டையாக கட்டினார்கள்.நீலகிரி மாவட்டத்தில் அதிக அளவு உருளைகிழங்கு மற்றும் கேரட்,பீட்ரூட் போன்ற மலை காய்கறி தோட்டத்தை படுகசமுதாயத்தை சார்ந்தவர்கள் தான் அதிகமாக பயிரிட்டார்கள். அவர்களின் தோட்டத்தில் தான் வையாபுரி போன்றவர்கள் வேலை செய்தார்கள்.படுக சமூகத்தை சேர்ந்த மக்கள் மிகவும் அன்பானவர்கள்.பழக இனிமையானவர்கள். இன, மத, மொழி வேற்றுமைகளை பார்க்காதவர்கள்.அனைவரையும் சமமாக எண்ணும் உயர்ந்த பண்புடையவர்கள். வையாபுரி வேலை செய்யும் தோட்டத்தின் உரிமையாளர் போஜன். அவருக்கு காய்கறி தோட்டம் மட்டுமல்லாது தேயிலை தோட்டமும் இருக்கிறது. வேலை முடிந்தவுடன் அவர்களின் கூலியை கொடுத்துவிடுவார்.

“வையாபுரி, கிழங்கெ எல்லாம் சாயங்காலம் லோட் ஏற்றி மேட்டுப்பாளையம் மண்டிக்கு அனுப்பீடனும்”

"அதெல்லாம் அஞ்சு மணிக்கே மூட்டையை ரெடி பண்ணீடுறோம். எப்படியும் லாரி வர ஏழு மணியாயிடும்."

" இன்னைக்கு ஆறுமணிக்கு இங்கெ வந்து லோடு ஏத்தீட்டு,அப்புறம் தான் சந்திரன் தோட்டத்துக்கு போவேன்னு டிரைவர் சொன்னார்."
"அஞ்சு மணிக்கு மேலே எப்ப வந்தாலும் மூட்டை ரெடியா இருக்கும்."

போஜனும், வையாபுரியும் பேசிக்கொண்டிக்கும் போதே,போஜனின் மனைவி புஷ்பலதா அம்மா தேனீர் எடுத்துக்கொண்டு வந்தார்.

"எல்லோரும் வந்து டீ சாப்பிட்டு போயிட்டு வேலெ பாருங்க."

பெண்கள் மற்றும் வேலையாட்கள் அனைவரும் தேனீர் அருந்த தோட்டத்தை விட்டு வெளியே வந்தார்கள்.

காட்சி 19.
மேட்டுப்பாளையம்
பேருந்து நிலையம்
பகல் - உள்ளே/ வெளியே.

கோவையிலிருந்து வந்த மேட்டுப்பாளையம் தனியார் பேருந்து, பேருந்து நிலையத்தில் புகுந்து நின்றது. பயணிகள் அனைவரும் இறங்கத் தொடங்கினார்கள்.

"டேய்,வரதா,அங்கெ பாரு கோத்தகிரி பஸ் நிற்குது. நீ ஓடிப்போய் சீட்டு பிடி.அதுக்குள்ளெ நான் ஃபாத்ரூம் போயிட்டு வந்துடுறேன்."

"சரிப்பா"

கோத்தகிரி பேருந்தை நோக்கி வேகமாக ஓடினான் வரதன்.

சிலர் நகர பேருந்தை நோக்கி போனார்கள். சிலர் கூடலூர் பேருந்து, சில ஊட்டி செல்லும் பேருந்து, இப்படியாக பயணிகள் அந்த பேருந்தில் இருந்து இறங்கி சென்று கொண்டிருந்தார்கள். கடைசியாக அந்த பேருந்தில் இருந்து இறங்கினான் கன்னிமுத்து. குன்னூர் பேருந்து நிற்கும் இடத்திற்கு வந்தான். அங்கே குன்னூர் செல்லும் பேருந்து இல்லை.

" என்னங்க குன்னூருக்கு எத்தனை மணிக்கு பஸ் வரும்?"

"இப்பதான் ஒரு பஸ் போச்சு. இன்னும் இருபது நிமிஷம் ஆகும். அதோ ஊட்டி போற பஸ் நிற்குது. அதுல ஏறி போயிடுங்க"

"பரவாயில்லைங்க. நான் சாப்பிடனும். சாப்பிட்டுட்டு வந்து, குன்னூர் பஸ்சிலயே போறேன்."

அங்கிருந்து நகர்ந்தான் கன்னிமுத்து. அவனது கண்கள் மதுக்கடை எங்கே இருக்கிறது என்று தேடத்தொடங்கியது. ஆனால் அவன் கண்களுக்கு சிக்கவில்லை. வேறு வழியில்லாமல், ஒருவரிடம் கேட்டான்.

" ஏங்க, இங்கெ பிராந்தி கடெ எங்கெ இருக்கு?"

அவன் கையை காட்டி, "இந்த இறக்கத்துல இறங்கி போங்க. கொஞ்சதூரம் போனதும் வலதுபக்கமா இருக்கும்."

அந்த ஆள் கைகாட்டிய பாதையில் போய், பிராந்தி கடையை அடைந்தான் கன்னிமுத்து.

காட்சி 20
மதுக்கடை.
பகல் - உள்ளே/ வெளியே.

மதுக்கடையில் மதுவாங்க ஆட்கள் வரிசையில் நின்றிருந்தார்கள். கன்னிமுத்துவும் வரிசையில் நின்றான். வரிசை வேகமாக நகர்ந்தது. அவனும் நகர்ந்து விற்பனையாளரை நெருங்கினான்.

"டிபிள் எக்ஸ் ரம் குவார்ட்டர் கொடுங்க."

ஐநூறு ரூபாய் நோட்டை நீட்டினான். விற்பனையாளர் பணத்தை வாங்கிக்கொண்டு, அவன் கேட்ட ரம்மையும், மீதி பணத்தையும் கொடுத்தான். வாங்கிக்கொண்டு நேராக மதுக்கடையை ஒட்டி இருந்த பாருக்குள் நுழைந்தான். ஒரு மேஜையில் போய் அமர்ந்தான்.

" என்ன வேணுங்க" பார் ஊழியரின் கேள்வி.

"தம்பி, ஒரு டம்பளர், கடிச்சுக்க கொய்யா கொடு. அப்புறம் தண்ணி பாட்டில் சின்னது ஒண்ணு."

அவன் ஆர்டரை வாங்கிக்கொண்டு நகர்ந்தான். சில நிமிடங்களில் கன்னிமுத்து கேட்டவற்றை கொண்டு வந்து கொடுத்தான்.

கன்னிமுத்து ரம் பாட்டிலின் கழுத்தை திருகி டம்ளரில் பாதி அளவு ஊற்றினான். மீதி தண்ணி ஊற்றி குடிக்கத் தொடங்கினான். மடக்மடக்கென்று குடித்துவிட்டு டம்ளரை கீழே வைத்தான். ஒரு துண்டு கொய்யாவை எடுத்து

கடித்தான்.பிறகு மெதுவாக மெல்லத் தொடங்கினான்.

"அண்ணே,வேற ஏதாவது வேணுமா?"

"ஒரு ஆப்பாயில் மட்டும் கொண்டு வா, போதும். "

பார் ஊழியன் நகர்ந்தான். கன்னிமுத்து மீதமுள்ள ரம்மை டம்ளரில் ஊற்றி, அதனுடன் தண்ணீர் கலந்தான். பிறகு எடுத்து குடித்தான்.அப்போது, ஆப்பாயிலை கொண்டு வந்து மேஜைமீது வைத்துவிட்டு,பில்லை சொன்னான். கன்னிமுத்து நூறு ரூபாய் நோட்டை எடுத்து கொடுத்துவிட்டு,

"மீதியை நீயே வெச்சுக்கோப்பா"

" சரி அண்ணே"

பார் ஊழியர் பில் பணத்துடன் அடுத்த மேஜையை நோக்கி நகர்ந்தான். கன்னிமுத்து மீதமுள்ள சரக்கை குடித்துவிட்டு,ஆப்பியிலை உடையாமல் சுருட்டி வாயில் போட்டுக்கொண்டான்.பிறகு அடுத்தவர்கள் திரும்பி பார்க்கும்படி ஒரு பெரிய ஏப்பத்தை விட்டுவிட்டு எழுந்து வெளியே வந்தான்.நேராக பேருந்து நிலையத்திற்கு சென்றான்.இவனுக்காக குன்னூர் பேருந்து காத்திருப்பது போல,அவன் உள்ளே நுழைந்ததும் பேருந்து நகரத்தொடங்கியது.கன்னிமுத்து வேகமாக ஓடி பேருந்தில் ஏறி கொண்டான்.பிறகு ஜன்னல் ஓரமாக இருந்த இருக்கையில் அமர்ந்தான்.காற்று வரும்படி ஜன்னலை திறந்து வைத்துக்கொண்டான். தனது கைக்கடிகாரத்தில் நேரத்தை பார்த்தான் மணி இரண்டு.

"டிக்கெட்"

"குன்னூர் ஒண்ணு"

நடத்துநர் டிக்கெட்டை கிழித்து கொடுத்தார். கன்னிமுத்து நூறு ரூபாய் நோட்டை நீட்டினான்.

"ஐம்பது ரூபாய் இல்லையா?"

"இல்லைங்க..."

"இப்படியே எல்லோரும் ஒரு டிக்கெட்டுக்கு நூறு ரூபாய் கொடுத்தா, நான் சில்லரைக்கு எங்கெ போவேன்?"

என்று சொல்லிக்கொண்டே மீதி பணத்தை கொடுக்க, வாங்கி தனது சட்டை பையில் போட்டுக்கொண்டான். பிறகு தனது கண்களை மூடியபடி, கடந்த காலத்தை நினைக்கத் தொடங்கினான் கன்னிமுத்து.

காட்சி 21.
சினிமா தியேட்டர்.
பகல் - உள்ளே/ வெளியே.

பதினைந்து வருடங்களுக்கு முன்பு,

அந்த திரை அரங்கில் காலை காட்சி படம் முடிந்து அனைவரும் வெளியே வந்து கொண்டிருந்தார்கள். வீதி எங்கும் ஒரே பரபரப்பாக இருந்தது. ம.சே.க கட்சி

அலுவலகத்திற்கு முன்னால்,
கால்நடை மந்திரி கண்ணாயிரத்தின் ஆதரவாளர் தீ குளித்து தற்கொலை செய்துக்கொண்டான் என்ற செய்தி தமிழகமெங்கும் காட்டு தீயாய் பரவி இருந்தது.

"என்ன மூர்த்தி இந்த காலத்திலும் இப்படி முட்டாள் பயலுக இருக்கானுங்களா?"

"எல்லாம் கட்சி வெறி.எவனோ கொள்ளையடிச்சு வாழ,இவனுங்க சாவுறானுங்க."
ஏற்கனவே,கண்ணாயிரத்து மேலே ஊழல் குற்றச்சாட்டு ஏகப்பட்டது இருக்கு. அப்படிப்பட்டவனெ காப்பாத்தெ இவனுங்க சாவுறானுங்க. நாளைக்கு இவன் குடும்பத்துக்கு எவன் கஞ்சி ஊத்துவான்."

அவர்கள் அப்படி பேசிக்கொண்டு,திரை அரங்கை விட்டு,பிரதான சாலைக்கு வந்துக்கொண்டிருந்தார்கள். சாலை எங்கும் போலீஸ் நின்றிருந்தது.கண்ணாயிரத்தின் ஆதரவாளர்கள் இறந்து போனவனுக்காக கடைகளை அடைக்க சொல்லி வற்புறுத்திக் கொண்டிருந்தார்கள்.

"இதுல இவனுங்க வேறெ? எவனுக்காகவோ எவனோ செத்தான். அவனுக்காக மத்தவங்கள வாழவிடாம,கடையெ அடைக்க சொல்றானுங்க. இவனுங்களெ போலீஸ் கண்டுகிறது இல்லெ."

"இதுதான் மூர்த்தி நம்மநாட்டு அரசியல்.
இதை எல்லாம் பார்க்கும்போது,பேசாம வெள்ளெக்காரனே இந்தியாவுல இருந்திருக்கலாம் போலன்னு தோணுது."
அவர்கள் பேசிக்கொண்டே சாலையை கடந்து போனார்கள்.

காட்சி 22.
கண்ணாயிரம் அலுவலகம்.
பகல் - உள்ளே/ வெளியே.

கண்ணாயிரத்தின் அலுவலகத்திற்கு முன்பு அவனுடைய ஆதரவாளர்கள் வாழ்க கோஷம் போட்டுக் கொண்டிருந்தார்கள். போலீஸ் குவிக்கப்பட்டிருந்தது. போலீஸ் கூட்டத்தை கலைந்து செல்ல சொல்லிக் கொண்டிருந்தார்கள்.

கண்ணாயிரம் தனது அறையில் அவனுக்கு வேண்டப்பட்ட சிலரும், கூடவே அவனது நிழலாக வாழும் பி.ஏ சதாசிவமும் இருந்தார்கள்.

"சதா, இது எப்படி உன்னால முடிஞ்சது? செத்தவன் யாரு?"

கண்ணாயிரம் ஆவலுடன் கேட்டார்.
"தலைவரே, அவன் தெருவில் திரியும் ஒரு பிச்சைக்காரன். அவனை பிடித்து விசாரித்தபோது,
அவனுக்கு சொந்தகாரங்க யாரும் இல்லெ. ஒரு அனாதை. ஆனாலும் பத்தாம் வகுப்பு வரை படித்திருக்கிறான். அவனை மூணு நாளைக்கு முன்னாலே நம்ம பாருக்கு கூட்டீட்டு வந்து, ஃபுல்லா தண்ணியை ஊத்திவிட்டு, கட்சி ஆபிஸ் முன்னால தீ குளிக்கிறேன்னு சொல்லி பெட்ரோலை ஊத்தீட்டு தீ குச்சியை மட்டும் தூரமா தள்ளி பத்தவை, அதுக்குள்ள நம்ம ஆளுங்க உன்னெ தடுத்து காப்பாத்திருவாங்கன்னு சொன்னேன்."

"அப்புறம் அவன் ஏன் நெருப்பெ உடம்புல பத்த வெச்சான்?"

“அவ எங்கெ தலைவரே பத்த வெச்சான். அவன் தீப்பெட்டியை உரசியவுடன் பக்கத்துல நின்னிட்டு இருந்த நம்ம பயலுக,நெருப்பு அவன் மேலெ விழுறபடி அவன் மேலெ மோதி அவன் உடம்பு தட்டி விட்டுட்டானுங்க.”

“சும்மா, சொல்லக்கூடாது. பி.ஏன்னா நீ தான் பி.ஏ.அதுசரி செத்தவன் பிச்சைக்காரன்னு தெரிஞ்சா,நமக்கு எந்த லாபமும் கிடைக்காதே?”

“அதுக்கும் ஒரு ஏற்பாடு பண்ணி இருக்கேன்.
நம்ம கட்சியோட தீவிரத்தொண்டன் கன்னிமுத்துவெ,நம்ம பாருக்கு மூணு நாளைக்கு முன்னாலயே வர வெச்சு. எங்கெயும் போகக்கூடாதுன்னு சொல்லி,புட்டியையும், ஒரு குட்டியையும் ஏற்பாடு பண்ணி இருக்கேன்.இப்ப நாம அவங்கிட்ட போறோம்.
மத்ததை அங்கெ சொல்றேன்.”

“நீ சொல்றது ஒண்ணும் புரியல.ஆனா,ஏதோ செய்யப்போறேன்னு மட்டும் தெரியுது. சரி வா கிளம்பலாம்.”

கண்ணாயிரமும்,பி.ஏ சதாசிவமும் அங்கிருந்து கண்ணாயிரத்திற்கு சொந்தமான ஈகிள் பாரை நோக்கி வாகனத்தில் செல்ல தொடங்கினார்கள்.

காட்சி 23
ஈகிள் பார்.
மதியம் - உள்ளே/ வெளியே.

அமைச்சரின் வாகனம் பார் போர்டிக்கோவில் போய் நின்றது.

“டிரைவர் நீ இங்கெயே இரு.யாராவது வந்து என்னை கேட்டாள்.நான் வரலன்னு சொல்லீடு.”

“சரிங்கய்யா”

கார் டிரைவர் முதலில் இறங்கி கதவை திறந்து விட,கண்ணாயிரம் இறங்கி வேகமாக பாருக்குள் சென்றார். அந்த பார் பணக்காரர்கள் மட்டுமே வரும் மிக உயர்தரமான பாராக இருந்தது.

அமைச்சர் தன்னுடைய ஒய்வறையை நோக்கி போனார்.பின்னால் சதாசிவம்.

“யாராவது வந்து அமைச்சரை கேட்டால்,அவர் தீக்குளித்து இறந்த கட்சி தொண்டரின் உடலை பார்க்க,மருத்துவமனைக்கு போயிருக்காருன்னு சொல்லனும்.”

சதாசிவம் அனைத்து பார் ஊழியருக்கும் கட்டளை பிறப்பித்தான். பிறகு அமைச்சரின் பின்னால் போய் அவரது அறைக்குள் நுழைந்தான்.

“சதா,நம்ம பிராண்டெ கொண்டு வர சொல்லு. அப்புறம் அந்த பயலெ கூட்டீட்டு வா.ஆமா அவங்கூட இருக்குறெ குட்டி யாரு?”

“அது நம்ம வளசரவாக்கம் ஜரினா”

“அவளா,அவ நல்ல சிவப்பா குண்டா இருப்பாளே?”

“அவனுக்கு அவளெ தான் பிடிச்சதுன்னு சொன்னான். உடனே அவளெ வர சொன்னேன் வந்துட்டா.”

“அவளெ அனுப்பி வெச்சிடு.அவனெ கூட்டீட்டு வா”

“சரி தலைவரே”

கண்ணாயிரத்தின் அறையில் இருந்து வெளியே வந்தான் சதாசிவம்.அங்கிருந்த படிக்கட்டில் ஏறி,வலது புறமாக திரும்பி,இடது புறம் இருந்த அறை கதவை தட்டினான். சற்று நேரத்திற்கு பிறகு கதவு திறந்தது. லுங்கியை சரிசெய்தபடி நின்றிருந்தான் கன்னிமுத்து.

“என்ன கன்னிமுத்து மூணுநாளா ஓயாத வேலை போல தெரியுது?”

கன்னிமுத்து சிரித்தான். சதாசிவம் அறையினுள் நுழைந்தபடி,

“எங்கெ ஜரினா?”

“ ஃபாத் ரூமுக்கு போயிருக்கா.”

ஃபாத்ரூம் கதவு திறந்து ஜரினா வெளியே வந்தாள்.

“ஜரினா நீ கிளம்பு. வெளியில எங்கெயும்,மூணுநாள் இங்கெ இவன்கூட இருந்த விசயத்தெ யாருகிட்டையும் சொல்லக்கூடாது. அப்படி சொன்னா என்ன ஆகுமுன்னு உனக்கு நான் சொல்ல வேண்டாம். மந்திரியெ பத்தி தெரியும் தானே?”

"நான் யார்கிட்டயும் சொல்லமாட்டேன். "

சதாசிவம் தன் பர்ஸில் இருந்து,பணத்தை எடுத்து அவளிடம் கொடுத்தான்.அதை வாங்கியவள் தனது தோள்பேக்கை எடுத்து தோளில் மாட்டிக்கொண்டு அந்த அறையில் இருந்து வெளியேறினாள்.

"என்ன பி.ஏ சார்.மூணு நாளா ஊர்ல என்ன நடக்குதுன்னு கூட தெரியாம இந்த அறையில வாழ்ந்துட்டேன். இந்த ஏற்பாடெல்லாம் எதுக்குன்னு எனக்கு எதுவும் புரியல."

"அமைச்சர் வந்திருக்குறாரு.அவர் உனக்கு எல்லாத்தையும் தெளிவா புரியவைப்பார் வா. "

"அமைச்சர் வந்திருக்கிறாரா?"

"ஆமா,அவரெ பாக்கதான் போறோம் வா."

இருவரும் அந்த அறையை விட்டு வெளியே வந்து,அமைச்சர் இருக்கும் அறையை நோக்கி நடந்தார்கள்.

காட்சி 24
மந்திரி அறை.
மதியம் - உள்ளே/ வெளியே.

கதவை சதாசிவம் தட்டினான்.
"உள்ளெ வா"
சதாசிவம் கதவை திறந்து உள்ளே நுழைய,அவருக்கு

பின்னால் கன்னிமுத்து நுழைந்தான். மந்திரியை பார்த்தவுடன் வணக்கம் சொன்னான்.

"வணக்கம் கன்னிமுத்து.
உண்மையிலேயே நீ பெரிய ஆளுதான் போ. நம்ம பி.ஏ வே உனக்கு ஜரினாவெ ஏற்பாடு பண்ணுறார்னா பாரு?"

"அதுதான் எனக்கே புரியல?"

"இப்ப புரியும். சதாசிவம் டிவியை போடு"

சதாசிவம் டிவியை ஆன் செய்தார்.

"கன்னிமுத்து செய்தியை நல்லா கேளு."

"இன்று காலை மக்கள் சேவை கட்சி அலுவலகத்திற்கு முன்னால், கால்நடைதுறை அமைச்சருக்கு ஆதரவாக தீ குளித்து இறந்தவர் யார் என்ற தகவலை இன்னும் அரசு தரப்பில் கூறப்படவில்லை. பிரேத பரிசோதனை முடிவுக்கு பிறகுதான் யார் என்பது தெரியும் என மருத்துவமனை வட்டாரங்கள் தெரிவிக்கின்றன."

"ஐயா இது எப்ப நடந்தது?"

"இன்னைக்கு காலையில?"

"நான் இப்ப என்ன பண்ணனும்?"

"செத்தவன் அடையாளம் இதுவரைக்கும் யாருக்கும் தெரியல.

இனி தெரியவும் போகாது. ஆனால், செத்தவன் என்னோட விசுவாசின்னு நிருபிச்சாதான் எனக்கு மரியாதை. அதனால..."

"அதனால..?"

"செத்தவன் நீ தான்னு நாங்க அடையாளப்படுத்த போறோம். உனக்கு பத்து லட்சம் ரூபாய் தரேன். இன்னைக்கே நீ இந்த ஊரெவிட்டு போயிடு. இல்லாட்டி உன்னையும் எரிச்சிட்டு, அந்த பிணத்துக்கு பதிலா உம் பிணத்தை மாத்திடுவோம். கொடுக்குறெ பணத்தெ வாங்கீட்டு ஊரெ விட்டு போறியா? இல்ல.பிணமா மார்ச்சுவரிக்கு போறியா?"

"நீங்க சொன்ன பணத்தெ கொடுங்க.நான் இப்பவே கிளம்புறேன்."

"இது... இது புத்திசாலித்தனம்..."

"சதாசிவ உடனே பணத்தெ கொடுத்து இவனெ பார்டர் கடத்திவிடு...யார் கண்ணிலும் படாம..."

"கன்னிமுத்து,நம்ம வண்டியிலெ நீ கிளம்பு.நேர வீட்டுக்கு போயிட்டு விபரத்தை சொல்லீட்டு,இதே வண்டியிலெ வந்திடு.அப்புறம் உன்னெ எந்த ஊருக்கு அனுப்புறதுன்னு முடிவு பண்ணுறோம்."

"சரிங்க."

சதாசிவம் கன்னிமுத்துவெ கூட்டீட்டு வெளியே

வந்து,டிரைவரிடம் சொல்லி காரில் அனுப்பி வைத்தான்.

“தியாகு கார் கண்ணாடியை ஏத்திவிடு,
கன்னிமுத்துவெ யாரு கண்ணிலும் படாம கூட்டீட்டு போயிட்டு,திரும்பவும் கூட்டீட்டு வந்திடுடு.”

கார் அங்கிருந்து வேகம் எடுத்தது.அப்போது திடீரென ஒரு லாரி எதிரே வர சடாரென பிரேக் அடித்தார் தியாகு.

சற்று கண்களை மூடியபடி பின்சீட்டில் அமர்ந்திருந்த கன்னிமுத்து கண்விழித்து பார்த்தான்.அப்போது அவன் பயணித்த பேருந்து காட்டேரி கொண்டை ஊசி வளைவில் திரும்பிக் கொண்டிருந்தது.தனது கடந்த கால நினைவிலிருந்து,சுய நிலைக்கு வந்தான்.

“ குன்னூர் எப்ப வரும்”

பக்கத்தில் இருந்த வாலிபனிடம் கேட்டான் கன்னிமுத்து.

“இன்னும் பத்து நிமிஷத்துல வந்திடும் “

ஏதோ நினைத்தவனாக அமைதியானான் கன்னிமுத்து. பேருந்து குன்னூரை நெருங்கிக் கொண்டிருந்தது.

காட்சி 25.
சாலை.
மாலை - உள்ளே/ வெளியே.

வையாபுரி தோட்டத்து வேலை முடிந்து,சம்பளம்

வாங்கிக்கொண்டு,தன் நண்பர்களுடன் சேர்ந்து சாலையில் நடந்து வந்து கொண்டிருந்தான்.

"சிவக்கொழுந்து,இந்த வாரம் நீ ரெண்டு நாள் லீவு போட்டுட்டே?"

"ஆமா,சொந்தகாரங்க வீட்டு விசேஷம் மேட்டுப்பாளையத்துல நடந்தது.அதுக்கு போயிருந்தேன். அதுதான்,லீவு."

"ஏண்டா,வையாபுரி உனக்கு ஏதோ பொண்ணு பார்த்ததா கேள்விப்பட்டேன்?"

" எங்க அம்மாவுக்கு வேறெ வேலையில்லெ. பொண்ணு பார்த்துட்டு திரியுது? இப்பவே கல்யாணம் பண்ணீட்டு என்னத்தெ பண்ணுறது?"

"டேய் உங்க அம்மாவுக்கு தான் உடம்பு சரியில்லையே. அதனால தான் ஏதாவது நல்ல பொண்ணா அமைஞ்சா, உனக்கு கட்டி வெச்சிடலாமுன்னு நெனக்கிறாங்க."

" எனக்கு இப்ப கட்டிக்கிற ஐடியா இல்லெ."

அவர்கள் பேசிக்கொண்டே வண்டிச்சோலை பஸ் ஸ்டாப்புக்கு வந்துவிட்டார்கள்.பிறகு மூவரும் அங்கிருக்கும் தேனீர் கடைக்குள்ளே நுழைந்தார்கள்.

"ஏட்டா, சூடா மூணு டீ போடுங்க."

"உட்காருங்க போடுறேன்."

மாதவன் நாயர் தேயிலையை மாற்றிவிட்டு,புதிய தேயிலையில் மூவருக்கும் டீ போட்டு கொடுத்தார்.

“சாப்பிட பன் ஏதாவது வேணுமா?”

“வேண்டா ஏட்டா, குளிர் அடிச்சது.அதுதான் ஒரு டீ சாப்பிட்டுட்டு போயிடலாமுன்னு வந்தோம்.டீ குடிச்சிட்டு அப்படியே வீட்டுக்கு போறதுதானே?”

“வையாபுரி,உங்க அம்மா எப்படி இருக்கா?”

அவர்களுக்கு எதிரில் அமர்ந்து டீ குடித்துக்கொண்டிருந்த,ராமன் ஐயா கேட்டார்.

“நல்லா இருக்காங்க ஐயா?”

“ இப்ப தோட்டத்து பக்கமே உங்க அம்மா வர்றதில்லை.”

“அடிக்கடி தலை சுத்துதுன்னு சொல்றாங்க.அதுதான் நான் இல்லாம வெளியெ எங்கெயும் போறதில்லெ.”

“நான் கேட்டதா சொல்லு”

“சரிங்கய்யா”

“சிவக்கொழுந்து காலி டம்ளரை மேஜை மீது வைத்துவிட்டு, எழுந்தான்.மூன்று டீக்கு காசை நாயரிடம் கொடுத்தான். பிறகு மூவரும் அங்கிருந்து கிளம்பினார்கள்.

"டேய்,போய் குளிச்சிட்டு,எத்தனை மணிக்கு வரெ?"

"எட்டு மணிக்கு வந்துடுறேன்"
"வையாபுரி நீ...?
" நானும் எட்டுமணிக்கு வந்துடுறேன்."

மூவரும் பேசிவிட்டு, வண்டிசோலை பேருந்து நிலையத்தில் இருந்து அவரவர் வீட்டிற்கு போகும் பாதையில் பிரிந்து சென்றார்கள்.

காட்சி 26.
குன்னூர் பேருந்து
நிலையம்.
மாலை - உள்ளே/ வெளியே.

மேட்டுப்பாளையம் பேருந்து, குன்னூர் பேருந்து நிலையத்தில் வந்து நின்றது. பயணிகள் அனைவரும் இறங்கத் தொடங்கினார்கள். கன்னிமுத்துவும் இறங்கினான். அவனுக்கு பசி வயிற்றை கிள்ளியது.மதியம் சரக்கடித்த பிறகு,மதிய உணவு சாப்பிடாமல் பேருந்தில் ஏறி அமர்ந்து விட்டான்.அதனால் இப்போது அவனுக்கு அதிகமாக பசிக்கத் தொடங்கியது. பேருந்திலிருந்து இறங்கியவன் நேராக அருகில் இருந்த உணவகத்தில் நுழைந்தான்.

கையை கழுவிவிட்டு,ஒரு மேஜை அருகில் அமர்ந்தான்.

" என்ன சாப்பிடுறீங்க?"

" புரோட்டா இருக்கா?"

"இருக்கு,"

"மூணு புரோட்டா கொடுங்க.அப்புறம் நான்வெஜ் குருமா கொடுங்க "

உணவக ஊழியர், உள்ளே சென்றார். கன்னிமுத்து ஜக்கில் இருந்து தண்ணீரை டம்ளரில் ஊற்றி,குடித்தான். அப்போது புரோட்டாவை கொண்டு வந்து மேஜைமீது வைத்தான் சர்வர். கன்னிமுத்து அதில் குருமாவை ஊற்றி,பிய்த்து உண்ணத் தொடங்கினான். சிறிது நேரத்தில் சாப்பிட்டுவிட்டான். எழுந்து கையை கழுவிவிட்டு,கேசியரிடம் சாப்பிட்ட பில்லை கொடுத்தான்.

"தம்பி,இங்கெ பப்ளிக் பூத் எங்கெ இருக்கு?"

"அண்ணே,அதோ,பஸ் ஸ்டாண்ட் முன்னாலயே இருக்கு போங்க."

"சரிங்க தம்பி"

அங்கிருந்து பேருந்து நிலையத்திற்கு அருகில் இருந்த பொது தொலைபேசிக்கு சென்று,ஒரு எண்ணிற்கு போன் செய்தான்.எதிர்முனையில் போனை எடுத்து பேசினார்.

"கன்னிமுத்து வந்துட்டியா?"

"இப்பதாம்பா வந்தேன்."

"எங்கெ நின்னு பேசுறெ?"

சுப்ரபாரதிமணியன்

“ பஸ் ஸ்டாண்டுக்கு முன்னால இருக்குறெ பூத்துல இருந்துதான் பேசுறேன்.”

“அங்கேயே வெளியெ வந்து நில்லு.அஞ்சு நிமிஷத்துல வந்துடுறேன்.”

“ சரிப்பா”

போனை கட் செய்து விட்டு,பூத்துக்கு வெளியே வந்து,அவனது கர்நாடக நண்பன் சாரதிக்காக காத்துக் கொண்டிருந்தான் கன்னிமுத்து.குளிர் இப்போது நன்றாக அடிக்கத்தொடங்கியது. தன் தோளில் இருந்த பையை கழற்றி,ஒரு திட்டு மீது வைத்து விட்டு,சாரதி எந்த சாலையில் வருவான் என்று தெரியாமல், ஒவ்வொரு சாலையாக மாறிமாறி கண்களால் சாரதியை தேட ஆரம்பித்தான்.

காட்சி 27.
மதுக்கடை.
இரவு - உள்ளே/ வெளியே.

வையாபுரி தனது நண்பர்களுடன் மதுக்கடை பாரில் அமர்ந்து மது அருந்திக் கொண்டிருந்தான்.

“டேய் நாளைக்கு எங்கெ படத்துக்கு போகலாம்?”

“இது ஒரு கேள்வியா?”

“நாளைக்கு பன்னெண்டு மணி ஷோ,’ சின்னதம்பி படம்

பாக்குறேன்."
"அது ஓட்டுப்பட்டறை ஜெவனாலயாவுல தானே ஓடுது?"

"ஆமா... "

"அப்ப இங்கெ இருந்து ஒம்பது மணிக்கே கிளம்பீடனும். இல்லாட்டி டிக்கெட் கிடைக்காது."

சொன்னமாதிரி படம் ஃபுல்லா போயிட்டு இருக்கு. அதுவும் நாளைக்கு ஞாயிற்று கிழமை.சொல்லவா வேணும்?"

இவர்கள் இங்கு பேசிக்கொண்டிருக்கும் அதே வேளையில், குன்னூர் பஸ் நிலையம் அருகில் டி.டி. கே ரோட்டில் இருக்கும் மதுபான கடை பாரில்,கன்னி முத்துவும்,சாரதியும் மது அருந்திக்கொண்டிருந்தார்கள்.

"உன்னெ நம்பிதான் நான் குன்னூர் வந்திருக்கிறேன். எனக்கு இங்கெ யாரையும் தெரியாது.பழைய இடத்துக்கு போய்தான் இந்த இடத்தோட விலாசத்தை வாங்கீட்டு வந்தேன்."

"அதெல்லாம் கண்டுபிடிச்சிடலாம். ஒண்ணும் பயப்பட வேண்டாம்.ஆமா,நீ ஏன் இவ்ளோ நாளா அவங்களை தொடர்பு கொள்ளாம இருந்துட்டெ?"

"அன்னைக்கு எங்கிட்ட நிறைய பணம் இருந்தது.இளமை இருந்தது.கண்டுக்காம போயிட்டேன்.
இன்னைக்கு எங்கிட்ட எச்.ஐ.பி (பாலியல் நோய்) தான் இருக்கு.சாவுறதுக்கு முன்னாடி மன்னிப்பு கேட்க

தேடுறேன்."

"நீ ஏன் இங்கெ தமிழ்நாட்டெ விட்டு போனே?"

"எல்லாத்துக்கும் காரணம்.அன்னைக்கு கால்நடை மந்திரியா இருந்து,இன்னைக்கு கல்வி அமைச்சரா இருக்குறெ கண்ணாயிரம் தான்."
"எனக்கு ஒண்ணுமே புரியல"
"புரியும் படியா சொல்றேன்."

கன்னிமுத்து சதாசிவம் அவனை வீட்டில் இறக்கிவிடும் வரை உள்ளெ கதையை சொன்னான்.

"போதும்...போதும்...
இங்கெ இதுக்குமேலே சொல்லவேண்டாம். இனி கட்சிகாரனுங்க வர்ற நேரம்.மத்ததை வீட்டுல போய் பேசிக்கலாம்"

"அதுவும் சரிதான்."

கன்னிமுத்து அத்துடன் நிறுத்திக்கொண்டான். இருவரும் எழுந்து,பாரை விட்டு வெளியே வந்தார்கள்.

காட்சி 28.
வீடு.
காலை - உள்ளே/ வெளியே.

வையாபுரி வழக்கம்போல காலையில் எழுந்து குளிக்க சென்றான்.

“டேய்,காபி டேபிள் மேலெ வெச்சிருக்கேன்”

குளித்துவிட்டு உள்ளே நுழைந்தான் வையாபுரி.

“ ஏம்மா,அதுக்குள்ளெ காபி போட்டு வெச்சுட்டியா? துணி மாத்துறதுக்குள்ள ஆயிடும்?”

“குடிச்சிட்டு போய் துணியை மாத்து.அதுகூட நான் சொல்லி தரனுமா?”

“அம்மா,அந்த ஆளெ பத்தி பேசாதெ.அந்த ஆளு மட்டும் கையிலெ கிடைக்கட்டும்,அப்புறம் என்ன நடக்குது பாரு?”

“நீ எப்படி அந்த ஆளெ கண்டுபிடிப்பெ?”

“நான் கண்டுபிடிச்சிட கூடாதுன்னு தானே,அந்த ஆளோட ஒரேஒரு போட்டோவையும் கிழிச்சு போட்டுட்டெ?”

“வந்து சாப்பிட்டுட்டு, ஏதோ படத்துக்கு போறேன்னு சொன்னையே,
போயிட்டு வா”

“அந்த ஆளெ பத்தி பேசினா உடனே பேச்செ மாத்திடுவெ?” சொல்லிக்கொண்டே காபி குடித்த காலி டம்ளரை கீழே வைத்துவிட்டு, உடைமாற்ற சென்றான் வையாபுரி.

அதற்குள் காலை டிபனை ரெடி செய்து கொண்டு வந்து பாய் விரித்து வைத்தாள் அம்மா மருதாயி.

“வையாபுரி டிபன் வெச்சிருக்கேன் போட்டு சாப்பிடு,நான் முத்தம்மா வீடுவரைக்கும் போயிட்டு வரேன்.”

“சரிம்மா”

சாப்பிட தட்டு,தண்ணீர் செம்பு எல்லாவற்றையும் எடுத்து பாய் அருகே வைத்துவிட்டு, முத்தம்மா வீட்டிற்கு செல்ல வெளியே வந்தாள் மருதாயி.

காட்சி : 29
சாரதி வீடு.
காலை - உள்ளே/ வெளியே.

சாரதியும், கன்னிமுத்துவும் டிபன் சாப்பிட உட்கார்ந்தார்கள். சாரதியின் மனைவி புஷ்பா அவளுடைய அம்மா வீட்டிற்கு விழாவுக்கு சென்றிருக்கிறாள்.அதனால் வீட்டில் சாரதி மட்டும் தான் இருந்தான்.

“ கன்னிமுத்து நேத்து நீ ரொம்ப ஓவரா குடிசிட்டே”

“அதெல்லாம் இல்லப்பா.மதியானம் மேட்டுப்பாளையத்துல சரக்கு சாப்பிட்டுட்டு மதிய சாப்பாடு சாப்பிடாம வந்துட்டேன்.
அப்புறம் ராத்திரி திரும்பவும் சரக்கடிச்சதும் கொஞ்சம் ஓவரா போயிடுச்சு.இப்ப ஒரு குளியல் போட்டதும் எல்லா சரியாயிடுச்சு.”

இட்லியை எடுத்து தட்டில் வைத்துக்கொண்டான் கன்னிமுத்து.சாரதி தக்காளி குழம்பை ஊற்றிக்கொடுத்தான்.

“ நேத்து பாதி கதையெ சொன்னே,மீதியை இப்ப சொல்லு “

கன்னிமுத்து தனது பழைய கதையை விட்ட இடத்தில் இருந்து தொடர்ந்தான்.

0

" நான் நேரா வீட்டிற்கு போனேன்.அப்ப என்னோட சம்சாரம் வீட்ல இல்லெ.உடனே நான் எல்லாம் விசயத்தையும் ஒரு லெட்டர்ல விபரமா எழுதி வெச்சுட்டு வந்துட்டேன். ஆனா பணம் எதுவும் நான் வீட்ல வைக்கல. அதுக்கப்புறம் மந்திரியோட பி.ஏ சதாசிவம் என்னெ அவங்க கார் டிரைவர் மூலமா கர்நாடக பார்டர்ல இறக்கி விட்டுட்டாங்க.வடநாட்டு பக்கமா போயிடு.இனி தமிழ்நாட்டெ மறந்திடுன்னு சொல்லி அனுப்பீட்டாங்க. நானும் கைநிறைய பணம் இருந்ததால,குட்டியும்,புட்டியுமா வாழ்க்கையை ஜாலி பண்ணினேன்.

அப்படி அஞ்சு வருஷம் போயிடுச்சு.அதுக்கப்புறம் ஒரு கன்னட பொண்ணெ பார்த்து கல்யாணம் பண்ணினேன். நான் செய்த பாவமோ என்னமோ எங்களுக்கு குழந்தெ பிறக்கல. அவளும் ரெண்டு வருஷத்துக்கு பின்னாடி இறந்துட்டா,இப்ப எனக்கு அந்த நோயும் பரவீடுச்சு. கடைசியா சாவுறதுக்கு முன்னாடி என் சம்சாரத்தெ ஒருமுறை தூரத்தில் இருந்து பாத்திடலாமுன்னு சொந்த ஊருக்கு வந்தேன்.ஆனா அவ உயிரோட இருக்கா,குன்னூருக்கு போயிட்டாங்கன்னு சொன்னாங்க.அதுதான் இப்ப உம்முன்னால நான் நிக்கிறேன்."

"கன்னிமுத்து, இருந்தாலும் நீ பண்ணினது கொடும மட்டும் இல்ல. துரோகமும் கூட பதினைஞ்சு லட்சத்தெ வாங்கீட்டு உம் பொண்டாட்டியெ நடுதெருவுல விட்டுட்டு போன நீ எப்படி அவளெ திரும்பவும் பார்க்க ஆசப்படுறெ?"

" கடைசியா அவகிட்ட மன்னிப்பு கேட்கனும்?"

"சாவுகிற காலத்துல நீ கேக்குறெ மன்னிப்பால எந்த பிரியோசனமும் இல்ல.இருந்தாலும் உம் மனைவியை கண்டுபிடிக்க நான் உதவுறேன். இப்ப சாப்பிடு."
கன்னிமுத்து இட்லியை பிய்த்து சாப்பிட்டான். சாரதியும் சாப்பிடத் தொடங்கினான்.

காட்சி 30
தியேட்டர்.
பகல் - உள்ளே/ வெளியே.

ஜெவனாலாயா திரையரங்கில் பகல் காட்சியை பார்த்துவிட்டு,
தனது நண்பர்களுடன் வெளியே வந்தான் வையாபுரி.

வெளியில் அடுத்த காட்சிக்கு வெளியில் கூட்டம் காத்துக்கொண்டிருந்தது. திரையரங்கில் இருந்து வெளியே வந்தவர்கள் ஒவ்வொருவரும் ஒவ்வொரு பாட்டை முணுமுணுத்தனர்.வையாபுரி ,' தூளியிலே ஆடவந்த வானத்து மின்விளக்கே..." என்ற பாடலை முணுமுணுத்தான்.

ஓட்டுப்பட்டறை விநாயகர் கோவில் பேருந்து நிறுத்தத்தில் நண்பர்களுடன் நின்றிருந்தான் வையாபுரி. அருகில் இருந்த கடையில்,

“ஏங்க குன்னூர் போக இப்ப பஸ் வருமா?”

“மூணே காலுக்கு பழைய அருவங்காடு பஸ் வருங்க”
ரமேஷ் தனது கைக்கடிகாரத்தை பார்த்தான்.மணி இரண்டு ஐம்பத்தைந்து.

“வையாபுரி பஸ் வர இன்னும் இருபது நிமிஷம் இருக்கு. அதுக்குள்ள ஒரு டீ சாப்பிடலாமா?”

அப்போது ஜெவனாலயா தியேட்டரில் பெல் அடிக்கும் சத்தம் கேட்டது.

“தியேட்டர்ல அடுத்த ஷோ போட்டுட்டாங்க போல.பெல் சத்தம் இங்கெ வர கேட்குது.சரி வா டீ சாப்பிடலாம்.”

மூவரும் அருகில் இருந்த சிவானந்தா டீக்கடையில் டீ சாப்பிட சென்றார்கள். கடைக்குள் சென்றால் அங்கேயும் கூட்டம்.காரணம் ஓட்டுப்பட்டறையில் இரண்டு டீக்கடைகள் தான் உள்ளது.ஒன்று அன்னை இல்லம். மற்றொன்று சிவானந்தா டீ ஸ்டால்.

தியேட்டருக்கு போவோரும், வருவோரும் அதிகமாக டீ சாப்பிடுவது இங்கே தான். அதனால் இங்கு கூட்டம் சற்று அதிகமாக இருக்கும்.அதுவும் ஞாயிற்றுக்கிழமை என்றால் இன்னும் அதிகமாக இருக்கும்.

"அண்ணே மூணு டீ"

"சாப்பிட ஏதாவது வேணுங்களா?"

"மூணு பருப்புவடை கொடுங்க."

"சாந்தி மணி மூணு ஆயிடுச்சு.படம் போட்டிருப்பாங்க சீக்கிரம் டீயெ குடி" கணவன் மனைவியிடம் சொன்னான்.

காட்சி 31
வீதி.
மதியம் - உள்ளே/ வெளியே.

பெட்போர்ட் தபால்நிலையம் அருகில் உள்ள வீதியில் சாரதியும்,கன்னிமுத்துவும் மனைவி வீட்டு விலாசத்தை தேடினார்கள். யாருக்கும் தெரியவில்லை.

"என்ன கன்னிமுத்து. அட்ரஸ் சரிதானே?"

"நாங்க ஏற்கனவே இருந்த இடத்தில் இந்த விலாசத்தை

தான் கொடுத்தார்கள். பெட்போர்ட் போஸ்ட் ஆபிஸ் பக்கத்து வீதி தான்னு சொன்னாங்க."

"ஆனா,இங்கெ ஒருத்தருக்கும் அது தெரியலையே.அப்ப வேறெ எங்காவது குடி மாத்தி போயிருப்பாங்களோ?"

"தெரியலையே?"

"விலாசம் இல்லாம எப்படி தேடி கண்டு பிடிக்கிறது?

"ஒண்ணும் புரியலையே."

மீண்டும்இருவரும், டாலிங்டன், ஆழ்வார்பேட்டை, சிம்ஸ்பார்க ஏரியா என்று ஏறக்குறைய எல்லா இடத்திலும் விசாரிக்க தொடங்கினார்கள்.

"அப்படி யாரும் இங்கெ புதுசா குடி வர்ல."

இடங்கள் வேறெயாக இருந்தாலும் பதில் ஒன்றாக இருந்தது.

"தெரியல.குடி வர்ல..."

இப்படியான பதில்கள் மட்டுமே கிடைத்தது.

ஆனால்,ஒரு வீட்டில் இருந்த பெண்மணி மட்டும்,

"நீங்க சொல்றமாதிரி பெட்போர்ட் போஸ்ட் ஆபிஸ் வீதியில இரண்டு வருஷத்துக்கு முன்னாடி ஒரு அம்மா குடியிருந்தாங்க.அங்கெ பக்கத்துல கட்டிட வேலெ

செய்யும்ப பாத்திருக்கிறேன்.ஆனா நீங்க தேடுறவங்க தான் அவங்களான்னு எனக்கு தெரியல.ஏதாவது போட்டோ இருந்தா கட்டுங்க பாத்து சொல்றேன்"

" போட்டோ ஏதும் இல்லைங்களே"
"அப்புறம் எப்படி உறுதியா சொல்லமுடியும்?"
"சரி அவங்க இப்ப எங்க குடி மாறி போனாங்க. கொஞ்ச யோசிச்சு சொல்லுங்க."

"நான் வேலெ செய்யுற வரைக்கும் அங்கெ தான் இருந்தாங்க.ஆனா,இப்ப எங்க இருக்குறாங்கன்னு தெரியல. குன்னூர் ஏரியாவுல தான் இருக்குறான்னு மட்டும் உறுதியா தெரியும்."

"அதெப்படி போனா வாரம் கூட அந்த அம்மாவெ நான் மார்கெட்ல பார்த்தேன்.அவங்க என்னெ பார்த்து சிரிச்சாங்க. நானும் பதிலுக்கு சிரிச்சிட்டு போயிட்டேன்."

கன்னிமுத்து சாரதியை பார்த்தான்.

"இங்கெ பாரும்மா.இனி எப்பவாவது அவங்களெ பார்த்த,இந்த விலாசத்தை கொடுத்து, அவங்க வீட்டுக்காரரர் கன்னிமுத்து. இந்த விலாசத்துல இருக்குறதா சொல்லுங்க"

சாரதி தனது விலாசத்தை ஒரு காகிதத்தில் எழுதி கொடுத்தார்.அந்த பெண்மணி அதை வாங்கிக்கொண்டாள்.

"நன்றிம்மா. மறந்துடாதீங்க"
கை எடுத்து கும்பிட்டான் கன்னிமுத்து.பதிலுக்கு அந்த பெண்மணியும் அவர்களுக்கு வணக்கம் சொன்னாள்.

காட்சி 32
மார்கெட்
மாலை - உள்ளே/ வெளியே

வையாபுரியும் ரமேஷும் வீட்டுக்கு வேண்டிய காய்கறிகளை குன்னூர் மார்க்கெட்டில் வாங்கி கொண்டிருந்தார்கள்.

“ஏண்டா,ஒரு வாரத்துக்கு வாங்குறீங்களா? இல்லை ஒரு மாசத்துக்கு வாங்குறீங்களா?”

“அவ்ளோ தாண்டா மாப்ளே. இதெ முடிச்சிட்டு,அப்படியே சரக்கு கடைக்கு போறோம்.சரக்கு அடிக்கிறோம்.ஏழுமணி கோத்தகிரி பஸ்ல ஏறி வீட்டுக்கு போறோம்.”

“ இதெ தாண்டா அரைமணி நேரமா சொல்லீட்டு இருக்குறீங்க.ஆனா இன்னும் வாங்கி முடிக்கல...”

அவன் பேசிக்கொண்டே இருக்க...இருவரும் தாங்கள் வாங்கிய காய்கறிகளுக்கு பணத்தை கொடுத்து விட்டு, மார்கெட்டில் இருந்து வெளியே வந்தார்கள்.

அதே வேளையில்...
சாரதியும் கன்னிமுத்துவும் குன்னூர் டு குன்னூர் நகர பேருந்திலிருந்து குன்னூரில் இறங்கினார்கள்.

“சாரதி எங்கெ தேடியும் கண்டுபிடிக்க முடியல. இப்ப என்ன செய்யுறது?”

இரண்டு நாள் வெயிட் பண்ணு, நாளைக்கு காலையில

அந்த பொம்பளெ சொன்ன வீட்ல போய்,இதுக்கு முன்னாடி குடியிருந்தவங்க யாரு? எங்கெ குடி மாத்தி போனாங்கன்னு விசாரிச்சு பார்க்கலாம்.அப்ப ஏதாவது தெரியுதான்னு பாக்கலாம்.உம் பொண்டாட்டி குன்னூர்ல இருக்குறது உறுதியாயிடுச்சு."

"அந்த பொம்பளெ சொன்னது,எம்பொண்டாட்டி தான்னு எப்படி சொல்லமுடியும்?"

"நீ சொன்ன விலாசமும்,அந்த பொம்பளெ சொன்ன அடையாளம் எல்லாம் ஒத்து போகுதே. எனக்கென்னமோ அது உன் சம்சாரம் தான்னு தோணுது."

"எனக்கு தலெவலிக்குறெ மாதிரி இருக்கு.ஒரு கட்டிங் போட்டாதான் சரியாகும் போல.எங்கெ கடை இருக்கு?"

கன்னிமுத்து தனது தலையை கையால் பிடித்தபடி கேட்டான்.

"வா...பக்கத்துல தான் இருக்கு" இருவரும் மதுபானக்கடையை நோக்கி போனார்கள்.

காட்சி 33.
மதுபானக்கடை
மாலை - உள்ளே/ வெளியே.

சாரதியும்,கன்னிமுத்துவும் மது பாட்டிலை வாங்கிக்கொண்டு, பாருக்குள் நுழைந்தார்கள் ஞாயிற்றுக்கிழமை மாலை என்பதால் பாரில் கூட்டம் அதிகமாகவே இருந்தது. இருவரும் எந்த டேபிள் காலி என தேடினார்கள்.அப்போது மூலையில் ஒரு டேபிள்

காலியா இருந்தது.இருவரும் அங்கே போய் அமர்ந்தார்கள். அவர்களுக்கு அருகில் இருந்த டேபிளில் வையாபுரி மற்றும் நண்பர்கள் அமர்ந்திருந்தார்கள். சாரதி பார் ஊழியரிடம் தேவையானவற்றை ஆர்டர் தந்தான்.சில நிமிடங்களில் வந்தது.இருவரும் மதுவை ஊற்றி தண்ணீர் கலந்து குடிக்கத் தொடங்கினார்கள்.

அப்போது பக்கத்து டேபிளில் அமர்ந்திருந்த வையாபுரி மற்றும் நண்பர்கள் பேசியது, இவர்களுக்கு நன்றாக கேட்டது.

" ஏண்டா,உனக்கு ஏன் உங்க அப்பா மேலெ அவ்ளோ கோபம்?"

"டேய்...ஏண்டா இந்த நேரத்துல அந்த விசயத்தெ பத்தி அவங்கிட்ட கேக்குறெ? தேவையில்லாம அவனெ எதுக்கு டென்ஷன் பண்ணுறே?"

"சும்மா கேட்டேன்டா. நீ அதுக்காக டென்ஷனாக வேண்டாம்."

"எனக்கு டென்ஷன் எதுவும் இல்லெ.அந்த ஆள்... பணத்துக்காக எங்களெ விட்டு ஓடிட்டாங்கிற கோபம் தான்"

இதை கேட்ட, கன்னிமுத்து மெதுவாக திரும்பி பார்த்தான்.பிறகு சாரதியை பார்த்தான். உடனே சாரதி, "என்ன?"
கண்ணால் ஜாடை செய்தான்.பிறகு மெதுவாக எழுந்து இடம் மாறி உட்கார்ந்தான். பிறகு திரும்பி,

" என்ன தம்பி அப்பா மேலே உள்ள கோபத்துல குடிக்க வந்துட்டியா?"

"அப்படி எல்லாம் இல்லைங்க.அவன் அப்பா,இவனையும், இவன் அம்மாவையும் விட்டுட்டு போய் பதினைஞ்சு வருஷம் ஆச்சு"

"தம்பி இந்த ஊரா?"

"நாங்க ரெண்டு பேரும் இந்த ஊர்தான்.இவன் விழுப்புரம்,நம்ம ஊருக்கு வந்து ரெண்டு மாசம் ஆச்சு"

இதை கேட்டதும், கன்னிமுத்துவுக்கு மின்னல் தாக்கியது போல் இருந்தது. வையாபுரியை உற்று நோக்கினான்.

"உடனே,தம்பி உங்க பேரு?" சாரதி கேட்க,

"எம்பேரு ரமேஷ்.இவன் கண்ணன்.அப்புறம் இவன் பேரு வையாபுரி"

வையாபுரி என்ற பெயரை கேட்டதும், அவன்தான் தன் மகன் என்பதை உறுதி செய்துக்கொண்ட கன்னிமுத்து,சாரதியின் கைகளை பிடித்து அழுத்தினான்.

அவன் தன் மகன் என்பதை குறிப்புகள் மூலமாக சாரதியிடம் சொன்னான்.அதை புரிந்துக்கொண்ட சாரதி,

"நீங்க இப்ப எங்கெ இருக்குறீங்க?"

"வண்டிச்சோலை"
"அங்கெ எங்கெ?"

"மூணு பேருமே கொஞ்ச கொஞ்ச தூரத்துல தான் இருக்குறோம்"

"என்ன வையாபுரி தம்பி எதுவுமே பேசமாட்டேங்குறார்?"

"அது அவங்க அப்பாவெ பத்தி பேசுனா, அவன் மூட் அவுட் ஆயிடுவான்."
"என்ன வையாபுரி உங்க அப்பா அப்படி என்ன பண்ணீட்டார்?"

"என்ன அப்படி கேக்குறீங்க. எவனோ அரசியல்வாதிக்காக பணத்தெ வாங்கீட்டு, ஆறுவயசு குழந்தை என்னையும், எங்க அம்மாவை தவிக்கவிட்டுட்டு, ஒரு காகிதத்திலெ விசயத்தை எழுதி வெச்சிட்டு ஓடி போயிட்டான். அவன் மட்டும் உயிரோட இருந்து, என் கையில மாட்டானா, அவனுக்கு நான் தான் எமன்."

"வையாபுரி உங்க அப்பா பேரு கன்னிமுத்துவா?"

"ஆமா, அந்த ஆளெ உங்களுக்கு தெரியுமா?"

போன மாசம் கர்நாடக போயிருந்தப்ப சந்திச்சேன். அவர் சொன்ன கதையும், உங்ககதையும் ஒரே மாதிரி இருக்கு. அதுதான் கேட்டேன்."

“சார்,அந்த ஆளெ இங்கெ வர வையுங்க. மத்ததெ நான் பாத்துக்குறேன்.இல்லாட்டி விலாசத்தை கொடுங்க.”

அதுக்கு முன்னால உங்க அம்மாவெ சந்திச்சு சில விசயத்தெ தெரிஞ்சுக்கணும். அப்புறமா கன்னி முத்து விலாசம் என்ன? கன்னிமுத்துவையே உம்முன்னால கொண்டு வந்து நிறுத்துறேன்.”

“சார் இப்பவே வாங்க.எங்க அம்மாவெ சந்திக்கலாம்.”

“இப்ப வேண்டாம்.நாங்க சரக்கு சாப்பிட்டுட்டோம். அதுவும் ராத்திரி ஆயிடுச்சு.விலாசத்தை எழுதிக்கொடுத்துட்டு போங்க.நாளைக்கு காலையில வர்றேன்.”

“ரொம்ப நன்றிங்க சார்.”

வையாபுரியிடம் விலாசத்தை எழுதி வாங்கிக்கொண்டு அங்கிருந்து வெளியே வந்தார்கள்.

“மாப்ளே நான் ரொம்ப சந்தோஷமா இருக்கேன்.இன்னும் ஒரு குவார்ட்டர் ஆர்டர் பண்ணு.நாளை என்னோட பிரச்சனை தீர போகுது.”

கடைக்கு வெளியில்...

“உன்னெ கொல்ல உம் பையன் தயாரா இருக்கான். அவன் மனசுல நீ ஆறாத காயத்தெ ஏற்படுத்தீட்டெ. இப்ப என்ன பண்ண போறே?”

"எப்படியோ சாகப்போறேன்.அது அவன் கையால நடக்கட்டும்"

"அப்புறம் அவன் ஜெயில்ல கம்பி என்ன போயிடுவான் உம் சம்சாரத்தோட நிலமை? இதுல யோசிச்சு தான் முடிவு எடுக்கனும். நாளைக்கு நான் இதுல ஒரு முடிவு எடுக்குறேன். இப்ப நீ அமைதியா இரு."

இருவரும் வீட்டிற்கு செல்ல நகர பேருந்துக்காக காத்திருந்தார்கள்.

காட்சி 34.
வீடு.
காலை- உள்ளே/ வெளியே.

"கன்னிமுத்து நேத்து உன் பையன் சொன்னதெ கேட்டியா?உன்னெ கொல்ல அவன் காத்திருக்கிறான். அவனுக்கு உம்மேலே அவ்ளோ ஆத்திரம்."

"அவன் கோபத்துலயும் நியாயம் இருக்கு?"

"நான் சொல்றதெ மட்டும் நீ கேளு.மத்ததெ பாத்துக்கலாம்."

" நான் என்ன செய்யனும்?"

"நீ தான் அப்பான்னு அவனுக்கு உன்னெ பார்த்தும் தெரியலெ.
அவன் மனசுல உன் பகை மட்டும் தான் இருக்கு."

" புரியுது. என்ன நடந்தாலும் இன்னைக்கு நான் மருதாயே

பார்த்தே ஆகனும்."

"பயப்படாதே,நான் இருக்கேன்."

அதேவேளையில்,

"என்ன வையாபுரி,
நேத்து பார்ல பாத்தவரு வருவாரா? இல்ல குடிகாரன் பேச்சு விடிஞ்சா போச்சுன்னு இருந்திடுவாரா?"

"கண்டிப்பா வருவாரு.நாம பஸ் ஸ்டாப்பிலயே காத்திருக்கலாம்."

"அதுக்குள்ள ஒரு டீ போட்டுடலாம்.ஆமா,
உங்க அம்மாகிட்ட இந்த விசயத்தெ சொல்லீட்டியா?"

"இல்ல, நேத்து பேசுனதெ வெச்சு முடிவெடுக்க முடியாது. இன்னைக்கு அவர் வந்து தெளிவா பேசிய பின்னால தான். இந்த விசயத்தெ பத்தி அம்மாகிட்ட சொல்லனும்."

"இப்ப நீ சொன்னது தான் நூத்துக்கு நூறு உண்ம"

"அடுத்த பஸ் வர,இருபது நிமிஷம் ஆகும்.
அதுக்குள்ள நாம டீ சாப்பிட்டிடலாம்."

"சரி வாங்க" மூவரும் அருகில் இருந்த டீக்கடைக்குள் நுழைந்தார்கள்.

காட்சி : 35
பேருந்து நிறுத்தம், வண்டிச்சோலை.
காலை - உள்ளே/ வெளியே.

கோத்தகிரி நோக்கி செல்லும் அரசு பேருந்து, வண்டிச்சோலை பேருந்து நிறுத்தத்தில் வந்து நின்றது. அதிலிருந்து கன்னிமுத்துவும், சாரதியும் இறங்கினார்கள். அவர்களை எதிர்நோக்கி பேருந்து நிறுத்தத்தில் காத்திருந்தார்கள் வையாபுரி மற்றும் நண்பர்கள்.

"வாங்க,எப்படி இருக்குறீங்க?"

"நல்லா இருக்குறோம்"

"ஆமா,இவர் யாரு? அறிமுகபடுத்தவே இல்லெ.?"

"என்னோட ஃப்ரெண்ட்.சும்மா கூட வந்தாரு.உங்க வீடு?"

"இங்கெ பக்கத்துல தான் இருக்கு. வாங்க போகலாம்."
சாரதி,கன்னிமுத்துவெ பார்த்து,

"நீ இங்கே டீ சாப்பிட்டுட்டு இரு.நான் ஒரு அரைமணி நேரத்துல வந்திடுறேன்."

"அவரும் வரட்டுமே"

"இல்ல...அவரு வேண்டாம். நாம போகலாம்."

அவர்கள்வையாபுரிவீட்டைநோக்கிபுறப்பட்டார்கள். கன்னிமுத்து நிலமைமயை புரிந்துக்கொண்டு,

டீக்கடையை நோக்கி சென்றார்கள்.

வையாபுரி மற்றும் நண்பர்களுடன் சாரதி பேசியப்படி நடந்துக் கொண்டிருந்தார்கள்.

"தம்பி,உங்க அப்பாவெ கொல்லுற அளவு உனக்கு அப்படி என்ன இவ்ளோ கோபம்?"

"இங்கெ பாருங்க அண்ணே,அந்தாளு இதுவரைக்கும் எங்களெ தேடலெ.வருஷம் பதினைஞ்சு முடிஞ்சிருச்சு. நாங்க உயிரோட இருக்குறோமா? இல்லையான்னு கூட தெரியாத அந்த ஆள் 'ஒரு நாளைக்கு எங்க முன்னாடி வந்து, நான் தான் உங்க அப்பான்னு' சொல்லும்ப ஆத்திரத்தில் கொல்லாம,அன்பா கொஞ்சவா முடியும்?"

"தம்பி,இதுக்கு பதிலெ நான் வீட்டிற்கு போய் உங்க அம்மாவையும் வெச்சு சொல்லுறேன். ஆமா வீடு பக்கம் வந்திருச்சா?"

"அதோ அங்கெ தெரியறதுதான் வீடு"

சற்று தூரத்தில் தெரிந்த வீதியில் உள்ள வீட்டை சுட்டிக்காட்டினான் ரமேஷ்.

அதோடு பேச்சை முடித்துக்கொண்டு வேகமாக வீட்டை நோக்கி நடந்தார்கள்.

சுப்ரபாரதிமணியன்

காட்சி 36.
வீடு.
காலை - உள்ளே/ வெளியே.

வீட்டு வாசலுக்கு சென்றவுடன், "அம்மா" என்று அழைத்துக்கொண்டே ...

"அண்ணே,உள்ளெ வாங்க"

அதற்குள் மருதாயி வாசலுக்கு வந்து,

" என்னப்பா உன்னோட கூட்டாளிங்க எல்லாம் ஒண்ணா வந்து இருக்குறீங்க? ஏதாவது விசேஷமா?"

"அம்மா,இவரு சாரதி அண்ணா,உங்ககிட்ட பேச வந்திருக்குறாரு."

மருதாயி எதுவும் புரியாத குழப்பத்துடன்,

"வாங்கண்ணே, வாங்கப்பா"

என்று சொல்ல அனைவரும் வையாபுரி வீட்டினுள் நுழைந்தார்கள்.

"அம்மா குடிக்க தண்ணிக்கொண்டு வந்துதாங்க"

மருதாயி தண்ணீர் எடுக்க போக...

"தங்கச்சி நீங்க உட்காருங்க,தண்ணி எல்லாம் வேண்டாம்."

“பரவாயில்லைங்க. வீட்டுக்கு வந்தவங்களுக்கு முதல்ல தண்ணி கொடுக்கனும். மத்ததெல்லாம் அப்புறம் தான்.”

மருதாயி குழப்பத்துடன் தண்ணீர் எடுக்க சென்றார்.

“சொல்லுங்க அண்ணே,அந்த ஆள் இப்ப எங்கெ இருக்கார்?”

“வையாபுரி உங்க அப்பா செஞ்சது சரின்னு நான் சொல்லலெ. ஆனா,அன்னைக்கு இருந்தா சூழ்நிலை அப்படி...”

அவர்கள் பேசிக்கொண்டிருக்க மருதாயி தண்ணீர் கொண்டு வந்து கொடுத்தாள். சாரதி வாங்கி குடிக்கத்தொடங்கினார்.

“அண்ணே,உங்களெ எனக்கு தெரியாது.
திடீர்னு வந்திருக்குறீங்க. பையன் எதாவது பண்ணீட்டானா?”

“அதெல்லாம் ஒண்ணுமில்ல.எம்பேரு சாரதி.நான் உங்க வீட்டுக்காரர் கன்னிமுத்தோட நண்பர்.”

கன்னிமுத்துவின் பெயரை சொன்னதும் மருதாயின் முகம் மலர்ந்தது. அதை அனைவரும் கவனித்தார்கள்.

“அவரெ பாத்தீங்களா? எங்கெ இருக்காரு? எப்படி இருக்காரு?”

என்று கேள்விகளை அடுக்கிக்கொண்டே போனாள்.

“நீங்க உங்க வீட்டுக்காரை பத்தி இப்படி விசாரிக்குறீங்க. ஆனா உங்க பையன் அவரை கொல்லுவேன்னு சொல்லீட்டு திரியறான்.”

“சாரதி அண்ணே, இப்பவும் அதெ தான் செய்ய போறேன்.”

” சரிப்பா,உங்க அப்பன் இங்கெ கொண்டு வந்து விடுறேன்.நீ கொன்னுடு. உன்னெ கைது பண்ணி வாழ்நாள் முழுவதும் உள்ளெ வெச்சிடுவாங்க. அப்புறம் உங்க நெலம? அதுக்குதான் உன்னெ இந்தனெ வருசமா புருஷன் துணை இல்லாம,வளத்தாங்களாசொல்லு?”

“அதுக்காக அந்த ஆளெ சும்மா விடுறதா?”

“வையாபுரி, நீ... உன்னோட நண்பர்களோட ஒரு அஞ்சு நிமிஷம் வெளியில இருங்க உங்க அம்மாகிட்ட சில விசயங்களை தனியா சொல்லனும்”

அனைவரும் வெளியில் சென்றார்கள்.

“சொல்லுங்க அண்ணே”

“ நான் சொல்றதெ கேட்டு நீ கோபப்படகூடாது.”

“இல்லெ சொல்லுங்க”

சாரதி எல்லா விசயங்களையும் சொல்லி முடித்தார்.

இந்த பாலியல் நோய் விசயத்த பையன் முன்னால சொல்லக்கூடாதுன்னு நான் அவங்களெ வெளியே போக சொன்னேன்.”

மருதாயி கண்கலங்கினாள்.

"வையாபுரி வாங்க."

அனைவரும் உள்ளே வந்தார்கள்.

"ஏம்மா,அழுறெ,உம் புருஷன் செத்துட்டானா?"

" வாயெ மூடுடா."

மருதாயி கோபப்பட்டாள்.

"வையாபுரி, நீ குழந்தையா இருந்ததால பதினைஞ்சு வருஷத்துக்கு முன்னால நடந்ததை புரிஞ்சுக்க முடியலெ. உங்க அப்பன் அன்னைக்கு அந்த முடிவெ எடுக்காம இருந்தா,இன்னைக்கு நீங்க யாருமே உயிரோட இருந்திருக்க மாட்டீங்க."

"அப்ப அவரு செஞ்சது சரின்னு சொல்றீங்களா?"

"அன்னைக்கு எடுத்த முடிவு சரி.ஆனா அதுக்கப்புறம் உங்களெ வந்து பாத்திருக்கலாம்.ஆனா அது தப்பு தான். அந்த தப்பை இப்ப உங்க அம்மா மன்னிக்க தயாரா இருக்குறாங்க.
ஆனா நீ தான் கொல்லுவேன்னு துடிக்கிறெ?"

" ஏம்மா,இவரு சொல்றது...?"

மருதாயி மௌனமாக இருந்தாள்.

" இங்கெ பாரு வையாபுரி,நான் சொல்றதெ முழுசா கேட்டுட்டு உன்னோட முடிவெ சொல்லு.உங்க அப்பன்

இருக்குற இடத்தெ சொல்றேன்.அவனெ கொல்லது தான் உன்னோட கொள்கையா இருந்தா,நீயே தேடி கண்டுபிடிச்சு கொல்லு.உங்க அப்பன் உயிரோட உங்கையிலெ கிடைச்சா?"

என்று சொல்லி,அவனிடம் கன்னிமுத்துவெ பத்தி சில விசயங்களை தவிர்த்து மற்ற விசயங்களை சொல்லி விட்டு,

"இனி நீயும்,உன் அம்மாவும் பேசி முடிவெடுங்க. நாங்க வெளியில இருக்கோம்."

"டேய்...நடந்ததை மறந்து,இனியாவது அப்பாவெ கூட்டீட்டு வந்து ஒண்ணா இருங்க. அவருக்கும் இனி உங்களெ விட்டா யாருமில்லை. புரிஞ்சுக்கோ.நீயும் அம்மாவும் பேசி நல்ல முடிவா எடுங்க"

நண்பர்களும் பேசிவிட்டு,சாரதியுடன் வெளியே வந்தார்கள்.

" நீ என்னம்மா பேச இருக்கெ? ஏதாவது பேசு."

"இங்கெ பாருப்பா,நீ அவரெ உன்னோட வீட்ல சேர்த்த வேண்டாம்.

நானும் அவரும் தனியா இருக்குற கொஞ்சகாலம் வாழ்றோம்.நீ உனக்கு பிடிச்ச பொண்ணெ கட்டிக்கிட்டு நிம்மதியா இரு.எங்களெ பத்தி கவலபட வேண்டாம்."

சொல்லிவிட்டு, மருதாயும் வெளியே வந்தாள்.

“என்ன மருதாயி மகன் சொல்றான்.?”

“அவனெ விடுங்க அண்ணே,அவரெ உங்க வீட்டுக்கு வர சொல்லுங்க.நான் வரேன்.அங்கேயே ஒரு வீட்டை எடுத்து நாங்க தங்கிக்கிறோம்.இவனோட வாழ்க்கையில இனி நாங்க தலையிட மாட்டோம்.”

“ரமேஷ் இங்கெ வா.”

ரமேஷ் அருகில் வர, அவன் காதில் சாரதி ஏதோ சொல்ல அவன் அங்கிருந்து கிளம்பினான்.

“அண்ணே,இவன் எங்கெ போறான்?”

” இப்ப வந்துடுவான் “.

ரமேஷ் சற்று நேரத்தில் கன்னிமுத்துவுடன் வந்தான்.

கன்னிமுத்துவெ கண்டவுடன்,மருதாயி

“ என்னெங்க” என்று ஓடி போனாள்.

“என்னெ மன்னிச்சிடு மருதாயி”

என்று அவள் கால்களில் விழுந்தான் கன்னிமுத்து.

சத்தம் கேட்டு வெளியே ஓடி வந்தான் வையாபுரி.

அம்மாவின் காலில் விழுந்து கிடக்கும் கன்னிமுத்துவை பார்த்து திகைத்தான்.

அதற்குள் மருதாயி குனிந்து காலில் விழுந்த கன்னிமுத்துவெ தூக்க,அவன் அப்படியே அவள் காலடியில் மல்லாந்தான் உயிரற்ற உடலாய்...

மருதாயி கதறி அழுதாள்.

"வையாபுரி நீ கொலைக்காரனா ஆயிடுட கூடாதுன்னு , உங்க அப்பனே உயிரெ விட்டுட்டான்."

"கடைசி வரைக்கும் மகன்கூட பேசாம போயிட்டான் பாவம்"

தனது கண்களில் வழிந்த கண்ணீர் துளிகளை துடைத்தபடி மௌனமாக நின்றான் சாரதி.

கருப்பு குதிரைகள்

"இவங்களுக்கெல்லாம் இந்த பணம் எப்படி வந்தது. இந்த கருப்புகுதிரைகள் எல்லாம் இப்பிடி வளர்ந்தா, பரம்பரை பணக்காரரா இருக்குறெ நமக்கு என்ன மரியாதை?"
என்கிற குரல் எழும்புகிறது.

சாதாரண வாழ்க்கை வாழ்ந்து கொண்டிருந்தவர்கள் மூவர் திடீர் பணக்காரர்கள் ஆகிறார்கள். அவர்களின் நடவடிக்கை மாறுகிறது. தேர்தல் வந்து பலரின் முகங்களை மாற்றுகிறது. அப்புறம்..

காட்சி 01
வீதி.
மாலை - உள்ளே/ வெளியே.

மேகலா வேலை முடிந்து வீட்டுக்கு வந்து கொண்டிருந்தாள்.அவளுடன் மணியம்மா, பார்வதி,துளசியும் வந்து கொண்டிருந்தார்கள்.

அப்போது இருபதாவது வார்டு கவுன்சிலர் விஸ்வம் தனது பல்சர் பைக்கில் அவர்களுக்கு எதிரே வந்து கொண்டிருந்தான்.மேகலா வருவதை பார்த்ததும் பைக்கை அருகில் நிறுத்தினான்.

"என்ன மேகலா,வார்டு கவுன்சிலர் எந்த வேலையும் செய்றதில்லென்னு,நகரத்துக்கிட்ட(அந்த கட்சியின் நகரதலைவர்) புகார் சொன்னெயாமே."

"ஆமா,சொன்னேன்.நீங்க தெரு பக்கம் வந்து எத்தனெ நாள் ஆச்சு? சாக்கடை அடைச்சு, இன்னையோட அஞ்சு நாளாகுது,நான் உங்ககிட்ட அதெ பத்தி சொல்லி ரெண்டு நாளாச்சு.போர்மோட்டர் ரிப்பேர் ஆகி தண்ணி வர்ல,நீங்க என்ன பண்ணுனீங்க?"

"சாக்கடை எடுக்க ஆளுங்ககிட்ட சொல்லி இருக்கேன். போர் மோட்டர் நேத்து தானே ரிப்பேர் ஆச்சு பாத்துடலாம். அதுக்குள்ளெ கம்ப்ளைன்ட் பண்ணனுமா?"

"உங்களுக்கு தேவப்பட்டவங்க புகார் சொன்ன அடுத்த நிமிஷமே ஆளுங்க போய் வேலெ செய்யுறாங்க. அது எப்படி?"

“அப்படி உடனே எந்த வேலையும் செய்யலையே?”

“நேத்து சாயங்காலம் தண்ணி பைப்பு உடஞ்சுச்சின்னு சரசா சொன்னா? ஆனா ஒருமணி நேரத்துல ஆளெ அனுப்பி வேலெ செஞ்சுக் கொடுத்திருக்கெ,சரசா மட்டும் தான் ஓட்டு போட்டாளா?”

“அதுவந்து...”

“எல்லாம் எனக்கு தெரியும்.இந்த மாதிரி ரோட்ல மடக்கி கேள்வி எல்லாம் கேட்டா மத்த விசயத்தையும் நான் நகரத்துகிட்டெ சொல்லீடுவேன்.”

“இப்ப உனக்கு என்ன பிரச்சனெ? சாக்கட தானே? காலையில ஆளுங்க வந்து ரெடி பண்ணீடுவாங்க. போர் மோட்டரையும் பாக்க சொல்றேன்.நீ கிளம்பு”

“காலையில ஆளுங்க வரனும்...ஆமா...”

மேகலா மற்ற பெண்களுடன் அங்கிருந்து நகர்ந்தாள்.

“இவ பேயா? பிசாசா? இப்படி குதிக்கிறா? கட்டிக்க போறவன் கதி,அதோ கதி தான்.”

தனக்குள் சொல்லிக்கொண்டு தனது பைக்கை ஸ்டார்ட் செய்து அங்கிருந்து கிளம்பினான் விஸ்வம்.

“என்னடி மேகலா,அந்த ஆளெ கதற விட்டுட்டே?ஆமா,அது யாரு சரசா?”

"இவன் சரசமாட போகுற கள்ள காதலி.அவ ஒரு ஊர் மேயுறவ. இவன் ஒரு ஊர் பொறுக்கி. ரெண்டும் சேர்ந்து கும்மாளம் போட்டுட்டு திரியுதுங்க."

"அதுதான் சரசா பேரெ சொன்னதும்.கவுன்சிலர் கதறீட்டானா?"

மற்றவர்கள் சிரித்தார்கள்.பிறகு அனைவரும் வீட்டை நோக்கி நடந்தார்கள்.

காட்சி 02
வீடு.
மாலை - உள்ளே/ வெளியே.

சரசா தன் வீட்டில் தலைக்கறி குழம்பு வைத்துக்கொண்டிருந்தாள்.அப்போது வீட்டு வாசலில் பல்சர் வண்டி வந்து நிற்கும் சத்தம் கேட்டது. சரசா சில வருடங்களுக்கு முன் திருப்பூரில் உள்ள ஒரு நிட்டிங் கம்பெனியில் வேலை செய்து கொண்டிருந்தாள். அவள் தென்மாவட்டத்தை சேர்ந்தவள்.அப்போது அங்கு அடிக்கடி கட்சி விசயமாக கம்பெனி முதலாளியை பார்க்க வந்துக்கொண்டிருந்த விஸ்வத்துடன் இவளுக்கு பழக்கம் ஏற்பட்டது.அப்படி அவளை அடிக்கடி கட்சி ஊர்வலம், பொதுக்கூட்டம் என்று அழைத்து சென்றான் விஸ்வம்.இவள் அடிக்கடி விடுமுறை எடுத்து விடுவதால் கம்பெனி இவளை வேலையில் இருந்து நீக்கிவிட்டது. அதன் பிறகு விஸ்வம் கவுன்சிலர் ஆனவுடன்,இவளுக்கு இந்த தெருவில் இருந்த கடைசி வீட்டை வாடகைக்கு

எடுத்து கொடுத்து,வைத்துக்கொண்டான்.பல இரவுகள் சரசா வீட்டில் தான் கழித்தான். அவளை கேள்விகேட்க யாருமில்லை. விஸ்வத்திற்கு திருமணம் ஆகவில்லை. பெற்றோர் சொல்லியும் அவன் கேட்காததால் அவனை விட்டுவிட்டார்கள். இன்றும் வழக்கம்போல சரசாவின் வீட்டிற்கு வந்துவிட்டான்.

பைக் நிற்கும் சத்தம் கேட்டதும்,சரசா சமையலறையிலிருந்து வெளியே வந்தாள்.அதே நேரத்தில் விஸ்வம் வீட்டினுள் நுழைந்தான். அவனை கண்டவுடன்,

“ என்ன முகம் ஒரு மாதிரி வாடி இருக்கு.”

“ஒண்ணுமில்ல.”

“எனக்கு தெரியாதா? இல்ல எங்கிட்ட சொல்லக்கூடாதா?”

“ அந்த மேகலா,என்னெ பத்தி தேவையில்லாம நகரத்துகிட்ட புகார் பண்ணீட்டா,அதனால கட்சி ஆபிஸ்ல கொஞ்ச பிரச்சனை.அதெ பத்தி அவகிட்ட கேட்டா உன்னெ பத்தி,கட்சி ஆபிஸ்ல சொல்லீடுவேன்னு மிரட்டுறா?”

“அவ ராங்கி பிடிச்சவன்னு தெரியாதா? அப்புறம் எதுக்கு அவகிட்ட பிரச்னெ பண்ணுறீங்க?”

“வார்டு பிரச்சனையெ கவனிக்காம, உனக்கு பிரச்சனைன்னா உடனே சரி செய்யுறேன்னு சொல்லி,ரோட்ல சத்தம் போட ஆரம்பிச்சுட்டா, கூட வேற பொம்பளைங்களும் இருந்தாங்க.”

"சரி அவ சொன்ன பிரச்சனையெ தீர்த்து விடுங்க.அதோட அவளும் அடங்கீருவா."

"சரி அதவிட,என்ன கறி குழம்பு வாசம் தூக்குது?"

"தலைகறி வாங்கி செய்யுறேன்.இட்லி சுடுறேன்."

"அப்ப இன்னைக்கு ஒரு ஆப் வாங்கி அடிச்சிட வேண்டியது தான்."

சொல்லிக்கொண்டு அவளை இழுத்து முத்தமிட்டான்.

" விடுங்க.அடுப்புல குழம்பு இருக்கு."

அவனிடமிருந்து விலகி,அடுக்களைக்கு சென்றாள் சரசா.

காட்சி 03.
மளிகை கடை.
காலை - உள்ளே/ வெளியே.

அந்த நகரத்தில் உள்ள மிகபெரிய மளிகை மற்றும் அனைத்து வீட்டு தேவைகளுக்கும் வேண்டிய பொருட்கள் உள்ள கடை(டிபார்ட்மென்டல் ஸ்டோர்) அதுதான் அந்த நகரத்து மக்கள் தங்கள் வீட்டுக்கு வேண்டிய பொருட்களை வாங்க வந்தால் அவர்கள் வரும் முதல் கடை இதுதான். இந்த கடையின் உரிமையாளர் மிக பெரிய பணக்காரர்.

எம்.எல்.ஏ முதல் பெரிய கட்சி பிரமுகர்கள் வரை அவருக்கு நெருக்கம். கட்சி நிதியை எல்லா கட்சிகளுக்கும் கொடுத்து தன்னை கட்சி சார்பற்றவராக காட்டிக்கொள்வார்.

கடையில் ஊழியர்கள் ஒவ்வொருவராக வரத்தொடங்கினார். அவர்கள் கடையின் சின்னத்துடன் கூடிய உடையை மாற்றினார்கள். மதியழகு டிபார்ட்மென்டல் ஸ்டோர்ஸ் என்பது கடையின் பெயர். ஊழியர்கள் அனைவரும் ஒரே இடத்தில் கூடி இருந்தார்கள். அவர்களின் தலைமை கண்காணிப்பாளர் அவர்களிடம் வழக்கம் போல உரையாடினார்.

“அனைவருக்கும் வணக்கம்”

“வணக்கம் சார்”

“எல்லோரும் வந்துட்டாங்களா? யாராவது லீவா?”

“ எல்லோரும் வந்துட்டாங்க சார்.”

“புதுசா, உங்களுக்கு எதுவும் நான் சொல்ல போறது இல்ல.வழக்கமா சொல்றது தான். வாடிக்கையாளர்களை முதலில் வரவேற்கனும். அவர்களிடம் பணிவோட நடந்துக்கணும்.அவங்க கோபப்பட்டாலும் நாம அவங்களெ சாந்தப்படுத்தனும்.அப்பதான் வியாபாரம் நல்லா நடக்கும். நமக்கு வேலையும்,நிரந்திர சம்பளமும் கிடைக்கும்.”

“புரியுதுங்க சார்.”

“ஓ.கே.இனி அவங்கவங்க வேலையெ பாருங்க”

கண்காணிப்பாளர் பேசி முடித்ததும்,பணியாளர்கள் அவரவர்கள் இடத்திற்கு சென்றார்கள். வாடிக்கையாளர்களும்

வரத்தொடங்கினார்கள்.

அதே நேரத்தில் கடையின் உரிமையாளர் வரதராஜன் தன்னுடைய காரில் கடை வந்தார்.

கார் கடையின் போர்டிக்கோவில் போய் நின்றது. டிரைவர் இறங்கி கததவை திறந்து விட,காரிலிருந்து கம்பீரமாக இறங்கினார் வரதராஜன்.

நேராக கடைக்குள் நுழைந்தார்.கடையில் நுழைந்தவுடன் முதலில் இருக்கும் விநாயகர் சிலையை வழிப்பட்டு விட்டு,தனது அறைக்குள் நுழைந்தார்.சற்று நேரம் கழித்து, கடையின் மேலாளர் விஜயன் அவர் அறைக்குள் நுழைந்தார்.

அவரிடம் ஒரு பத்து நிமிடம் பேசிவிட்டு வெளியே வந்தார்.அதன் பிறகு ஒரு அரைமணி நேரத்திற்கு பிறகு,கடையிலிருந்து வெளியேறி,தனது காரில் அங்கிருந்து புறப்பட்டார்.

காட்சி 04
வீதி.
காலை - உள்ளே/ வெளியே.

சாக்கடையை சுத்தம் செய்ய நகராட்சி ஆட்கள் வந்தார்கள்.சற்று நேரத்தில் தனது பல்சர் பைக்கில் அங்கு வந்தான் விஸ்வம். மேகலா வீட்டிற்கு முன்னால் பைக்கை நிறுத்திவிட்டு,

“மேகலா...மேகலா...”

வீட்டினுள் இருந்து சத்தம் கேட்டு வெளியே வந்தாள் மேகலா.

“ ஓ...நீங்களா?”

“மேகலா,இதோ வேலைக்கு நகராட்சி ஆளுங்க வந்துட்டாங்க. சாக்கடையெ எல்லாம் சுத்தம் பண்ணீருவாங்க. அப்புறம் போர் மோட்டரை சரிபண்ணுட்டு இருக்குறாங்க. இப்ப சந்தோஷமா?”

“என்னம்மோ என்னோட சொந்த வேலையெ செய்யுற மாதிரி பேசுறெ?இது பொதுவா வேலெ,அத ஏரியா கவுன்சிலர் தான் செய்யனும் அதுக்கு தானே ஓட்டு போட்டோம். ஓட்டு வாங்க வரும்ப சொன்னதில பாதியாவது செய்யுங்க. அப்பதானே அடுத்தமுறை நின்னா ஜெயிக்க முடியும். இல்லாட்டி டெபாசிட் கூட கிடைக்காது.”

“அம்மா தாயி,நான் கிளம்புறேன். சாயங்காலமா வரேன். அதுக்குள்ள இவனுங்க வேலெ முடிச்சிடுவானுங்க.”

மேகலா எதுவும் பேசாமல் வீட்டுக்குள்ளே நுழைந்தாள்.அதற்குள்,

“ என்ன மேகலா டீ குடிக்கிறீங்களான்னு ஒரு வார்த்தெ கூட கேட்க மாட்டியா?”

“ உங்களுக்கு அடுத்த தெரு சரசா இருங்கும்ப என்ன கவலெ?”

“ தாயி தெரியாம கேட்டுட்டேன்.ஆனா உன்னெ

கட்டிகிறவன் பாவம்."

"ஆனா,உன்ன மாதிரி இருந்தா, உலைக்கெயால அடிச்சு கொன்னுடுவேன்."

"கண்டிப்பா நீ செய்வே.அது எனக்கு தெரியும்."

சிரித்துக்கொண்டே வண்டியை எடுத்தான் விஸ்வம்.

காட்சி 05.
வீடு.
பகல் - உள்ளே/ வெளியே.

மேகலா வீட்டில் சமையல் வேலையை பிர்த்துக்கொண்டிருந்தாள்.அப்போது வீட்டிற்கு வெளியிலிருந்து அவளை கூப்பிடும் சத்தம் கேட்டது.

" மேகலா..."
"இதோ வரேன்"

மேகலா வெளியே வந்து பார்த்தபோது பக்கத்து வீதி குஜலாம்மாள் நின்று கொண்டிருந்தாள்.

" என்ன அக்கா?"

"மேகலா,நாங்க எத்தன தடவெ அவங்கிட்ட சொன்னோம். அவன் அசைய மாட்டேன்டான். ஆனா நீ நேத்து ரோட்ல போட்ட போடு, இன்னைக்கு வேலெ நடக்குது பாரு."

"மயிலுக்கிட்ட இறகு போட சொல்லி கெஞ்சுன அது போடுமா? போடாது. அது மாதிரிதான் அரசியல்வாதியும்,

நாமசும்மாஇருந்தாஅவனுங்க நம்மளமதிக்கமாட்டானுங்க. அவனுங்க ரேஞ்சுக்கு நாமளும் மிரட்டனும். விஸ்வம் சரசா வீட்டுக்கு செய்யுற வேலையில கொஞ்சம் வீதியில செஞ்சா கூட அடுத்த முறை ஓட்டுகேட்டு வரலாம்.இல்லாட்டி டெபாசிட் புடிங்கீரும். “

“ உன்னெ மாதிரி பேச இங்கெ யாரு இருக்காங்க?”

“அக்கா, பேசுறதெ நான் பேசிடுவேன்.ஆனா, பிரச்சனை வந்தா, சப்போர்ட்டு நீங்க எல்லாம் இருக்கனும்.”

“அதெ பத்தி பயப்படாதே மேகலா.உனக்கு ஒரு பிரச்சனைன்னா,இந்த குஜலாம்மாள்,இந்த வீதியையே திரட்டி ஆர்ப்பாட்டம் பண்ணீடுவேன்.”

“அது போதுமக்கா”

“ஆமா,இன்னைக்கு வேலைக்கு போகலையா?”

“இன்னைக்கு சாக்கடை வேலை செய்யுறேன்னு, விஸ்வம் சொன்னதால, வேலைக்கு லீவு சொல்லீட்டேன். ஆனா வருவாங்களோ, மாட்டாங்களோன்னு இருந்தேன். நல்ல வேளெ வந்துட்டாங்க.நாம இருந்து சொன்னாதான் நம்ம வாசல்ல சரி வேலெ செய்வாங்க.”

“அது சரிதான் .”

“குஜலாக்கா... போர் சரி பண்ணீட்டாங்க.தண்ணி வருது”

குஜலாம்பா பக்கத்துவீட்டு தங்கம்மா சத்தம் போட்டு

சொன்னா,

"மேகலா பேசாம நீயே அடுத்த முறை கவுன்சிலர் தேர்தல்ல நின்னிரு."

அப்போது அவர்கள் அருகே விஸ்வம் வந்து, குஜலாம்பாள் பின்னால் விஸ்வம் நின்றிருந்தான். அதை குஜலாம்பாள் கவனிக்கவில்லை. மேகலா சிரித்தாள்.

"இப்படி எல்லோரையும் உசுப்பேத்தி விடுக்கா, எம்பொழப்பு நல்லா போகும்"

குஜலாம்பாள் திரும்பி பார்த்தாள்.

" ஏம்பா, விசுவம் நீ எப்ப வந்தா?"

" மேகலாவெ கவுன்சிலரா தயார் பண்ணும்போதே வந்துட்டேன்."

"நான் சொன்னதுல என்ன தப்பு?"

"தப்பே இல்லக்கா. மேகலா போர் ரெடி பண்ணியாச்சு. சாக்கடை நாளைக்கும் வேலெ இருக்கும் போல தெரியுது. நாளைக்கு சுத்தமா முடிச்சிடுறேன்."

"ரொம்ப நன்றி விஸ்வம்."

"இந்த குஜலாம்பாக்கா பேச்சை எல்லாம் கேட்டு, தப்பான முடிவு எடுத்துடாதே."

“பயப்படாதே,விஸ்வம் உனக்கு எதிரா நான் நிக்கமாட்டேன். எங்க ஓட்டு உனக்கு தான். ஆனா,வார்டுல வேலெ நடக்குல...”

“நீ பிரச்சனையை சொல்லு.நான் முடிச்சு தரேன்.”

“குஜலாக்கா... தேவையில்லாம வீதியில இருக்குறவங்களெ உசுபேத்தாம, சிவசாமி அண்ணனுக்கு நல்லா சமைச்சு போட பாருங்க.அண்ணன் என்னான்னா காத்து பறக்குற காத்தாடி மாதிரி உடம்பெ வெச்சிருக்குறாரு.”

ஏன் நீ வந்து சமைச்சு போடு.இல்லாட்டி அண்ணனுக்கும் சரசா மாதிரி எவளையாவது ஏற்பாடு பண்ணிக்கொடு.”

“ அக்கா,தெரியாம சொல்லீட்டேன். மன்னிச்சிடுங்க.”

“என்ன விஸ்வம் சரசான்னா,சரண்டர் ஆயிடுறே...”

“ நீயும் ஆரம்பிச்சிட்டாங்க. நான் கிளம்புறேன்.டேய், சிமெண்டெ பாத்து போடுங்கடா”

சொல்லிக்கொண்டே ஆட்கள் வேலைசெய்யும் இடம் நோக்கி போனான்.

காட்சி 06.
கம்பெனி.
காலை - உள்ளே/ வெளியே.

மேகலா மற்றவர்களுடன் சேர்ந்து கம்பெனிக்குள்

நுழைந்தாள். அவளை கண்டவுடன் கம்பெனி கண்காணிப்பாளர் முத்துசாமி,

"என்ன மேகலா,நேத்து நீ லீவு போட்டுட்டெ. ஆனாலும் கம்பெனி முழுவதும் உன்னெ பத்திதான் பேச்சு."

"அப்படி கம்பெனி முழுவதும் பேச நான் என்னெ பண்ணீட்டேன்?"

"முந்தாநாள் விஸ்வத்தை நடுவழியில நிறுத்தி, மிரட்டிட்டியாமே,உடனே நேத்து சாக்கட சரி பண்ண ஆளெ கொண்டு வந்துட்டானாம்.போர் மோட்டரை சரி பண்ணீடாடானாம்?"

"ஓ...அதெ கேக்குறீங்களா? பின்னெ என்ன அண்ணே,ரெண்டு வாரமா சாக்கெட தண்ணி வழிய தேங்கி கிடக்குது.யாரு போய் சொன்னாலும் கண்டுமாட்டேங்குறான்.அதுதான்..."

"நீ சரசா மேட்டரெவெச்சு. அவனெ மிரட்டீட்டெ போல தெரியுது.? உங்கிட்ட கொஞ்ச ஜாக்கிரதையா இருக்கணும்.இல்லாட்டி நம்மளையும்... மாட்டிவிட்டுடுவே..."

"நான் எதுக்கு அண்ணே உங்க விசயத்துக்கு வரேன். வந்தோமா, வேலெ செஞ்சோமா, போனோமான்னு இருக்கனும்."

"இதுதான் நல்ல புள்ளைக்கு அடையாளம்.அப்படி தான் இருக்கனும்."

"சரின்ணே வேலையெ பாக்குறைன்"

மேகலா தான் வேலை செய்யும் நிட்டிங் பிரிவுக்கு சென்றாள்.

"வாடி நேத்து பூராவும் இங்கெ உன் புராணம் தான்..."

போதும் நிறுத்து தாயி.இப்பதான் நம்ப சூப்பர்வைசர் முத்துசாமி அண்ணன் சொல்லி முடிச்சார்.இப்ப நீ ஆரம்பிச்சுட்டியா?"

ஆமா...ஆமா...நீ சரசா மேட்டரை வெச்சு விஸ்வத்தெ மடக்குன மாதிரி,முத்துசாமியை மிரட்டிடுவியோன்னு பயப்படுறார்"

" நான் எதுக்கடி அவரு விசயத்துல தலையிடனும். சரி பேச்செ நிறுத்தீட்டு, வேலையே பாரு."

பிறகு அங்கிருந்த பெண்கள் அவரவர் வேலையை பார்க்கத்
தொடங்கினார்கள்.

காட்சி 07.
வீதி.
மாலை - உள்ளே/ வெளியே.
மேகலா வேலைமுடிந்து வந்து கதவை திறந்து வீட்டினுள் சென்றாள்.தனது தோள்பையை மேஜை மீது வைத்துவிட்டு,முகம் கைக்கால்களை கழுவ,கழிவறைக்கு சென்றாள்.சிறிது நேரம் கழித்து உடைமாற்றி, நைட்டியை போட்டுக்கொண்டு, குடிப்பதற்காக தேனீர் தயார் செய்ய அடுப்படிக்கு சென்றாள்.

சுப்ரபாரதிமணியன்

அப்போது, "மேகலா" என்று சத்தம் வெளியில் கேட்க,மேகலா வெளியே வந்தாள். கவுன்சிலர் விஸ்வம் நின்று கொண்டிருந்தான்.

"என்ன விஸ்வம்?"

"வேலெ எல்லாம் முடிஞ்சது.சாக்கட தண்ணி இனி அடைக்காம போகும்.இது மாதிரி குறை ஏதாவதும் இருந்தா,என்னோட ஆபிசுக்கு வந்து சொல்லு.அதெ விட்டுட்டு நடு ரோட்ல நாலு பேரு முன்னால இப்படி எல்லாம் பண்ணாதே.என்னோட இமேஜ் டேமேஜ் ஆயிடும்."

"நான் சத்தம் போட்டதால தான் உன் இமேஜ் டேமேஜ் ஆகுதா? உன்னோட ஆபிசுக்கு வந்து சொல்லாமுன்னா, நீ ஆபிஸ்ல இருக்குறியா,சரசா வீட்டுல இருக்குறியான்னு யாருக்கு தெரியும்.?"

"ஆமா நானும் தெரியாம தான் கேக்குறேன்.நீ இந்த சரசா மேட்டரை விடவே மாட்டியா?"

"நீ சரசாவெ விடும்ப. நானும் சரசா மேட்டரை விட்டுடுறேன். போதுமா?"

"மேகலா,நீ எங்கூட படிச்ச பொண்ணா போயிட்டெ?"

"இல்லாட்டி என்ன கிழிச்சிருவெ?"

இவர்கள் பேசிக்கொண்டிருக்க, குஜலாம்பாள் அங்கே வந்தாள்.

“விஸ்வம் ஒருவழியா சாக்கடையை முடிச்சு கொடுத்துட்டே?”

“இப்ப சந்தோஷம் தானே?”

“இந்த வேலையை, நாங்களா சொல்றதுக்கு முன்னாடி நீயே செய்து முடிச்சிருக்கனும்.அப்படி செஞ்சிருந்தா,ச ந்தோஷப்பட்டிருப்போம்.மேகலா திட்டுனதுக்கு அப்புறம் தானே செஞ்சே?”

“ எல்லாம் மேகலாவெ சொல்லனும்.படிக்கிற காலத்தில் இருந்தே மேகலா,என்னெ ஏதாவது வழியில சிக்க வெச்சிட்டு இருப்பா.இப்பவும்...”

“ நாங்க இந்த முறை மேகலாவையே வார்டு மெம்பர் ஆக்கீடலாமுன்னு நெனக்கிறோம். “

“வார்டு மெம்பர் என்ன பேசாம எம்.எல்.ஏ ஆக்கமும். நல்லா இருக்கும்”

அப்போது டிபார்ட்மென்டல் ஸ்டோர் உரிமையாளர் வரதராஜன் கார்,அந்த வீதி வழியாக வந்தது. விஸ்வத்தை கண்டவுடன் காரை நிறுத்தினார்.

“ விஸ்வம்...”

“ இவரு எதுக்கு நம்மளெ கூப்பிடுறாரு?”

“முதலாளி பெருசா, எதாவது தருவாரு போ”

மேகலாவை முறைத்துவிட்டு,
வரதராஜன் காரை நோக்கி போனான் விஸ்வம்.

காட்சி 08.
வரதராஜன் வீடு.
மாலை - உள்ளே/ வெளியே.

வரதராஜனின் கார் வீட்டு வாசலில் வருவதை கண்டதும்,ஓடி வந்து கேட்டை திறந்து விட்டு,சல்யூட் அடித்தபடி நின்றான் அந்த வடமாநில காவல்காரன். கார் உள்ளே நுழைந்து போர்டிகோவில் நின்றது. வரதராஜன் காரில் இருந்து இறங்கினார். அவரை தொடர்ந்து, கவுன்சிலர் விஸ்வமும் இறங்கினான்.

“ உள்ளெ வா விஸ்வம்.”

“அண்ணே,எதுவுமே பேசாம வண்டியில கூட்டீட்டு வந்தீங்க.
என்ன விசயமுன்னு நான் தெரிஞ்சுக்கலாமா?”

“வண்டியில பேசக்கூடிய விசயமா இல்லாதனாலதான் பேசமா இருந்தேன். வீட்டுல உட்காந்து பேசலாம்”

இருவரும் உள்ளே நுழைந்தார்கள்.
வரதராஜன் பரம்பரை பணக்காரன் என்பதால்,அவருடைய வீடு பிரமாண்டமாக இருந்தது.

“ உட்காரு விஸ்வம்.முகம் கழுவிட்டு வந்துடுறேன்”

வரதராஜன் கழிவறையை நோக்கி போனான். விஸ்வம் எதுவும் புரியாமல் அமர்ந்திருந்தான். அதற்குள் கமகமக்கும் பில்டர் காபியை வேலையாள் கொண்டு வந்து கொடுத்தான். அதைவாங்கி விஸ்வம் குடிக்க தொடங்கினான்.

அப்போது முகம் கழுவிவிட்டு வந்தார் வரதராஜன். விஸ்வம் எதிரே அமர்ந்தார்.

"விஸ்வம் நான் என்னோட டிபார்ட்மென்டல் ஸ்டோர் பக்கத்துல ஒரு பெரிய காம்ப்ளக்ஸ் கட்ட திட்டம் போட்டிருக்கேன். அந்த இடம் உன்னோட வார்டுக்கு உள்ளெ வருது. அதனால அங்கெ காம்ப்ளெக்ஸ் கட்டுறதுல ஏதாவது சட்டசிக்கல் இருக்கான்னு நீ விசாரிச்சு சொல்லனும்."

"அண்ணே, நீங்க எவ்ளோ பெரிய ஆளு. மந்திரியையே நேர்ல பாக்கலாம். நீங்க போய்..."

"விஸ்வம் எந்த வேலைக்கு யாருகிட்ட போகனமுன்னு எனக்கு தெரியும். இதை நீ பார்த்து சொல்லு."

"சரிங்கண்ணே"

"வீதியில சாக்கடை எல்லாம் பிரமாதமா போட்டிருக்குற, இந்த முறையும் உன்னெ எதிர்த்து போட்டி போடுறவன் டெபாசிட்டெ பிடிங்கிடுவ மாதிரி தெரியுதே?"

"எல்லாம் மக்கள் ஆதரவு அண்ணே. அப்ப நான் கிளம்புட்டுங்களா?"

"ஒரு நிமிஷம் இருப்பா."

சொல்லிவிட்டு,உள்ளே சென்று ஒரு கணவருடன் வந்தார்.

"இந்தா வெச்சுக்கோ"

"எதுக்கண்ணே?"

" பரவாயில்ல..."

விஸ்வம் பவ்யத்துடன் கவரை வாங்கிக்கொண்டு வெளியே வந்தான்.

காட்சி 09.
சந்தை.
காலை - உள்ளே/ வெளியே.

இரண்டு மாதங்களுக்கு பிறகு,ஒரு ஞாயிற்று கிழமை.

மேகலா வீட்டுக்கு தேவையான மளிகை பொருட்கள் மற்றும் காய்கறிகளை வாங்கி கொண்டிருந்தாள். அப்போது,அவளுடன் வேலை செய்யும் திலகாவின் கணவர் ஏதோ எழுதி ,சிறிய வெள்ளை பேப்பரை கொடுத்துக்கொண்டு இருந்தார்.இவளை பார்த்தவுடன்,

" என்ன மேகலா ஞாயிற்று கிழமை பர்சேஸா?"

" ஆமாண்ணே,அது என்ன எல்லோருக்கும் துண்டு சீட்டு எழுதி கொடுக்குறீங்க?"

"அதெல்லாம் உனக்கு புரியாதும்மா.இது வேறெ?"

"சரிண்ணே, நான் வர்றேன்."

அங்கிருந்து கிளம்பினாள் மேகலா.

"நாளைக்கு இதை பத்தி திலகாகிட்ட கேட்டுட வேண்டியது தான்."

நேராக பழக்கடைக்கு சென்றாள். சிலவகை பழங்களையும் வாங்கிக்கொண்டு, அவள் வீட்டின் வழியே போகும் பேருந்துக்காக காத்திருந்தாள்.

அப்போது, அந்த வழியாக குஜலாம்பாள் மகள் பவானி தனது ஸ்கூட்டியில் வந்து கொண்டிருந்தாள். பேருந்து நிலையத்தில், மேகலாவை பார்த்தாள்.

" அக்கா வீட்டுக்கா போறீங்க?"

" ஆமா, பவானி."

"வாக்கா, நானும் வீட்டுக்கு தான் போறேன்."

அவளது வண்டியில் ஏறி அமர்ந்தாள் மேகலா.

" நீ என்ன ஞாயிற்றுகிழமை அதுவுமா காலையிலேயே?"

" என்னோட தோழி ஒருத்தியை பார்க்க வந்தேன்."

" தோழியா, தோழனா?"

" தோழி தாங்க. நீங்க மனசுல நெனக்கிற மாதிரி எதுவும் இல்லெ."

" அதுதான் நல்லது... நல்ல பிள்ளையா இரு. நிச்சயமா நல்ல மாப்பிள்ளை கிடைப்பான்."

"போக்கா... அதுக்கெல்லாம் இனியும் காலம் இருக்கு"

சிரித்துக்கொண்டே வீட்டை நோக்கி ஸ்கூட்டியை ஓட்டினாள் பவானி.

காட்சி 10.
விஸ்வம் வீடு.
காலை - உள்ளே/ வெளியே.

விஸ்வம் குளித்துவிட்டு, உடைமாற்றிக் கொண்டிருந்தான். அப்போது அவனுடைய அம்மா சுந்தரி அவனை கூப்பிட்டாள்.

" டேய் விசு என்ன நேத்து ரொம்ப லேட்டா வந்தெ, வரவர நீ நடந்துகிறது ஒண்ணும் சரியில்லை."

" ஏம்மா காலையிலேயே ஆரம்பிச்சிட்டியா? அரசியல்ல இருக்குறவங்க நேரம் காலம் பார்த்து வரமுடியாது. லேட்டானாலும் வீட்டுக்கு வந்துட்டேன் தானே? அப்புறம் உனக்கு என்ன பிரச்சனை?"

"உன்னெ இப்படியே விட்டா சரிப்படாது.

சீக்கிரமா ஒரு கல்யாணத்தெ பண்ணி வைக்கிறேன். நம்ம சொந்தத்தில ஷீலான்னு ஒரு பொண்ணு இருக்கா, படிச்சவ. உனக்கு அவளெ பேசி முடிச்சிடலாமுன்னு இருக்கேன்."

" எனக்கு இப்ப அவசரம் ஒண்ணும் இல்லெ."

" ஆனா, எனக்கு அவசரம். உன்னெ பத்தி ஊர்ல வேறெ மாதிரி பேச ஆரம்பிச்சிட்டாங்க."

"வேறெ மாதிரின்னா?"

"நீ மாரியம்மன் கோவில் வீதிக்கு ஏன் அடிக்கடி போறெ?"

"அம்மா, நான் அந்த ஏரியா கவுன்சிலர். அங்கெ ஏதாவது பிரச்சனைன்னா, நான் போய்தான் ஆகனும்."

" எனக்கு எல்லாம் தெரியும். பேசாம ஷீலாவெ கல்யாணம் பண்ணிக்கோ"

"நீ முதல்ல டிபனெ வை. அப்புறம் உன் இஷ்டம்போல செய்."

வந்து டைனிங் டேபிளில் அமர்ந்தான் விஸ்வம். சுந்தரி இட்லியை தட்டில் வைத்தபடி,

"வியாழகிழமை பொண்ணு பாக்கபோறோம்"

சொல்லிக்கொண்டே சாம்பாரை ஊற்றினாள். விஸ்வம் எதுவும் பேசாமல் சாப்பிடத் தொடங்கினான்.

காட்சி 11.
சரசா வீடு.
மாலை - உள்ளே/ வெளியே.

விஸ்வம் தனது பல்சர் பைக்கை சரசா வீட்டின் முன்னால் நிறுத்தினான். பிறகு வீட்டிற்குள் சென்றான். அப்போது சரசா ஒரு இளைஞருடன் சிரித்து,சிரித்து பேசிக் கொண்டிருந்தான். விஸ்வத்தை பார்த்தவுடன்,

“ எங்கெ நேத்து பூரா ஆளெக் காணம்.?”

“ஒரு வேலெ விசயமா, அலஞ்சிட்டு இருந்தேன்.அதுதான்... அதுசரி,இது யாரு.?”

“ எங்கெ சொந்தகாரரர். மும்பையில வேலெ பாக்குறார்? நேத்து வந்தார்.”

“நேத்தெ வந்துட்டாரா? இவர் மட்டுமா? இங்கெ தான் தங்கினார்?”

“ஆமா , ஏன் தங்கக்கூடாதா?”

அவள் அப்படி சொன்னதும் விஸ்வத்தின் கண்கள் சிவந்தது.இவர்களின் உரையாடலை பற்றி சிறிதும் கவலைப்படாமல் அமர்ந்திருந்தான் அந்த புதிய இளைஞன்.

“ என்ன விஸ்வம் அப்படி பாக்குறெ? என்னோட சொந்தக்காரங்க என் வீட்ல தானே தங்குவாங்க? உனக்கு எந்த பிரச்சனையும் இல்லெ.எதுக்கு வந்தயோ,வந்த வேலையெ முடிச்சிட்டு போ.அவன் கண்டுக்கமாட்டான்.”

" என்னடி பேசுறெ?"

"புரியலையா? இன்னைக்கும் அவன் இங்கெ தான் தங்குவான்.உனக்கு என்ன தேவையோ அதெ முடிச்சிட்டு போ,இல்லாட்டி வந்த வழியே போ"

"நேத்து வரைக்கும் அப்பாவி மாதிரி இருந்தெ.இன்னைக்கு என்னன்னா என்னெயே எதிர்த்து பேசுறெ?"

"விஸ்வம் நீ சொல்றது எல்லாம் கேட்க,நான் உன் பொண்டாட்டி இல்லெ. உன் பேச்செ மட்டும் கேட்டுட்டு இருக்கனுமுன்னா,
எனக்கு தாலி கட்டு."

"நான் தாலி கட்டுவேன்.இவன் ஜாலி பண்ணுவானா?"

"தேவையில்லாம பேசாத விஸ்வம்."

இருவருக்கும் வாக்குவாதம் முற்றியது.இனியும் அங்கிருந்தால் தனக்கு அவமானம் என்று எண்ணிய விஸ்வம் அங்கிருந்து கிளம்பினான்.

காட்சி 12.
கட்சி அலுவலகம்.
மதியம் - உள்ளே/ வெளியே.

விஸ்வம் தனது வண்டியை கட்சி அலுவலகத்திற்கு வெளியே நிறுத்திவிட்டு,உள்ளே சென்றான்.அலுவலக அறையில் அவனுக்காக எம்.எல்.ஏ மாயவன் காத்திருந்தான்.

விஸ்வத்தை கண்டவுடன்,

“வா, விஸ்வம்”

“வணக்கம் அண்ணே. என்ன திடீர்னு என்னெ பாக்கனமுன்னு சொன்னீங்க”

“ நீ மட்டும் தானே வந்தே.வேற யாரும் கூட வர்லயே?”

“ இல்லண்ணா”

“எம்மேலெ பொறமபடுற கட்சிகார பயலுக சிலபேர்,நான் வருமானத்துக்கு அதிகமா சொத்து சேர்த்ததா பரப்பி விட்டுட்டானுங்க. அதனால வருமானதுறை நான் சம்மந்தப்பட்ட எல்லா இடத்திலேயும் சோதனை செய்ய போறதா தகவல். இந்த சோதனையில ஏதாவது சிக்கீட்டா, என்னோட முப்பது வருஷ அரசியல் வாழ்க்கை முடிவுக்கு வந்திடும்”

“ தப்பு செஞ்சவங்க தானேண்ணே பயப்படுறனும்?”

“நீ நினைக்கிறது மாதிரி இல்லெ.எங்கிட்ட ஐம்பது கோடி பணமாக இருக்கு.அதுல நூற்றி நாப்பது கோடியெ மறச்சுட்டேன். மீதி இருக்குற பத்து கோடியெ யாருகிட்டெ கொடுக்கிறதுன்னு மூணு நாளா யோசனெ பண்ணி,உன்னெ தேர்ந்தெடுத்தேன். அந்த பத்து கோடியெ உங்கிட்டெ தரேன்.ரெய்டு முடிஞ்சதும் வாங்கிக்கிறேன்.”

“அண்ணே,எனக்கு ஏதாவது பிரச்சனை வருமா?”

" எதுவும் வராது.நான் பாத்துக்கிறேன்."

"நீங்க எங்கிட்ட பணம் கொடுக்குறது யாருக்காவது தெரிஞ்சா?"

" இந்த விசயம்,உனக்கும் எனக்கும் மட்டும் தான் தெரியும். வேற யாருக்கும் தெரியாது. எம் பொண்டாட்டிக்கே தெரியாது.இதுல ஒரு ரூபாய் சிக்கினாலும், பிரச்சனை எனக்கு தான்.அதனால நீ பயப்பட வேண்டாம்."

" சரிண்ணே,இப்ப நான் என்ன செய்யனும்?"

"நீ எந்த வண்டியில வந்தெ?"

"என்னோட பைக்கிலெ"

"அதெ இங்கெ நிறுத்தீட்டு,ஒரு ஆட்டோவெ கூப்பிடு. இல்ல வேண்டாம்.அது நாளைக்கு ஏதாவது பிரச்சனையில கொண்டு வந்து விட்டிடும்."

" என்ன விசயம்,எதுக்கு ஆட்டோ?"

" அதோ பார் அங்கெ இருக்கு பாரு மூணு கட்டைப்யை. அதுல தான் அந்த பத்துகோடி ரூபாய் இருக்கு."

" இவ்வளவு தானே. இதை நான் என்னோட வண்டியிலெ கொண்டு போயிடுறேன்.நீங்க கவலைபட வேண்டாம்."

"விஸ்வம் வழியில ஏதாவது பிரச்சனை வந்தா,அப்புறம் உன்னையும் காப்பாத்த முடியாது. நானும் தப்பிக்க

முடியாது."

"அப்படி எந்த ரிஸ்க் வந்தாலும், உங்க பேர் வெளிய வராம நான் பாத்துக்கிறேன்."

" அதுபோதும். ஆனா பணம் பத்திரம்"

மூன்று கட்டைப் பைகளையும் எடுத்து தனது பல்சர் பைக்கில் ஒன்றை மாட்டிக்கொண்டான். மற்ற இரண்டையும் தனக்கு முன்னால் வைத்துக்கொண்டு, பைக்கை ஸ்டார்ட் செய்தான்.

மாதவன் வெளியே வந்து, "என்னோட முப்பது வருஷ உழைப்பு. ஜாக்கிரதை விஸ்வம்" என்கிறார்

" கவலெபடாதீங்க. நான் பாத்துக்கிறேன்"

தனது வண்டியை அங்கிருந்து கிளம்பினான் விஸ்வம்.

காட்சி 13
உணவகம்.
மாலை - உள்ளே/ வெளியே.

சரசா, தன் வீட்டில் தங்கி இருக்கும் அந்த இளைஞனுடன், அந்த உயர்தர உணவகத்தில் அமர்ந்திருந்தாள்.

"சரசா என்ன வேணும்?"

“ நீ என்ன சொல்லுறீயோ சொல்லு”

“சார் என்ன சாப்பிடுறீங்க?”

“இரண்டு மசால் ரோஸ்ட்.இரண்டு மஷ்ரூம் கிரேவி,கொண்டு வாங்க,மத்ததை அப்புறம் சொல்றேன்.”

ஆர்டரை வாங்கிக் கொண்டு அங்கிருந்து நகர்ந்தான் சர்வர்.

“சரசா நேத்தைக்கு அந்த கவுன்சிலர் பேசுன பேச்சுக்கு,அவன் முகரையே பேத்திருப்பேன். உனக்காக விட்டுட்டேன். உன்னோட ரேஞ்சு தெரியாம நீ அவன்கூட பழகீட்டே, இருந்தும் என்ன பிரியோசனம்? ஆனா,ஒரு வருஷம்,ஒரே வருஷம் எங்கூட மும்பைக்கு வா.அப்புறம் நீ எப்படி ஆகபோறே பாரு.”

மேஜைமீது இருந்த அவனுடைய கைகளை பிடித்து அழுத்திபடி,

“விடு சந்துரு. இத்தனநாளும் அவன் தானே எனக்கு பாதுகாப்பா இருந்தான்.இப்ப நீ வராம இருந்திருந்தா, அவன்தான் பாதுகாப்பா இருந்திருப்பான்.”

“சரி நடந்தது நடந்திருச்சு.விட்டு தொலெ.”

“அப்போது அவர்கள் ஆர்டர் செய்த உணவு மேஜைக்கு வந்தது.”

இருவரும் ரோஸ்ட்டை டேஸ்ட் பார்க்க

தொடங்கினார்கள்.

"பேரர்..."

"சார்"

"ரெண்டு செட் சப்பாத்தி,நாட்டுக்கோழி குருமா இரண்டு."

"என்ன சந்துரு இவ்ளோவும் யாரு சாப்பிடுறது?"

"பேரர் நீங்க கொண்டு வாங்க" பேரர் நகர்ந்தான்.

"சரசா உடம்புல தெம்புதான் முக்கியம்.அப்புறம் இன்னையிலிருந்து உன்னோட பேரு ஷாலு.இந்த மாதிரியான பேருதான் மும்பைக்கு செட் ஆகும். ஓ.கேவா?"

"நீ சொன்னா சரி."

இருவரும் மசால் ரோஸ்ட் சாப்பிட்டு முடிக்கும் தருவாயில்,சாப்பாத்தி,நாட்டுக்கோழி குருமா மேஜைக்கு வந்தது.

"சார் வேற ஏதாவது வேணுங்களா?"

"இரண்டு ஃப்யூர் ஆரஞ்சு ஜூஸ் வித் ஐஸ். அவ்ளோதான் பில் கொண்டு வந்துடுங்க"

பேரர் அங்கிருந்து சென்றான்.சிறிது நேரம் கழித்து,ஜூஸுடன் பில்லையும் கொண்டு வந்தான்.

பில் தொகையுடன் ஐம்பது ரூபாய் அதிகமாக தட்டில் வைத்தான்.

" மீதி உங்களுக்கு…"

"நன்றிங்க"

பேரர் சிரித்துக் கொண்டே சென்றான்.

" தாராள மனது தான்.டிப்ஸே அம்பது ரூபா வைக்கிறீங்க?"

"அவனும் நல்ல இருக்கட்டுமே "

சொல்லிவிட்டு எழுந்து கைகழுவ சென்றான் சந்துரு.

காட்சி 14.
கம்பெனி
மதியம் - உள்ளே/ வெளியே.

மேகலா மதிய உணவை சாப்பிட தனது டிபன் கேரியரை திறந்தாள். அப்போது அவளுடன் பணிபுரியும் சில பெண்களும் கைகளை கழுவிவிட்டு வந்து அமர்ந்தார்கள். பிறகு அனைவரும் தங்கள் உணவு வகைகளை பகிர்ந்து சாப்பிட ஆரம்பித்தார்கள்.

"திலகா,உங்க வீட்டுக்காரர் என்ன வேலெ செய்யுறார்?"

" ஏன் திடீர்னு கேக்குறெ?"

“இல்லெ இரண்டுமுணு நாளைக்கு முன்னால, உங்க வீட்டுக்காரரை பார்த்தேன்.அவர் சின்னதுண்டு வெள்ளெபேப்பர்ல ஏதோ எழுதிக்கொடுத்து காசு வாங்கினார் அதுதான் கேட்டேன்.”

“அதுவா,அது நம்பர் லாட்டரி,அவங்க எழுதுற நம்பர் விழுந்தா பணம்.இல்லாட்டி பணம் லாட்டரி கடைக்கு?”

“ தமிழ்நாட்டுல தான் லாட்டரி இல்லையே?”

“கேரளா லாட்டரி”

“அங்கெ குலுக்குறெ லாட்டரிக்கு நாமா இங்கெ பணம் வாங்க முடியுமா?”

“கம்மி தொகையா இருந்தா,இங்கெ வாங்கலாம். இல்லாட்டி கேரளா போய் வாங்கனும்.ஏன் நீ லாட்டரி எடுக்க போறியா?”

“ஓணம் பம்பர் இருபது கோடின்னு விளம்பரம் பார்த்தேன். மலையாள சேனல்ல,அதனால பேசமா நாம அதெ எடுத்துட்டா,மொத்தமா வாங்கிடலாம் தானே?”

“ஆசைக்கும் அளவு வேணும்? “

“நான் நாளைக்கு அந்த லாட்டரி சீட்டெ எடுக்குறேன். இருபது கோடி அடிக்கிறேன்.”

“அவ்ளோ பணம் வந்தா என்ன செய்வெ?”

"அது வந்ததுக்கு அப்புறமா சொல்றேன்."

அனைவரும் பேசிக்கொண்டே சாப்பிட்டு முடித்துவிட்டார்கள்.
பின்பு அவரவர் பாத்திரங்களை கழுவ குழாயை நோக்கி போனார்கள்.

காட்சி 15.
வீடு.
மதியம் -உள்ளே/ வெளியே.

சிலநாட்களுக்கு பிறகு...
விஸ்வம் தன் அம்மாவிடம் பேசிக்கொண்டிருப்பது.

"அம்மா,நீ சொன்னயே அந்த பொண்ணு..."

"ஆமா,ஷீலா?"

"அந்த பொண்ணோட போட்டோ இருக்கா?அவங்க வீட்ல பேசி முடிச்சிரு."

"ஏண்டா,நெசமா தான் சொல்றியா? ஏன்னா கடைசி நேரத்துல காலெ வாரி விட்டுட்டா, சொந்தக்காரங்க மத்தியில நான் கேவலப்பட்டு போயிடுவேன்"

"நான் யோசிச்சுதான் சொல்றேன். ஷீலாவெ கட்டிக்க எனக்கு சம்மதம் மத்ததெ நீ பேசி முடிச்சிரு."

சரிடா,இன்னைக்கே பேசிட்டு,நாம எப்ப அவங்க வீட்டுக்கு போறதுன்னு உனக்கு சொல்றேன்"

சுப்ரபாரதிமணியன்

அப்போது அவனது வீட்டை நோக்கி கட்சிக்காரன் ஒருவன் ஓடிவந்தான்.

"என்ன மாரி இவ்ளோ வேகமா ஓடிவரெ?பதற்றமா வேறெ இருக்கெ?"

"நம்ம எம்.எல்.ஏ மாயவன்,மதியம் சாப்பிட்டுட்டு எழுந்து கை கழுவ போனவரு,திடீர்னு நெஞ்சு வலிக்குதுன்னு சொன்னாரு?"

" அப்புறம் என்ன ஆச்சு?"

"அப்படியே நெஞ்ச பிடிச்சிட்டு சரிஞ்சவரு தான் எழுந்திரிக்கவே இல்லெ."

இதை கேட்டதும் விஸ்வத்தின் கண்களில் இருந்து கண்ணீர் பொலப்பொல என்று வரத்தொடங்கியது.

"விஸ்வம் அழுது இனி ஒண்ணும் நடக்கபோறதில்லை. சீக்கிரமா கிளம்பி வா.நான் மத்த நம்ம ஆளுங்களுக்கும் சொல்லனும்."

வந்தவன் வேகமாக வெளியேறினான்.

" ஏண்டா,விஸ்வம் உங்க அப்பா செத்தப்பக்கூட இவ்ளோ அழலெ.இப்ப எவனோ செத்ததுக்கு அழறெ?"

" அம்மா இது அழுகெ இல்லெ, ஆனந்தகண்ணீர்."

“அந்த எம்.எல்.ஏ செத்ததுல உனக்கு என்னடா சந்தோஷம்?”

“நான் சொல்ற
விசயத்தை யாருகிட்டெயும் சொல்லீடாதே.அப்படி வெளிய தெரிஞ்சா,நான் ஜெயில்ல கம்பி எண்ணனும்”

“ஒண்ணுமே புரியலெ.புரியுற மாதிரி சொல்லுடா”

விஸ்வம் தன் அம்மாவிடம், அனைத்தையும் சொன்னான்.

“ என்ன பத்து கோடியா?”

சுந்தரி வாயை பிளந்தாள்.

“ வாயெ மூடும்மா”

“எனக்கே நெஞ்சுவலி வந்துடும் போல இருக்கு”

சந்தோஷம் தாங்காமல்,மகனை அப்படியே கட்டி தழுவினாள்.

“இந்த பணம் இனி நமக்கு.எங்கிட்ட பணம் கொடுத்ததெ செத்தவன் வந்து சொல்லவா போறான்.”

“இப்பதாண்டா நீ அரசியல்வாதியா பேசுறெ?”

“அரசியல்வாதி மட்டுமில்லம்மா,அடுத்த எம்.எல்.ஏ வும் நான் தான்.”

சொல்லி ஆனந்தமாக சிரித்தான் விஸ்வம்.

காட்சி 16.
மூணார்.
காலை - உள்ளே/ வெளியே.

ஒரு வாரத்திற்கு பிறகு...

மேகலா வேலை செய்யும் கம்பெனியில் உள்ளவர்கள் எல்லாம் மூணாருக்கு சுற்றுலா வந்திருந்தனர்.சுற்றுலா பேருந்து ஒரு விடுதியின் முன் நின்றது.அனைவரும் இறங்கத் தொடங்கினார்கள். அவர்களின் சூப்பர்வைசர்,

"எல்லாரும் ஒண்ணாதான் போகனும்.
ஒண்ணாதான் வரனும். ஆம்பளைங்க எல்லாம்,கண்ட இடத்துல நின்னு சரக்கடிக்க கூடாது.இது தமிழ்நாடு இல்லெ கேரளா,
ஜாக்கிரதையாக இருக்கனும்.ரோட்ல நின்னு சரக்கடிக்கிறதெ போலீஸ் பார்த்தா,உடனே கேஸ் போட்டுடுவாங்க.
அப்புறம் பீடி,சிகரெட் குடிக்க கூடாது."

"என்னாண்ணே, ஜாலியா இருக்காலமுன்னு, மூணார் டூர் வந்தோம். இப்ப அது செய்யாதே, இது செய்யாதேன்னா எப்படிண்ணே?"

" அதுதானே?"

"சொன்னா புரிஞ்சுக்கோங்க.இங்கெ எல்லா விசயத்திலயும் கொஞ்ச கெடுபிடி தான்.போலீஸ் கையில சிக்கீட்ட தப்பிக்க முடியாது.சரக்கெ ரூமுக்கு வாங்கீட்டு போய் குடிங்க.இல்லாட்டி பார்ல போய் குடிங்க.உங்களெ குடிக்க வேண்டாம்னு யாரும் சொல்லல.ரோட்ல குடிக்காதீங்க.

அவ்ளோ தான்."

அனைவரும் விடுதியினுள் நுழைந்தார்கள்.

" சாந்தி எனக்கு களைப்பா இருக்கு.கொஞ்ச நேரம் தூங்குறேன்.நீங்க எல்லாரும் குளிச்சு முடிச்ச பின்னாடி என்னெ கூப்பிடுங்க"

மேகலா கட்டில் சாய்ந்தாள்.அவளுடன் வந்த பெண்கள் சிலர் குளிக்க ரெடியானார்கள்.

ஆண்கள் எட்டு பேர்.பெண்கள் பதிமூணு பேர். கூடுதலாக சூப்பர் வைசர்.சுற்றுலா பேருந்து டிரைவர் பேருந்திலே ஓய்வெடுத்து கொண்டான்.

"மதி சீக்கிரமாக ரெடியாகு.பாருக்கு போலாம்."

"டேய்,பார்ல சரக்கு விலை ஜாஸ்தி.நீ பேசாம இரண்டு ஃபுல் வாங்கீட்டு வா.நாம ரூம்லேயே அடிச்சிடலாம்."

"இங்கெ ஒருத்தருக்கு ஒரு பாட்டில் தான் தருவாங்களாம். மூர்த்தி நீயும் வா.அப்படியே சைடிஷூம் வாங்கீட்டு வந்திடலாம்."

"சரிடா"

மூர்த்தியும், குமாரும் சரக்கு வாங்க சென்றார்கள். அவர்கள் அறையில் இருந்து வெளியே வருவதை பார்த்த சூப்பர்வைசர்,

" எங்கப்பா ரெண்டு பேரும் தனியா கிளம்பீட்டீங்க?"

"சரக்கு வாங்கத்தான். ரூம்ல வந்து அடிச்சுக்குறோம்."

" அதுதான் நல்லது. சீக்கிரமாக வாங்கீட்டு வந்து சாப்பிடுங்க.
பதினோரு மணிக்கு மாட்டுப்பட்டி டேமுக்கு போறோம்."

" அதுக்குள்ளே ரெடியாயிடுறோம்."

இருவரும் மதுபான கடையை நோக்கி போனார்கள்.

காட்சி 17.
கடை வீதி.
மாலை - உள்ளே/ வெளியே.

சுற்றுலா வந்த அனைவரும் தங்களுக்கு வேண்டிய பொருட்களை கடைவீதியில் வாங்கிக் கொண்டிருந்தார்கள். மேகலா,சாந்தி,திலகா மூவரும் மூணார் டவுனில் இருந்த தேவாலயத்திற்கு போனார்கள்.

"மேகலா,என்னடி இவ்ளோ படிக்கட்டுகள்.காலே வலிக்குது."

" ஒரு நாளைக்கே இப்படின்னா,இந்த மலைபிரதேசத்துல வாழ்றவங்க,தினம் தினம்,இந்த மாதிரி பல படிக்கட்டுகளை ஏறுறாங்களே, அவங்களெ என்ன சொல்றது?"

"அவங்களுக்கு பழகி போச்சு"

" நாமளும் பழகிக்கிவோம்."

பேசிக்கொண்டே மூவரும் தேவாலயத்தை அடைந்தார்கள்.

அதேவேளையில்... மற்ற பெண்கள் கடைவீதியில் தேயிலை,ஏலக்காய், போன்ற பொருட்களை வாங்கிக் கொண்டிருந்தார்கள். ஆண்கள் அவர்களுக்கு வேண்டியவற்றை வாங்கிக் கொண்டிருந்தார்கள். அப்போது அங்கு வந்தார் சூப்பர்வைசர்,

"ரமா, எங்கெ மேகலா,திலகா, சாந்தி மூணுபேரையும் காணம்?"

"சார்,அவங்க சர்ச்சுக்கு போயிட்டு வரேன்னு சொல்லி போயிருக்குறாங்க."

"வழியெல்லாம் தெரியுமா?"

ரமா,கடைவீதியில் இருந்து,கையை நீட்டி,

"அதோ,அங்கெ தெரியுறதுதான் சர்ச்.ஒண்ணும் பயப்பட வேண்டாம் வந்துடுவாங்க."

" ஆம்பள பசங்க தவறினாலும்,நாம பதறாம தேடி கண்டுபிடிச்சிடலாம். ஆனா, பொண்ணுங்க அப்படி இல்லெ.அதனால உங்களவிட நான்தான் ஜாக்கிரதையா இருக்கணும்."

"சார்,அதோ அவங்களெ வந்துட்டாங்க"

" ஏன்,என்ன ஆச்சு?"

"ஒண்ணுமில்ல மேகலா,
சார் உங்க மூணு பேரையும் காணோமுன்னு பயந்துட்டார்."

"சார்,நாங்க என்ன குழந்தைங்களா காணாம போக..."

"இருந்தாலும், சரி எல்லாரும் சீக்கிரமா வாங்கீட்டு வாங்க. இப்ப புறப்பட்டாதான்,ராத்திரி பத்து மணிக்கு ஊர் போய் சேர முடியும்.நான் பஸ்ல வெயிட் பண்ணுறேன்."

" மேகலா,என்ன வேண்டிக்கிட்ட?"

" வேண்டுனதெ வெளியில சொன்னா பலன் இருக்காது."

"ரமா,அப்புறம் ஒரு விசயம்.சர்ச்சில இருந்து வெளியே வந்ததும் முதல் வேலையா பத்து கோடி பம்பர் லாட்டரி வாங்கீட்டா,அடுத்த வாரம் ரிசல்ட்."

"அப்ப பம்பர் பரிசுன்னு சொல்லு"

"குலுக்கல் அடுத்த வாரம்"

"மேகலா அடுத்த வாரம் கோடீஸ்வரி அப்படி தானே?"

அனைவரும் சிரிப்பது.

" நல்லா சிரிங்கடி.எனக்கு பரிசு விழதான் போகுது பாத்துட்டே இருங்கெ"

"அங்கெ சூப்பர்வைசர் பாத்துட்டே இருக்காரு. வாங்க சீக்கிரம்."

அனைவரும் தங்கள் பேருந்தை நோக்கிப் போனார்கள்.

காட்சி 18.
மாயவன் வீடு.
பகல் - உள்ளே/ வெளியே.

எம்.எல்.ஏ மாயவன் மறைவிற்கு பிறகு, அவரது குடும்பத்திற்கு ஆறுதல் சொல்ல கட்சி ஆட்களும், உறவினர்களும் நண்பர்களும் வந்துக்கொண்டே இருந்தார்கள். அந்த கூட்டத்தில் விஸ்வமும் இருந்தான்.

அப்போது கட்சிகாரர்களில் சிலர்,

" எம்.எல்.ஏ வீட்டுக்கு ரெய்டு நடக்க போறதா ஒரு பேச்சு வெளியில வந்தது. ஆனா,
அதுக்குள்ளே அவரே போயிட்டாரு."

"அந்த பயத்துல தான் அவருக்கு நெஞ்சுவலி வந்திருக்குமோ?"

"ஆமா, ரெய்டு விடுற அளவு அவருகிட்ட பணம் இருக்கா? அப்படி இருந்திருந்தா இப்ப அந்த பணம் எங்கெ?"

"ரெய்டு விசயம் முன்னமே தெரிஞ்சிருந்தா, எதாவது தூரத்து சொந்தக்கார பயலுககிட்ட பணத்தெ மறைச்சு வைக்க கொடுத்திருப்பாரு. அது யாருகிட்ட இருக்கோ?"

“ ஏண்ணே கட்சிகாரங்க யாருகிட்டையாவது கொடுத்து வெச்சிருப்பாரோ?”

“கட்சிகாரங்களெ பத்தி எம்.எல்.ஏவுக்கு தெரியாதா? அதுவும் நம்ம கட்சிகாரங்ககிட்ட கொடுத்தா,அந்த பணத்தெ சுருட்டிடெ அவனுங்களே போட்டு
கொடுத்துடுவானுங்க.
அதனால நிச்சயமா கட்சிகாரங்கிட்ட கொடுக்க வாய்ப்பில்லெ”

“ ஆமா,சுமார் எவ்ளோ இருக்கும் யாருக்கு தெரியும்?”

அதற்குள் மாவட்ட தலைவர் அங்கு வந்தார். மாயவன் மனைவியிடம் தனது அனுதாபத்தை தெரிவித்தார். பிறகு கட்சிகாரர்களை பார்த்து,

“என்னப்பா நம்ம ஆளுங்க எல்லாரும் வந்தாங்க தானே?”

“ கொஞ்ச பேர் நேத்து வந்தாங்க.இன்னைக்கு நாங்க வந்திருக்குறோம்.”

“நம்ம மாவட்டத்தோட நீண்டநாள் உறுப்பினர் இரண்டு முறை எம்.எல்.ஏ. ஆனா என்ன இன்னும் பதவி முடிய மூணு வருஷம் இருக்கு, அதுக்குள்ள தவறீட்டாரேன்னு கவலெயா இருக்கு.”

“அண்ணெ அப்ப இடைதேர்தல்ல, இந்த முறை யாருக்கு வாய்ப்பு கிடைக்கும்.நம்ம ஆளுங்களுக்கு கிடைக்குமா?”

“அதுல ஒரு சட்டசிக்கல் வரபோகுது. தொகுதி வரையறை முடிஞ்சதாலெ,இந்த தொகுதி அனேகமாக தனி தொகுதியாயிடும் போல தெரியுது”

“ என்னண்ணே சொல்றீங்க?”

“ தனி தொகுதியா மாறி பின்னால நடக்குற முதல் இடைத்தேர்தல் நம்ம தொகுதியா தான் இருக்குமுன்னு நெனக்கிறேன். என்ன விஸ்வம் எதுவும் பேசாம இருக்குறெ?”

“ காலம் எப்படி மாறுது பாத்தீங்களா?”

“ஏண்டா நாம ஒண்ணு சொன்னா,இவன் ஒண்ணு சொல்றான். இவன் ஏதோ குழப்பத்துல இருக்குறெ மாதிரி தெரியுது.”

சிறிதுநேரத்திற்கு பிறகு, அனைவரும் அங்கிருந்து கிளம்பத் தொடங்கினார்கள்.

காட்சி 19
விஸ்வம் வீடு.
பகல் - உள்ளே/ வெளியே.

விஸ்வம் வீட்டிலிருந்து புறப்பட்டுக் கொண்டிருந்தான்.

அப்போது மதியழகு டிபார்ட்மென்டல் ஸ்டோர்ஸ் உரிமையாளர் வரதராஜன் கார் விஸ்வம் வீட்டின் முன்னால் வந்து நின்றது.அதை பார்த்த விஸ்வம்,

"இந்தாள் எதுக்கு வரான்.?"

வரதராஜன் காரிலிருந்து இறங்கி விஸ்வம் வீட்டினுள் சென்றார்.

"வாங்க அண்ணா, திடீர்னு இவ்ளோ தூரம் வந்துட்டீங்க"

" நம்ம காரியம் ஆகனுமுன்னா எவ்ளோ தூரம் ஆனாலும் வந்து தானே ஆகனும்."

" சொல்லுங்கண்ணா"

" அந்த காம்ப்ளெக்ஸ் விசயம் என்னாச்சு?"

" திடீர்னு எம்.எல்.ஏ இறந்ததால எந்த விசயமும் பேச முடியல.அடுத்த இடைத்தேர்தலுக்காக கட்சி தலைவர்கள் ஆவலோட காத்திருக்குறாங்க. இந்த நேரத்துல இதை பத்தி எப்படி பேச முடியும்.நீங்க ஒரு மாசம் வெயிட் பண்ணுங்க. நான் சொல்லி ஏற்பாடு பண்ணுறேன்."

விஸ்வத்தின் அம்மா சமையல் அறையில் இருந்து வெளியே வந்தார்கள்.

" சுந்தரி அம்மா எப்படி இருக்குறீங்க?"

" நல்ல இருக்குறேன். நீங்க இந்த பக்கம் வந்து எவ்ளோ நாளாச்சு."

" பிசினஸ் விசயமா வெளியூர் போக வேண்டியதா இருக்கு

அதுதான்.இப்ப விஸ்வத்தெ ஒரு விசயமா பாக்க வேண்டி இருந்தது,அதுதான் வந்தேன்."

" டீ காபி எது சாப்பிடுறீங்க?"

" டீயே போடுங்க"

சுந்தரி மீண்டும் சமையல் அறைக்குள் நுழைவது.

"விஸ்வம் இது கொஞ்சம் அவசரம். அதனால தான் நான் இப்ப வீட்டுக்கு வந்தேன்."

"அண்ணே,அந்த இடத்துல ஏதாவது வில்லங்கம் இருக்கா?"

" அது எங்க குடும்ப சொத்து,சித்தப்பா,பெரியப்பா பசங்களுக்கும் அதில உரிமை இருக்கு.எல்லோருக்கும் பணம் கொடுத்து சரிபண்ணீட்டேன். ஆனாலும் எனக்கு தெரியாம ஏதாவது செய்யுறாங்களான்னு தெரிஞ்சுக்கனும். அதுக்கு தான் உன்னோட உதவி கேக்குறேன்."

"சரி பார்த்திடலாமண்ணே"

சுந்தரி அம்மா டீ கொண்டு வந்து இருவருக்கும் கொடுத்தார். டீயை வாங்கி குடித்துக்கொண்டே, " டீ பிரமாதம இருக்கு"

வரதராஜன் சொன்னதை கேட்டு சிரித்தார் சுந்தரி. குடித்து முடித்து விட்டு,டம்ளரை கீழே வைத்தார் வரதராஜன்.

" சரி விஸ்வம் நான் புறப்படுறேன்.
சாயங்காலம் நம்ம ஸ்டோருக்கு வந்துருங்க."

" வரேண்ணே" .வரதராஜன் வீட்டை விட்டு வெளியே சென்றார்.

காட்சி 20.
பேருந்து நிலையம்.
காலை - உள்ளே/ வெளியே.

மேகலா தன் பெரியம்மாவிற்குவிபத்து நடந்துவிட்டு என்ற செய்தி கிடைத்ததும், அவரை பார்க்க திருவண்ணாமலைக்கு செல்ல ஆட்டோவில் பேருந்து நிலையம் வந்து இறங்கினாள்.

"அண்ணே,ஆட்டோவுக்கு எவ்ளோ?"

"எண்பது ரூபாய்"

மேகலா நூறு ரூபாய் நோட்டை கொடுக்க,ஆட்டோ ஓட்டுநர் மீதி இருபது ரூபாயை திருப்பி கொடுத்தான். அதை வாங்கி தனது பர்சில் வைத்துக்கொண்டாள்.
பிறகு திருவண்ணாமலை பேருந்துக்காக பேருந்து நிலையத்தில் காத்திருந்தாள். அப்போது அவளுடைய பெரியம்மா,சிறிய வயதில் மேகலாவிற்கு செய்த உதவிகளை எல்லாம் நினைத்து பார்த்தாள்.

பெரியம்மாவிற்கு இரண்டு மகன்கள்.இருவருக்கும் திருமணம் ஆகிவிட்டது. இரண்டு மருமகள்களும் ஏதோ கடமைக்காக பெரியம்மாவை பார்த்துக் கொள்கிறார்கள்.

மேகலாவுக்கு கூட பிறந்தவர்கள் யாருமில்லை. அவளது அம்மாவின் மறைவுக்கு பின்னே அவளுக்கு எல்லாம் பெரியம்மாதான். மேகலாவின் அப்பா, மேகலா சிறுவயதில் இருக்கும்போதே மறைந்து விட்டார். பெரியம்மாவின் முதல் மகனுக்கு திருமணம் நடந்துமே, மேகலா அங்கிருந்து வந்து கம்பெனியில் வேலைக்குச் சேர்ந்துவிட்டாள். இங்கேயே வீடெடுத்து தங்கிவிட்டாள். அதன் பிறகு போக்குவரத்து அவ்வளவாக இல்லை. எப்போதாவது போனில் பேசிக்கொள்வார்கள். இப்போது பெரியம்மா குளித்துவிட்டு வரும்போது குளியலறையில் வழுக்கி கீழே விழுந்து தலையில் அடிபட்டுவிட்டதாக செய்தி வர, உடனே, கிளம்பி விட்டாள் மேகலா திருவண்ணாமலைக்கு.

பேருந்து நிறுத்தத்தில் தேடினாள் திருவண்ணாமலை செல்லும் பேருந்து நிற்கிறதா என்று, ஆனால், காணவில்லை.

அங்கு விசாரித்தாள். அப்போது சிறிது நேரத்தில் வரும் என்று சொன்னார்கள். அவள் திருவண்ணாமலை பேருந்துக்காக காத்திருந்தாள்.

காட்சி : 21
வீடு. காலை- உள்ளே/ வெளியே.
ஒரு வாரத்திற்கு பிறகு,

மேகலா வீட்டிலிருந்து வெளியே வந்தாள். அவள் வெளியே வருவதற்குள் வாடகை கார் வந்து நின்றது. மேகலா கார் அருகே சென்றதும் டிரைவர் கார் கதவை திறந்து விட்டான்.

"உட்காருங்க மேடம்"

" நன்றி"

மேகலா உள்ளே ஏறி அமர்ந்தாள். கார் வேகமாக போய் கொண்டிருந்தது. அப்போது அவளுடன் வேலை செய்த தோழிகள் திலகா, ரமா போன்றவர்கள் நடந்து சென்றுக் கொண்டிருந்தார்கள். அவர்களை பார்த்ததும் காரை நிறுத்த சொன்னாள் மேகலா.

நடந்து சென்று கொண்டிருந்தவர்களின் அருகில் கார் நின்றதும் அவர்கள் திகைப்புடன் பார்த்தார்கள். காரிலிருந்து மேகலா இறங்கினாள்.

" ஏய்...எல்லோரும் வண்டியில ஏறுங்க. கம்பெனிகிட்ட இறக்கிவிடுறேன்."

"வேண்டாம் மேகலா. நீ முக்கியமான வேலையா போகுற மாதிரி தெரியுது. நீ கிளம்பு"

திலகா சொன்னதும், " அப்ப நான் கிளம்புறேன்."

மேகலா மீண்டும் காரில் ஏறி அமர கார் அங்கிருந்து புறப்பட்டு வேகமாக அவர்களை கடந்து சென்றது.

"அவ சொன்ன மாதிரியே மூணார்ல எடுத்த லாட்டரி டிக்கெட்டுக்கு இரண்டாம் பரிசா அஞ்சு கோடி விழுந்திருச்சு பார்த்தியா?"

“அவளுக்கு தலைவிதி அப்படி எழுதி இருக்கு.நமக்கு இப்படி இருக்கு.என்ன செய்ய முடியும்?”

“ ஆமா காலையிலேயே எங்கெ கிளம்பீட்டா, அதுவும் வாடகை கார்ல?”

“அவ கோடீஸ்வரி ஒருவேளை சொந்த கார் வாங்க,வாடகை கார்ல போவாளோ?”

“ இருக்கலாம்.ஆமா அவ பெரியம்மா வழுக்கி விழுந்துட்டாங்கன்னு திருவண்ணாமலை போனாளே என்னாச்சு?”

“ இப்ப பணம் வந்தவுடன்,பெரியம்மாவை அப்பல்லோ ஆஸ்பத்திரியில வெச்சு பார்க்க ஏற்பாடு பண்ணீட்டாளாம். பெரியம்மாவும் பொளச்சிட்டாங்கன்னு சொன்னா”

அவர்கள் பேசிக்கொண்டே கம்பனிக்கு வந்து சேர்ந்தார்கள்.

காட்சி 22.
வீதி.
மாலை - உள்ளே/ வெளியே.

இரண்டு மாதங்களுக்கு பிறகு...

பிரமாண்டமான காரில் வந்து இறங்கினாள் ஷாலு என்ற சரசா. அவளை கண்டதும் அந்த வீதியில் இருந்த பெண்கள் ஆச்சரியப்பட்டார்கள்.

“இவ எப்படி இவ்ளோ சீக்கிரமா பணக்காரி ஆனா?

ஒண்ணுமே புரியமாட்டேங்குது.இந்த நம்ம ஏரியாவுல மூணு திடீர் பணக்காரங்க."

"ஆமா,ஒண்ணு கவுன்சிலர் விஸ்வம், இரண்டு நம்ம மேகலா, மூணு இவ.இதுல மேகலாவுக்கு லாட்டரி அடிச்சது.மத்த ரெண்டு பேருக்கும் எப்படி?"

வீதியில் உள்ளவர்கள் குழம்பிக் கொண்டிருந்தார்கள்.

காரில் இருந்து இறங்கினார் ஷாலு,அவளுடன் சந்துருவும் இறங்கினான்.

"என்ன சரசா கார் புதுசா இருக்கு உன்னதா?"

"இந்த கார் என்னுடையது இல்ல. ஆனா இதே மாதிரி காருக்கு ஆர்டர் கொடுத்திருக்குறேன். சீக்கிரமாக வாங்கீருவேன்.
என்னோட பேரு சரசா இல்ல.ஷாலு.பேரெ மாத்தீட்டேன்."

"பேரெ மட்டுமா மாத்தினெ,ஆளே மாறிட்டே,பார்த்த வடநாட்டு நடிகை மாதிரி இருக்கெ?"

" நான் ரெண்டு இந்தி படத்துல நடிக்க இருக்கேன். சீக்கிரமாக நீங்க சொன்னமாதிரி நடிகை ஆயிடுவேன்."

" அடேங்கப்பா,அந்த அளவு வளர்ந்துட்டியா?"

"எல்லாத்துக்கும் சந்துரு தான் காரணம்.மை ஸ்வீட் சந்துரு"

அவன் கன்னத்தில் முத்தமிட்டாள்.

"பார்த்தியாடி சரசா இங்கிலீஷ்ல எல்லாம் பேசுறா?"

"இந்திப்படத்துல நடிக்கப்போறவெ,இங்கிலீஷ் பேசாம இருப்பா?"

"எனக்கு இங்கெ கொஞ்சம் வேலை இருக்கு அதுக்காக தான் வந்தேன்.அப்படியே உங்களெ பாத்துட்டு போலாமுன்னு இங்கெ வண்டியெ நிறுத்தினேன்.சரி நான் புறப்படுறேன். சந்துரு வண்டியெ எடு"
அவன் வண்டியில் ஏறி வண்டியை ஸ்டார்ட் செய்தான். ஷாலு காரின் முன் கதவை திறந்து,அவனுக்கு அருகில் அமர்ந்தாள்.கார் வீதியிலிருந்து கிளம்பி சென்றது.

காட்சி 23.
கட்சி அலுவலகம்.
மாலை - உள்ளே/ வெளியே.

விஸ்வம் தனக்கு இந்தமுறை எம்.எல்.ஏ சீட் கண்டிப்பாக வேணும் என்று கட்சி தலைவரை வற்புறுத்திக் கொண்டிருந்தான்.

"தலைவரே,நீங்க என்ன பண்ணுவீங்களோ எனக்கு தெரியாது.இந்த முறை மாயவன் அண்ணன் மறைவை ஒட்டி,நடக்குற இடைத்தேர்தல்ல எனக்கு சீட்டு வேணும்."

"இங்கெ பாரு,விஸ்வம் நீ நெனக்கிறமாதிரி இது வார்டு எலெக்ஷன் இல்ல.ஸ்டேட் எலெக்ஷன்.செலவு நிறையா ஆகும் உன்னால முடியுமா?"

சுப்ரபாரதிமணியன்

"தலைவரே,அந்த கவலையை விடுங்க.நான் பாத்துக்கிறேன். எனக்கு சீட் மட்டும் கொடுங்க,அதுபோதும்.மத்தவிசயத்தெ நான் பாத்துக்கிறேன்."

"நீ இவ்ளோ சொல்றதால,நான் மத்த நிர்வாகிகிட்டெயும் கேட்டுட்டு,முக்கியமா,
உங்க மாவட்ட தலைவர்கிட்ட பேசிட்டு,முடிவெ சொல்றேன்."

"தலைவரே,நீங்க பொதுகுழுவெ கூட்டுவீங்களோ,செயற்குழுவெ கூட்டுவீங்களோ எனக்கு தெரியாது. எனக்கு வேண்டியது எம்.எல்.ஏ சீட்டு அவ்ளோதான்." சொல்லி எழுந்தான் விஸ்வம்.

"என்ன விஸ்வம் கிளம்பீட்டியா?"

" ஆமா,தலைவர்கிட்ட சொல்லவேண்டியதெ சொல்லீட்டேன்.முடிவு தலைவர் கையில. வந்தவேலை முடிஞ்சிருச்சு அதுதான் கிளம்புறேன்."

வேகமாக வெளியே வந்தான் விஸ்வம்.

அவன் போனவுடன்,

"என்ன சிங்காரம், எவ்வளவு வேணுமின்னாலும் செலவு பண்ணுறேன் சீட்டெ கொடுங்கிறான். இவன்கிட்ட ஏது பணம்? கவுன்சிலரா இரண்டு தடவெ இருந்தான். அதுக்குள்ள எம்.எல்.ஏ ஆகிற அளவுக்கு பணமா? இருக்காதே."

"அதுதான் எனக்கும் புரியல தலைவரே.
அவங்க ஏரியாவுல லாட்டரி அடிச்சது ஒரு பொண்ணுக்கு. ஆனா இவன் பேசுறது பார்த்தா,இவனுக்கும் அடிச்சிருக்குமோ?எது எப்படியோ இவனுக்கு சீட் கொடுக்க கூடாது."

" சிங்காரம் நாம இவனுக்கு சீட் கொடுத்தாலும், இவனால நிற்கமுடியாது.வர்ற இடைத் தேர்தலுக்குள்ளே இது தனிதொகுதி ஆயிடும்."

"அப்ப இவன் தொந்தரவு இருக்காது."

"ஆனா,தனிதொகுதி ஆகாட்டி சிக்கல் தான்.சரி எப்படியும் இடைத்தேர்தலுக்கு இரண்டு மாசம் இருக்கு.அப்ப பார்க்கலாம்."

அலுவலகத்திற்கு வெளியில் வண்டி வந்து நிற்கும் சத்தம் கேட்டது.

"அடுத்து யாரோ வர்றமாதிரி தெரியுது விஸ்வம் விவகாரத்தை பத்தி சொல்லாதே"

"சரி தலைவரே "
அப்போது ஒருவர் அறைக்கதவை திறந்து உள்ளே வந்தார்.

காட்சி 24.

கம்பெனி.

காலை - உள்ளே/ வெளியே.

மேகலா தனது லாட்டரியில் விழுந்த பணத்தில் ஒரு நிட்டிங் கம்பெனியை புதிதாக திறந்தாள்.கம்பெனியின் பெயர்,மேகலா நிட்டிங்ஸ். கம்பெனியை திறந்து வைக்க மேகலா தான் வேலை செய்த கம்பெனி உரிமையாளர் கந்தசாமியை அழைத்திருந்தாள்.அவருடன் அந்த ஏரியாவில் உள்ள சில பெரிய ஆட்களையும் அழைத்திருந்தாள்.
கம்பெனி மூன்று கோடி ரூபாய் செலவில் பிரமாண்டமாக கட்டி இருந்தாள்.திறப்புவிழா அழைப்பிதழ் கொடுக்கப்பட்டவர்கள் எல்லாம் ஒவ்வொருவராக வந்துகொண்டிருந்தார்கள்.

“என்ன மேகலா,இன்னும் நம்ம மொதலாளியை காணம்.”

“வந்துடுவாரு திலகா.நல்ல நேரத்திற்கு இன்னும் அரைமணி நேரம் இருக்கே?”

அதேவேளையில் கந்தசாமியின் வாகனம் மேகலா நிட்டிங்ஸ் அலுவலக போர்டிக்கோவில் வந்து நின்றது.

“ அதோ முதலாளி வந்துட்டார்”

கந்தசாமியை வரவேற்க மேகலா பூங்கொத்துடன் வாகனத்தின் அருகே சென்றாள். கந்தசாமி காரில் இருந்து இறங்கியதும், பூங்கொத்தை கொடுத்து வரவேற்றாள் மேகலா.

“வணக்கம் சார்”

பூங்கொத்தை கையில் வாங்கிக்கொண்டார்.

“ரொம்ப சந்தோஷமா இருக்கும்மா.என் கம்பெனியில் வேலெ செஞ்ச பொண்ணு,ஒரு கம்பெனிக்கு முதலாளி ஆகுறதெ நினைக்கும்போ... ரொம்ப ரொம்ப சந்தோஷமா இருக்கும்மா.”

“நன்றி சார்.வாங்க”

அவரை தொடர்ந்து அடுத்த காரில் கந்தசாமி குடும்பத்தார்கள் வந்தார்கள். அனைவரையும் மேகலா அன்புடன் வரவேற்றாள்.

கந்தசாமியின் கையில் கத்திரிகோலை எடுத்து கொடுத்தாள் மேகலா.கந்தசாமி மகிழ்ச்சியுடன் ரிப்பனை வெட்டினார்.அனைவரும் கைதட்டினார்கள். அதன் பிறகு குத்துவிளக்கு ஏற்றப்பட்டது.முதல் திரியை மேகலா ஏற்றினாள்.அடுத்த திரியை கந்தசாமியின் மருமகள் திவ்யா ஏற்றினாள்.அவளை தொடர்ந்து முக்கியமான சிலர் குத்துவிளக்கை ஏற்றினார்கள்.விழா முடிந்ததும் அனைவருக்கும் காலை சிற்றுண்டி வழங்கப்பட்டது.

காட்சி 25
ஓய்வு விடுதி.
இரவு - உள்ளே/ வெளியே.

மதியழகு டிபார்ட்மென்டல் ஸ்டோர் உரிமையாளர் தனது மனைவியின் தம்பி குமாருடன் மது அருந்திக் கொண்டிருந்தான்.குமார் அக்கா புருஷனுக்கு

ஊத்திக்கொடுத்து விட்டு,தானும் ஊற்றி அருந்திக்கொண்டிருந்தான்.

“இந்த ஊர்ல என்ன நடக்குதுன்னே தெரியலெ மாப்ளே. நேத்து வார்டு கவுன்சிலர் இருந்து, ஆயிரத்துக்கும், இரண்டாயிரத்துக்கும் அக்கபோரு பண்ணீட்டு இருந்தவன், இன்னைக்கு எம்.எல்.ஏ சீட்டு கொடுத்தே ஆகனமுன்னு,கட்சி தலைவரையே மிரட்டுறான்.இது ஒருபக்கம் இருந்தா,நம்ம கடையில வந்து,விலை அதிகமுன்னு பொருள் வாங்காமே போன மேகலா இன்னைக்கு சொந்தமா நிட்டிங் கம்பெனி வெச்சுட்டா,இதெ கூட அவளுக்கு லாட்டரி அடிச்சிச்சின்னு சொல்லலாம்.ஆனா, விஸ்வத்துக்கு கீப்பா இருந்தவ,பிரமாண்டமான கார்ல வந்து இறங்குறா. இவங்களுக்கு எல்லாம் இந்த பணம் எப்படி வந்தது.இந்த கருப்புகுதிரைகள் எல்லாம் வளர்ந்தா,
பரம்பரை பணக்காரரா இருக்குறெ நமக்கு என்ன மரியாதை?”

“ஆமா,மாமா,அது என்ன கருப்பு குதிரை?”

“வசதியே இல்லாம திடீர்னு ஒரே ராத்திரியில பணக்காரங்களா மாறுறவங்களெ தான் கருப்பு குதிரைன்னு சொல்லுவாங்க”

“அதுக்கு நாம என்ன பணாணமுடியும் மாமா?”

“ பண்ணனும்.ஏதாவது பண்ணனும்.
விஸ்வத்துக்கு எப்படி பணம் வந்தது? அதெ தெரிஞ்சுக்கனும். அவனெ எம்.எல்.ஏவாக விடக்கூடாது.”

“ அப்படி அவன் மேலே என்ன கோபம்?”

“ நான் ஒரு காரியமா அவங்கிட்டெ போனேன். கவுன்சிலரா இருக்குறவரைக்கும் பண்ணி தரேன்னு சொன்னவன்,திடீர்ன்னு இடைத்தேர்தலுக்கு அப்புறம் பாக்கலாமுன்னு சொல்லீட்டான்.அதுக்கப்புறம்,அவனெ பார்த்து பேசக்கூட நேரம் கிடைக்கல.அவன் அவ்ளோ பிஸியாம். இப்பவே இந்த
அலப்பறை பண்ணுறவன், நாளைக்கு எம்.எல்.ஏ ஆனால்..?”

“மாமா சரியாதான் யோசிக்கிறீங்க”

சொல்லிக்கொண்டே,
வரதராஜனின் டம்ளரில் பிராந்தியை ஊத்தினான் குமார்.

காட்சி : 26.
கட்சி அலுவலகம்.
காலை - உள்ளே/ வெளியே.

கட்சி அலுவலகத்தின் முன்னால்
கட்சி தொண்டர்களும்,கட்சி உறுப்பினர்களும் கூடினார்கள். காரணம் தொகுதி வரையறையின் படி,தொகுதிகள் மாற்றி அமைக்கப்பட்ட பரபரப்புசெய்தி அனைத்து ஊடகங்களிலும் பிரேக்கிங் நியூஸாக வந்துக்கொண்டிருந்தது. எல்லா கட்சி அலுவலகத்தை நோக்கியும் தொண்டர்கள் போய் கொண்டு இருந்தார்கள்.

மறைந்த மாயவன் தொகுதி
கட்சி அலுவலகம் மிகவும் பரபரப்பாக இருந்தது

காரணம் மாயவன்போட்டி இட்டிருந்த பொதுதொகுதி தற்போது தொகுதி வரையறையின் படி தனி தொகுதியாக மாற்றப்பட்டுள்ளது.அது போன்று பல தனி தொகுதிகள் பொது தொகுதிகளாகவும் பல பொதுதொகுதிகள் தனித்தொகுதிகளாகவும் மாற்றப்பட்டுள்ளது. அவற்றின் காரணமாக கட்சி அலுவலகம் முன்பு தொண்டர்கள் கூட தொடங்கினார்கள். இப்பொழுது செயற்குழு பொதுக்குழு உறுப்பினர்கள் வாகனங்கள் வரிசையாக வந்து நின்றது. ஒவ்வொருவரும் இறங்கி கூட்டம் நடக்கும் அறைக்குள் நுழைந்தார்கள். அவர்களை தொடர்ந்த கட்சி தொண்டர்கள் " வாழ்க" கோஷம் போட்டுக் கொண்டிருந்தார்கள். மாயவன் தொகுதியில் எம்எல்ஏ சீட்டு கேட்டிருந்த விஸ்வம் தனது காரில் வந்து இறங்கினான். அவனைத் தொடர்ந்து அவனது தற்போதய அள்ளக்கையாக இருக்கும் ஜெகனும் இறங்கினான். விஸ்வம் காரில் இருந்து இறங்கியவுடன்,"எங்கள் தொகுதியின் எம்.எல்.ஏ வாழ்க, வருங்கால அமைச்சர் வாழ்க"

என்று கோஷம் எழுப்பினார்கள். விஸ்வம் அந்த கோஷத்தை ரசித்தபடி சென்றான்.அப்போது ஒருவன் " வருங்கால அமைச்சர் வாழ்க" என்று உரக்க கத்தினான்.

அந்த கோஷம் தொடர்ந்து கொண்டே இருந்தது. விஸ்வம் அதை கவனித்தபடி கூட்டம் நடைபெறும் அறைக்குள் நுழைந்தான்.

அதே வேளையில், வெளியில்

"பணம் மட்டும் இருந்தா,
எவன் எவன்கூட வேணுமின்னாலும் சேருவான். இந்த

தொகுதியில விஸ்வம் நிற்கவேமுடியாது. அது தெரியாம எம்.எல்.ஏ வாழ்கன்னு கோஷம்.
இதுல வேற வருங்கால அமைச்சர் வாழ்கன்னு கத்துறான் ஒருத்தன்."

"நல்ல வேளெ எந்தத் துறை அமைச்சர்ன்னு சொல்லாம விட்டுட்டாங்க."

அவர்கள் பேசிக் கொண்டிருந்தபொழுது கட்சித் தலைவரின் கார் அலுவலக போர்ட்டிக்கோவில் நுழைந்து நின்றது.

கட்சித்தலைவர் வண்டியிலிருந்து இறங்கி,அங்கே கூடியிருந்த தொண்டர்களை பார்த்து கை அசைத்தார்.

" தலைவர் வாழ்க! தலைவர் வாழ்க!"

என்று தொண்டர்கள் ஆரவாரத்துடன் கோஷம் போட்டனர்.

"தலைவர் வாழ்க தலைவர் வாழ்க" என்ற கோஷத்திற்கு இடையில்

"எங்கள் தொகுதியின் வருங்கால எம்.எல்.ஏ விஸ்வம் வாழ்க! வருங்கால அமைச்சர் வாழ்க!"

என்று கோஷமும் கேட்டது. இதைக்கேட்ட கட்சித் தலைவர்,

" என்னய்யா இது புதுசா இருக்கு.விஸ்வம் இப்ப கோஷம் போடக்கூட ஆளை சேர்த்து வச்சிருக்காங்க போல தெரியுது.

எனக்கு தெரியணும்ன்றதுக்காக வருங்கால அமைச்சர் வாழ்கன்னு கத்துறானுங்க. அந்த அளவுக்கு தொகுதியில் பெரிய மனுஷன் ஆயிட்டானா? மாயவன் தொகுதி அவனுக்கு இல்ல. இனி உள்ளெ என்ன அலப்பறை பண்ண போறானோன்னு தெரியவில்லை?"

"ஆமா தலைவரே பார்த்தா எல்லாம் காசு கொடுத்து ஆளெ செட்டப் பண்ணி இருக்கிற மாதிரி தான் தெரியுது "

"அவனும் நல்லா அரசியல் கத்துக்கிட்டான். சரி சரி உள்ளெ என்ன நடக்குதுன்னு பார்ப்போம்"

கட்சி தலைவரும், அவருடைய உதவியாளரும் அலுவலகத்துக்குள் நுழைந்தார்கள்.

காட்சி 27.
கட்சி அலுவலகம்.
மதியம் - உள்ளே/ வெளியே.

அனைவரும் மதிய உணவை முடித்துவிட்டு,உள்ளே அமர்ந்திருந்தார்கள்.
"விஸ்வம்,மாயவன் போட்டிபோட்ட தொகுதி,இப்ப தனித்தொகுதி ஆயிடுச்சு.அதனால நீ அங்கெ போட்டிபோட முடியாது.அது உனக்கு தெரியும்.அப்புறம் எதுக்கு இங்கெ சத்தம் போடுறே?"

" தலைவரே,அது தெரியாமலா நான் அரசியல் பண்ணுறேன்.?"

" உன்னோட அரசியலெ பத்தி நான் வெளியிலெ வரும்போதே தெரிஞ்சுகிட்டேன்."

" நீங்க எனக்கு சீட்டெ ஒதுக்குங்க.அதுல நான் ஆளெ நிறுத்தி ஜெயிக்க வைக்கிறேன்.அதெ விட்டுட்டு, இது பொதுத்தொகுதி,தனித்தொகுதின்னு எல்லாம் பேசவேண்டாம்."

" இங்கெ பாரு. மலையப்பன் ரொம்ப வருஷமாக கட்சியில இருக்கான்.இந்த முறை தனித்தொகுதி ஆனதால,அவனுக்கு சீட் கொடுக்க கட்சி முடிவு பண்ணி இருக்கு."

" என்ன தலைவரே, அஞ்சுபேர், அஞ்சே அஞ்சு பேர் கூடி எடுத்த முடிவு,கட்சி முடிவா? அப்ப நான் என்னோட ஆளெ சுயேட்சையாக நிறுத்தி ஜெயிக்க வைக்கிறேன்."

வேகமாக நாற்காலியிலிருந்து எழுந்தான் விஸ்வம்.

"ஜெகன் வண்டியெ எடு. தேர்தல் அறிவிச்சதும், முதல் வேட்பு மனு நம்ம வேட்புமனுவாதான் இருக்கனும்."

இருவரும்வெளியேற, "விஸ்வம் இரு.பேசிக்கலாம்."

" தலைவரே,நாளைக்கே என்னோட ராஜிநாமா கடிதம் வரும்.இந்த தொகுதிக்கு என்ன செய்யனுமோ,அதெ செஞ்சு,நான் நிறுத்துரு ஆளெ ஜெயிக்க வைக்கிறேன்."

சொல்லிவிட்டு வேகமாக அறையிலிருந்து வெளியே சென்றான் விஸ்வம்.

"என்னய்யா இவன் இந்த துள்ளு துள்ளுறான்? இவனுக்கு பணம் எங்கெ இருந்து வருது.யார் கொடுக்குறாங்க. இதெ முதல்ல தெரிஞ்சுக்கணும்."

" தலைவரே,அதுதான் புரியாத புதிரா இருக்கு."

தலைவரே,அவன் பாட்டுக்கு யாரையாவது, சுயேட்சையா நிறுத்தி,நம்ம கட்சி ஓட்டெ பிரிச்சிட போறான்"

" அப்ப அவன் சொல்றவனுக்கு சீட் கொடுப்பீங்களா? ஏதோ புது பணக்காரன் பேசுறான்.அவனுக்கு இந்த கட்சி பயப்படுதா?"

" மலையப்பா,நீ ஏன் ஆத்திரப்படுறெ? மாயவன் நின்ன தொகுதிக்கு நீதான் நம்ம கட்சி வேட்பாளர்.நீ மாயவன் குடும்பத்துல பேசி அவங்க ஆதரவெ முதல்ல வாங்கு.மத்ததை அப்புறம் பாத்துக்கலாம். ஏம்பா,வர்ற இடைத்தேர்தல்ல நம்ம மலையப்பனை வேட்பாளரா நிறுத்த போறோம்.உங்களுக்கு சம்மதமா?"

அனைவரும் ஒரே குரலில் " சம்மதம் "

"கூட்டம் கலையுது. அனைவரும் போகலாம்.நன்றி."

கட்சித்தலைவர் சொல்லி முடித்ததும்,அனைவரும்

" வணக்கம்"
சொல்லிவிட்டு வெளியே எழுந்து செல்ல தொடங்கினார்கள்.

காட்சி : 28.
மேகலா நிட்டிங்
கம்பெனி.
காலை - உள்ளே/ வெளியே.

இரண்டு மாதங்களுக்கு பிறகு...

மேகலாவின் கார் அலுவலக வாசலில் வந்து நின்றது. காரிலிருந்து மேகலா இறங்கினாள்.

"டிரைவர் கார்கிட்டயே இருங்க.நாம கொஞ்சம் வெளியே போகுற வேலை இருக்கு."

"சரிங்க மேடம்."

மேகலா வேகமா அலுவலகத்துக்குள் நுழைந்தாள்.

அலுவலக பணியாளர்கள் வணக்கம் சொல்ல, அவளும் பதில் சொல்லிவிட்டு தனது கேபினில் போய் அமர்ந்தாள்.சிறிது நேரத்திற்கு பிறகு உள்ளே வந்தார் கம்பெனி சூப்பர்வைசர் பகவதி.

"வாங்க பகவதி அண்ணா,சொல்லுங்க."

" மேகலா,இன்னைக்கு ரெண்டு பேர் லீவு"

"யார் யார்?"

"குமாரி,கங்கா"

"என்ன விசயமுன்னு சொன்னாங்களா?"

" எதுவும் சொல்லல"

"பரவாயில்லெ.நீங்க போய் திலகாவெ வரசொல்லுங்க."

"சரி மேகலா"
பகவதி வெளியே சென்றார்.சிறிது நேரம் கழித்து,திலகா உள்ளே வந்தாள்.

" கூப்பிட்டயாமே,?"

" திலகா உனக்கு இங்கெ ஓட்டு இருக்கா?"

"இல்லெ.ஏன் கேக்குறெ?"

"சும்மா கேட்டேன்.அடுத்த மாசம் இங்கெ இடைத்தேர்தல் வருதில்லெ.அதனால கேட்டேன். ஆமா,குமாரியும் கங்காவும் ஏன் வேலைக்கு வர்ல. உங்கிட்ட ஏதாவது சொன்னாங்களா?"

" இல்லெ மேகலா"
"இப்படி சொல்லாம லீவு போட்டா,கம்பெனி எப்படி நடத்துறது? சொன்ன நேரத்துல எப்படி டெலிவரி பண்ணுறது? திலகா,இன்னும் நம்ம கம்பெனிக்கு அஞ்சாறு,பேரை சேர்க்கனும்.யாராவது இருந்தா வரசொல்லு."

" திலகா,நம்ம முனுசாமி அண்ணன் உன்னெ பாக்கனமுன்னு சொன்னாரு?"

“ என்ன விசயமுன்னு சொன்னாரா?”

“ இல்லெ.சரி நாளைக்கு காலையிலெ வர சொல்லு. அப்புறம் திலகா நான் பெரியம்மாவெ கூட்டீட்டு வந்து இங்கெயே வைச்சிடலாமுன்னு இருக்கேன்.அதனால திருவண்ணாமலை வரைக்கும் போறேன். எல்லாத்தையும் பாத்துக்கோ.நாளைக்கு காலையில வந்திடுவேன்.”

“ மேகலா கொஞ்சம் பணம் வேணும்”

“கேஷியர்கிட்ட வாங்கிக்கோ.நான் சொல்லிடுறேன். நீ கம்பெனிக்கு கிளம்பு”

திலகா எழுந்து வெளியே வந்து,கம்பெனியை நோக்கி நடந்தாள்.சிறிது நேரம் கழித்து மேகலாவும் அலுவலகத்தை விட்டு வெளியேறி காரில் ஏறி அமர்ந்தாள்.

“ டிரைவர் வண்டியை திருவண்ணாமலைக்கு விடுங்க.”

“ சரிங்க மேடம்.”

டிரைவர் வண்டியை ஸ்டார்ட் செய்து திருவண்ணாமலையை நோக்கி புறப்பட்டார்.

காட்சி 29.
கட்சி அலுவலகம்.
காலை - உள்ளே/ வெளியே.

இடைத்தேர்தல் அறிவித்ததை தொடர்ந்து,விஸ்வம் சார்ந்த

கட்சி அலுவலகம், தொண்டர்கள் கூட்டத்தால் நிரம்பி இருந்தது.

கட்சி அலுவலகத்தில் கட்சித்தலைவர் தலைமையில் கூட்டம் நடந்தது.
"மலையப்பனை இந்த இடைத்தேர்தலுக்கு வேட்பாளராக,கட்சி சார்ப்பில் ஒரு மனதாக தேர்ந்தெடுக்கப்பட்டுள்ளார்."

கட்சித்தலைவர் சொன்னதும் அனைவரும்
ஆரவாரம் செய்தனர்.

"ஆமா,எங்கய்யா இன்னைக்கு கூட்டத்துல விஸ்வத்தெ காணம்."

"தலைவரே, இந்ததொகுதி தனிதொகுதியான பின்னாடி விஸ்வம் கட்சி விசயத்துல பெருச எதுவும் எடுத்துக்கிறதில்லை. கட்சிகாரர்களை கண்டாலும் மதிக்கிறதில்லெ."

"என்னய்யா அவனால பெரிய தலைவலியா போச்சு.எடுத்து சொன்னாலும் புரியமாட்டேங்கிது. மலையப்பனுக்கும், விஸ்வத்துக்கும் இடையில ஏதாவது பிரச்சனை இருக்கா?"

" வார்டு தேர்தல் நேரத்துல மலையப்பன் விஸ்வத்துக்கு வேலை செய்யாம,சுயேட்சையா நின்ன சொந்தக்கார பயலுக்கு ஓட்டு கேட்டதால, விஸ்வத்துக்கு கோபம். இருந்தாலும் அந்த வார்டுல விஸ்வம் தான் ஜெயிச்சான்."

தலைவரே,அவன் போனபோகட்டும்.இந்த

இடைதேர்தல்ல, மாயவன் வாங்கியதை அதிக ஓட்டு வாங்கி,நான் ஜெயிச்சு காட்டுறேன்.அந்த விஸ்வம் முகத்துல கரியை பூசுறேன்"

"மலையப்பா,நீ புரியாம பேசுறெ,அவனுக்கு இந்த தொகுதியில்இருக்குற முப்பத்திரண்டு வார்டுல,இருபத்தஞ்சு வார்டு வரைக்கும் ஆதரவு இருக்கு.அதெ புரிஞ்சுக்கோ."

"சரி தலைவரே,இப்ப நான் என்ன செய்யனும்"

"அவனெ பேசி சமாதானபடுத்து. மத்ததை நான் பாத்துக்கிறேன்.அப்புறம் பதிமூணாம் தேதி புதன் கிழமை.நல்ல நாள் அன்னைக்கு காலையில பத்திலிருந்து, பதினொண்ணுக்குள்ளெ வேட்புமனுவெ தாக்கல் பண்ணீரு."

" சரி தலைவரே"

"மலையப்பா,உன் சாதிபயலுக நம்பிதான் உனக்கு சீட் கொடுத்தேன்.என்ன எல்லா ஓட்டும் உனக்கு தானே?"

"கண்டிப்பா தலைவரே. அதுல எந்த மாற்றமும் இல்லெ"

"அப்புறம் உன்மகன் மேலெ ஒரு பொண்ணு கேசு கொடுத்துச்சே,அது என்ன ஆச்சு."

"அதெல்லாம் அப்பவே அந்த பொண்ணெ மிரட்டி வாபஸ் வாங்க வெச்சிட்டோம்.எல்லாம் நம்ம மாவட்ட தலைவர் தான் காரணம்."

" எல்லாருமே ஒரே சாதி ஆனதால பிரச்சனை இல்லாம போச்சு. தேர்தல் முடியுற வரைக்கும் எந்த பிரச்சனையும் வரக்கூடாது."

கூட்டம் முடிந்து அனைவரும் வெளியேறினார்கள்.

காட்சி 30.
தேர்தல் அலுவலகம்
காலை - உள்ளே/ வெளியே.

மலையப்பன் தனது தொகுதியில் தேர்தல் அலுவலகத்தை திறந்திருந்தான். அவனுடைய கட்சி ஆட்கள் எல்லாம் அங்கே கூடியிருந்தவர்கள்.

"மலையப்பா, எங்கெ விஸ்வம் ஆளெ ஊருக்குள்ளெ பாக்கவே முடியலெ."

" நாம ஜெயிக்க போறது அவனுக்கு தெரியும். அவன் பிரச்சாரத்துக்கு வரபோறதில்லெ. அதுதான் ஊரெ விட்டு கிளம்பி போயிருப்பான்."

"திவாகரா, அவன் ஓட்டுபோடவாவது வருவானா?"

"எப்படியும் அவன் நமக்கு ஓட்டு போடபோறதில்லெ. அப்புறம் அவன் வந்தா என்ன வராட்டி என்ன?"

"அதுவும் சரி தான். அப்புறம் மலையப்பா, நாளைக்கு காலையில மனுதாக்கல் பண்ண போகனும். ஆட்களை எல்லாம் ரெடி பண்ணனும்."

"திவாகரா, வண்டிக்கு எல்லாம் சொல்லியாச்சா?"

" எல்லாம் ரெடி"

மலையப்பனின் மகன் குஞ்சன் அப்போது அங்கு வந்தான்.

"அப்பா,என்னோட சைடில இருந்து மூணு வண்டிக்கு ஆளெ ரெடி பண்ணீட்டேன்.எல்லாம் பொம்பளைங்க. தாய்க்குலம் ஆதரவு தர்ற கட்சிதான் ஜெயிக்கும்."

"மலையப்பா,பையன் அடுத்த எம்.எல்.ஏவுக்கு இப்பவே ரெடியாகுறான் போல தெரியுது."

"ஆமாண்ணே,இனி இந்த தொகுதி என்னைக்குமே நாமதான் நிற்போம். நாமதான் ஜெயிப்போம்.அந்த வார்டு கவுன்சிலர் பயந்துட்டு ஓடிட்டான் போல"

"அவனெ விடு.முதல்ல நாம ஜெயிக்கணும். அப்புறம் அவனெ கவனிச்சுக்கலாம்"

" எதிர்கட்சியில யாரு நிற்குறாங்க?"

"அந்த கட்சியோட வட்டசெயலாளர் 'வாய்கால்மேடு' சக்திவேல்."

"அப்ப நமக்கு பிரச்சனை இல்லை.நம்ம வெற்றி இப்பவே உறுதியாயிடுச்சுன்னு சொல்லு.பேசாம இவனுங்க இருந்தா, டெபாசிட்டாவது மிஞ்சும்"

சுப்ரபாரதிமணியன்

இவர்கள் பேசிக்கொண்டிருந்த அதே நேரத்தில்,

மேகலா தன் வீட்டில் ஒரு ஆலோசனை கூட்டத்தை கூட்டி இருந்தாள்.

" இங்கெ பாருங்க.நான் இந்த கூட்டத்தை கூட்ட காரணம் இந்த இடைத்தேர்தல்ல நம்ம ஆளுங்க யாராவது போட்டி போடனும். அப்பதான் தொழிலாளர்கள் பிரச்சனையை தீர்க்க முடியும்.உங்களில் யாராவது இங்கெ போட்டி போடுறீங்களா? பணம் எவ்வளவு செலவானாலும் நான் பாத்துகிறேன்"

மேகலா பணம் மட்டும் ஒருத்தரை ஜெயிக்க வைக்காது.அரசியல் பேசுற தைரியம் வேணும்.எதிர்த்து நிற்கிற துணிச்சல் வேணும்.எல்லாம் உங்கிட்ட இருக்கு நீயே நில்லு.உன்னெ நாங்க ஜெயிக்க வைக்கிறோம்."

திலகா சொன்னதை அனைவரும் ஏற்றுக்கொண்டார்கள்.

" எனக்கு ரெண்டு நாள் அவகாசம் கொடுங்க. யோசிச்சு சொல்றேன்."

"எந்த யோசனையும் வேண்டாம்.நீ தான் இந்த தொகுதியில எங்க வேட்பாளர்."

அனைவரும் ஒரு மனதாக பேசிமுடித்தார்கள். இருந்தாலும்,மேகலா மனம் இன்னும் யோசனையில் இருந்தது.

காட்சி : 31
வீடு.
காலை - உள்ளே/ வெளியே.

மலையப்பன் வீட்டில் அவன் சாதியை சேர்ந்தவர்களும், கட்சி பிரமுகர்களும் கூடி இருந்தார்கள்.

" என்ன மலையப்பா, உன்னோட வெற்றி உறுதியாயிடுச்சு போல.இன்னைக்கு வேட்புமனு தாக்கல் செய்ய கடைசிநாள்.
இப்பத்த நிலவரப்படி உனக்கும், சக்திவேலுக்கும் தான் போட்டி.மத்ததெல்லாம் பேருக்காக போட்டிபோடும் சுயேட்சை.அதுங்களெ எல்லாம் பத்தி நாம கவலெபட தேவையில்லை."

"நம்ம விஸ்வம் ஊரையே காலி பண்ணீட்டான் போல தெரியுதே"

சிரித்தார் மலையப்பன்.

"அப்புறம் கட்சிகாரங்களெ நல்லா கவனிச்சிடு அதுதான் முக்கியம். "

அவர்கள் பேசிக் கொண்டிருந்தபோது, தொலைகாட்சியில் அந்த செய்தி ஒளிபரப்பானது.

"தற்போது இடைத்தேர்தல் நடக்க இருக்கும் மங்காபுரத்தில், ஆளுங்கட்சி சார்பாக மலையப்பன் என்பவரும், எதிர்கட்சியில் சக்திவேலும் மனுதாக்கல் செய்திருந்தார்கள். கடைசி நாளான இன்று ஆளுங்கட்சியில் வார்டு

உறுப்பினராக இருந்த,விஸ்வம் தனது கவுன்சிலர் பதவியை ராஜிநாமா செய்தார். அதுமட்டுமல்லாமல் தனது சார்ப்பாக தன்னுடைய ஆதரவு வேட்பாளராக சாந்தினி என்ற இளம் பெண்ணை களம் இறங்கியுள்ளார். இந்த பெண் வேறுயாருமில்லை,தற்போது ஆளம்கட்சி வேட்பாளராக களம்காணும் மலையப்பனின் மகன் குஞ்சன் மீது பாலியல் புகார் கொடுத்தவர் என்பது குறிப்பிடதக்கது. இவர் இப்போது மலையப்பனை எதிர்த்து வேட்புமனு தாக்கல் செய்துள்ளார்.சற்றுமுன் கிடைத்த செய்தி.

மேகலா நிட்டிங் கம்பெனி உரிமையாளர்

மேகலா என்ற இளம்பெண்,சுயேட்சையாக களம் காண வேட்புமனு தாக்கல் செய்துள்ளார்.இந்த பெண்ணுக்கு கேரளா லாட்டரியில் இருபதுகோடி ரூபாய் பரிசு விழுந்தது அனைவருக்கும் தெரியும்.வேட்புமனு தாக்கல் முடிய சிலமணி நேரங்களே இருப்பதால்,இன்னும் எத்தனை மனுக்கள் வரும் என்று தெரியவில்லை."

" டிவியை ஆப் பண்ணுங்க"

"மலையப்பா,விஸ்வம் உன்னெ தோற்கடிக்க திட்டம் போட்டு வேலெ செய்யுறான். உன் பையன் பேரை அந்த பொண்ணெ வெச்சு மேடையில டேமேஜ் பண்ண திட்டம் போட்டிருக்குறான்."

"அதையும் பார்க்கலாம். அப்பா அவன் அப்படி போனா நாம வேறெ ரூட்ல போலாம்.
வேட்புமனு பரிசீலனை முடியட்டும்"

இவர்கள் பேசியது மலையப்பன் காதுகளில் பெரிதாக விழவில்லை. அவன் மனதில் ஏதோ ஒரு நெருடல் இருந்துது.

காட்சி 32.
கட்சி அலுவலகம் .
காலை - உள்ளே/ வெளியே.

கட்சித்தலைவர் மலையப்பனிடம் பேசிக்கொண்டிருந்தார்.

" என்ன மலையப்பா,உன் பையன் பிரச்சனை முடிஞாசதான்னு கேட்டப்ப,எல்லாம் முடிஞ்சதுன்னு சொன்னெ,ஆனா இப்ப அந்த பொண்ணெ உனக்கு எதிரா நிற்குற.இப்ப என்ன பண்ணுவே?"

" நீங்க பயப்படாதீங்க தலைவரே,அந்த பொண்ணெ வாபஸ் வாங்க வைக்கிறேன்."

" தேவையில்லாத வேலெ பண்ணி, கட்சிப்பேரெ கெடுத்துடாதே.நீ மக்கள்கிட்டெ போய்,அவங்க ஆதரவெ வாங்கி ஜெயிக்க பாரு."

" இல்ல தலைவரே,அதுவந்து..."

" நீ அந்த பொண்ணுகிட்ட போய் பேசுனா,அதைவேறமாதிரி திருச்சி,அந்த விஸ்வம் உன்னெ தோக்கடிச்சிருவான். அதனால அவனோட சார்ப்பாக நிற்குற பொண்ணெ தேர்தல்ல மோதி தோற்கடிக்க வழியெ தேடு.இப்ப கிளம்பு."

மலையப்பன் கனத்த மனத்தோடு அங்கிருந்து கிளம்பினான்.

அதேவேளையில்,

" சாந்தினி நீ எதுக்கும் பயப்படாதே.உன்னெ எப்படி எல்லாம் மிரட்டுனாங்க...அதை அழுதமாதிரி மேடையில பேசு. நீ நிச்சயமா ஜெயிப்பே. அனுதாபத்தால ஜெயிச்சவங்க லிஸ்ட் தமிழ்நாட்டு நிறைய இருக்கு.அதுல உம்பேரும் வரும்."

" அண்ணே,அந்த மேகலா?"

"அவ சும்மா கெத்துகாட்ட நிற்குற.நான் உன்னெ நிறுத்தியது தெரிஞ்சதும், அவ வந்து வேட்புமனு தாக்கல் பண்ணி இருக்க...ஸ்கூல்ல படிக்கிற காலத்தில் இருந்தே அவ அப்படிதான்.நமக்கு எதிரி மலையப்பன்."

"இந்த தேர்தல்ல நீ ஜெயிக்கிறே...
உன்னோட வாழ்க்கையில் ஒரு அருமையான தருணம் இது"

" சொன்னா சரின்னே."

"ஜெகன்,நீ எப்பவும் சாந்தினி கூடதான் இருக்கனும்.ஏன்னா, மலையப்பன் ஜெயிக்க,மலையெ கூட முழுங்குவான்."

அவன் அப்படி சொன்னதும் சாந்தினி கலகலவென சிரித்தாள். அவள் சிரிப்பதை கண்கொட்டாமல் பார்த்து ரசித்தான் ஜெகன்.இதை கவனித்த விஸ்வம்...

" தேர்தல்ல முடிஞ்சபிறகு மத்ததெல்லாம் பார்த்துக்கலாம் ஜெகன்."

"என்ன விஸ்வம்...?"

" அப்ப கவனம் இங்கெ இல்லெ.கிளம்பலாமா?"
மூவரும் காரில் ஏறி கிளம்பினார்கள்.

காட்சி 33.
வீதி.
காலை - உள்ளே/ வெளியே.

தேர்தல் நடக்க இன்னும் ஐந்து நாட்கள் மீதமிருந்த நிலையில் பிரசாரம் சூடுபிடித்தது.

வீதி எங்கும் கட்சி விளம்பரம். துரியோதனன் துகில் உறியும் காட்சியுடன், 'இப்படி பட்டவர்கள் ஜெயித்தால் மக்களின் நிலை?"
என்ற கேள்விக்குறியுடன் வாக்களியுங்கள்

உங்கள் சாந்தினிக்கு.

மற்றொரு பக்கம்...

"தொழிலாளிகளின் முன்னேற்றமே என் லட்சியம்"

வாக்களியுங்கள் மேகலாவுக்கே...

மறுபுறம்...

"வாழ்வதும்,வீழ்வதும் கட்சிக்காக...நமது ஆட்சி வலிமை பெற"
வாக்களியுங்கள் மலையப்பனுக்கு...

"மாசி இந்த தேர்தல்...இடைத்தேர்தல் மாதிரியே தெரியலெ.சும்மா பம்பரமா சுத்தி வேலெ பாக்குறாங்க...
"

"எனக்கு என்னமோ,விஸ்வம் நிறுத்தும் பொண்ணுதான் ஜெயிக்கும் போல தெரியுது..."

"மலையப்பன் பையன் செஞ்ச விசயம்,இப்ப மலையப்பனுக்கு ஆப்பா வந்திடுச்சு."

அப்போது ஒரு பிரசார வேனில்,

'வடநாட்டு நடிப்பு தாரகை.தமிழ்நாட்டின் மண்ணின் மகள் உங்கள் ஷாலு இன்று நமது அண்ணன் மலையப்பனுக்காக வாக்கு சேகரிக்க உங்கள் இல்லம் தேடி வருகிறார்... வருகிறார்..."

என்று விளம்பரப்படுத்தி கொண்டிருந்தார்கள்.

மேகலா தேர்தல் அலுவலகத்தில்...

" என்ன மேகலா இது.கடைசியில மலையப்பன்,சரசாவெ கொண்டு வந்து ஓட்டு கேக்குறான்."

"சாந்தினியெ வெச்சு மலையப்பனையும்,மகனையும், விஸ்வம்கேவலபடுத்துறான். சரசாவெவெச்சு, மலையப்பன், விஸ்வத்தெ நாறடிக்க போறான்.அதுக்கப்புறம் மக்கள் முடிவு பண்ணட்டும்,யாருவேணுமுன்னு. நாம நம்ம வேலையெ செய்வோம். முடியெ கட்டி மலையெ இழுப்போம். வந்தா மலெ போன முடி.நமக்கு அவ்ளோதான்."

காட்சி 34.

வீதி.

மாலை - உள்ளே/ வெளியே.

திறந்த ஜீப்பில் ஷாலு என்ற சரசா ஒய்யாரமாக நின்று,வீதியில் கூடிய மக்களிடம் மலையப்பனுக்கு ஆதரவாக வாக்கு கேட்டாள்.

" என்னெ உங்களுக்கு, நல்லா தெரியும்.
விஸ்வத்தையும் தெரியும். பாவம் அந்த பொண்ணு விஸ்வத்தெ நம்புது.மத்தவங்களெ குத்தம் சொல்லுறவங்க, முதல்ல நல்லவங்களா இருக்கனும்.எவங்கிட்ட திருடன பணமோ...விஸ்வம் தண்ணியா இறைக்கிறான்.ஆனா மலையப்பன் அப்படி இல்ல.நல்லமனிதர்.
அரசியல் தெரிந்தவர்.அவரை தேர்ந்தெடுத்தால் உங்களுக்கு நல்லது.எனவே உங்க வாக்கு நம்ம மலையப்பன் அவர்களுக்கே"

இதை வீதியில் நின்று கேட்டுக்கொண்டிருந்த, மதியழகு டிபார்ட்மென்டல் உரிமையாளர் வரதராஜன்,தன் நண்பனிடம்,

"பாத்தியா நாகு,மூணு கருப்பு குதிரையும் தேர்தல் களத்துல மூணு திசையில... ஒண்ணு லாட்டரி அடிச்சு திடீர் பணக்காரியாகி,கம்பெனி ஓனராகி,இப்ப தேர்தல்ல நிற்குது.
இன்னொருத்தனுக்கு எப்படி பணம் வந்ததுன்னே தெரியலெ...அவன் தன்னோட வைராக்கியத்தை தீர்க்க,ஒரு பொண்ணெ தேர்தல்ல நிற்க வெச்சிருக்குறான். அடுத்தவ விஸ்வத்துக்கூடவே படுத்து புரண்டவெ. இப்ப மும்பையில

பெரிய தொழில்காரி ஆயிட்டா...பணம் கொட்டுடு. எல்லாத்துக்கும் காரணம்,அவ அழகும்,உடம்பும்...இப்ப இவ விஸ்வத்துக்கு எதிரா பேசுறா? பரம்பரை பரம்பரையா பணத்துல புரண்ட நம்மளெ எவனும் கவனிக்கிறது இல்லெ.இதுக அளவுக்கு மரியாதையும் இல்லெ.”

“ நீயும் தேர்தல்ல நிற்க வேண்டியது தானே?”

“ இது தனித்தொகுதி”

“ இல்லாட்டி நின்னுடுவியா?”

நண்பனை பார்த்து சிரித்தான் வரதராஜன்.
நண்பனும் நக்கலாக சிரித்தான்.

காட்சி 35.
ஓட்டு எண்ணும் மையம்.
காலை - உள்ளே/ வெளியே.

மிகுந்த பரபரப்புகிடையே நடந்து முடிந்த மங்களபுரம் இடைத்தேர்தல் வாக்கு எண்ணிக்கை நடைப்பெற்றுக்கொண்டிருந்தது.இரண்டாம் சுற்றில் மலையப்பன் ,சாந்தினியை விட ஆயிரம் ஓட்டுகள் அதிகம் பெற்றிருந்தார்.

செய்திகள் உடனுக்குடன் ஒளிபரப்பிக்கொண்டிருந்தனர்.

மூன்றாம் சுற்றில் சாந்தினி ஐநூறு வாக்குகள் அதிகம் பெற்றார்...இருவரும் மாறிமாறி வந்து கொண்டிருந்தனர் .

ஆறாம் சுற்றில் அனைத்தும் தலைகீழாக மாறியது.

தொலைகாட்சியில் பரபரப்பு செய்தியாக...

மங்களபுரம் இடைத்தேர்தல் ஆறாம் சுற்றில் சுயேட்சை வேட்பாளர் மேகலா தனக்கு அடுத்து வந்த சாந்தினியைவிட மூவாயிரம் வாக்குகள் அதிகம் பெற்று முன்னிலையில் வந்தார்...தொடர்ந்த அனைத்து சுற்றிலும் முன்னிலையில் வந்த மேகலா...கடைசி சுற்றி சாந்தினியை விட நாற்பதாயிரம் வாக்குகள் அதிகம் பெற்று வெற்றி பெற்றார். ஆளும் கட்சி சார்பாக போட்டியிட்ட மலையப்பன் தனது டெபாசிட்டை இழந்தார்."

"என்ன மலையப்பா. கடைசியில டெபாசிட் கூட கிடைக்கில."

"எல்லாத்துக்கும் காரணம் உன் பையன் தான்.
தேவையில்லாம மும்பையில தொழில்பண்ணீட்டு இருந்தவளை கூட்டீட்டு வந்து,விஸ்வத்துக்கு எதிரா பேசவைக்கிறேன்னு சொல்லி,பொம்பளைங்க ஓட்டு விழாம பண்ணீட்டான்.
நீயும், விஸ்வமும்பொண்ணுங்களெவெச்சுஅடிச்சுகிட்டீங்க.
ஆனா அந்த மேகலா பொண்ணு,இடையில புகுந்து பொம்பளைங்க ஓட்டெ வாங்கி ஜெயிச்சுட்டா"

இவர்கள் பேசிக்கொண்டிருக்க.. டிவியில்...

" சற்றுமுன் கிடைத்த செய்தி...

மங்காபுரம் இடைத்தேர்தலில் வெற்றிபெற்ற செல்வி.மேகலாவை முதல்வர் பாராட்டினார்.மேலும் அவர் கூறியது...

ஆளுங்கட்சியை எதிர்த்து போட்டிபோட்டு வெற்றிவாகை சூடிய செல்வி.மேகலாவை பாராட்டுகிறேன். அவரது எண்ணம் நல்லதாக இருந்தது வெற்றிபெற்றார். தொழிலாளர் நலனுக்காக போட்டிபோடுகிறேன் என்றார்... தொழிலாளர்கள் அவரை வெற்றிபெற செய்தனர்.மேகலா எங்கள் கட்சியில் இணைந்தால் அவருக்கு தொழிலாளர் நலத்துறை அமைச்சர் பதவி அளிக்கப்படும்."

இதுபற்றி மங்காபுரம் எம்.எல் ஏ மேகலாவிடம் நமது நிருபர் கேட்டார்.

"மேடம்,முதல்வர் சொன்னதை கேட்டீர்கள் உங்கள் பதில்?"

"முதல்வருக்கு எனது மனமார்ந்த நன்றி.என் தொகுதி மக்களுக்கு,நல்லது நடக்கும் என்றால், முதல்வரின் கோரிக்கையை நான் மனதார ஏற்றுக்கொள்கிறேன். நன்றி ,."

மேகலா அவர்களின் இந்த பதில் மூலமாக அவர் தொழிலாளர் நலதுறை அமைச்சர் ஆவது உறுதியாகி விட்டது"

"மல முழுங்கி மலையப்பா... உன்னையே அந்த பொண்ணு முழுங்கீட்டா."

மலையப்பன் மௌனமானான்.

அதே வேளையில்...
மேகலாவின் வீட்டை நோக்கி போலீஸ் உயர் அதிகாரிகளின் வாகனம் அணிவகுத்து வந்துக்கொண்டிருந்து.

"தொழிலாளர் நலத்துறை அமைச்சர் மேகலா வாழ்க!"

என்ற கோஷம் அங்கே எழத்தொடங்கியது.

" கறுப்புக்குதிரைகள் ஜெயிக்கும் காலம் இது " என்ற குரல் கேட்கிறது

திரைப்படங்களாகும் திரைக்கதைகள்

சுப்ரபாரதி மணியனின் பல கதைகள் தமிழ்த்திரைப்படங்களில் தழுவப்பட்டு வெளிவந்துள்ளன, பல கதைகள் திருடப்பட்டு மாற்றம் செய்யப்பட்டுள்ளன. " வட போச்சே " என்று அலறிக் கொண்டிருப்பதை விட வடையை சுட்டு எப்படி தழுவுபவர்களுக்கு, திருடுபவர்களுக்கு நேரடியாகத் தரும் விஷயத்தை சமீப காலமாக சுப்ரபாதிமணியன் அவர்கள் செய்திருக்கிறார், அப்படித்தான் இதுவரை அவரின் எட்டு திரைக்கதை நூல்கள் வெளிவந்திருக்கின்றன, அவற்றில் 72 திரைக்கதைகள் உள்ளன ,

இந்த திரைக்கதை நூல் வரிசை 8 - ....இதில் 5 திரைக்கதைகள் உள்ளன. இவை பல திரைக்கதைகள் திரைப்படங்களாகும் முழு தகுதி பெற்றவை. எளிமையான வடிவங்களில் குறைந்த காட்சிகளை வைத்து எழுதப்பட்டுள்ளன.. இவற்றை இன்னும் விரிவுபடுத்தி முழு திரைக்கதைகளை உருவாக்கிக் கொள்ளலாம்

சுப்ரபாரதி மணியன் அவர்களுடைய படைப்பிலக்கிய உழைப்பின் இன்னொரு பகுதியாக இந்த திரைக்கதைகளைச் சொல்லலாம். சிறுகதை நாவல் போன்ற படைப்பிலக்கிய வடிவங்களில் இருந்து மாறுபட்டு வேறு வடிவ முயற்சியில் இந்த திரைக்கதைகள் அமைப்பு உள்ளன என்று அவர் கூறி வருகிறார்

ஒவ்வொரு படைப்பாளிக்கும் இதுபோல் சில தேக்கங்கள் ஏற்படுகிற போது வேறு வடிவத்திற்கு சென்று எழுதுவது என்பது இயற்கை. தான். அப்படித்தான் சிறுகதை, நாவல்

என்று தொடர்ந்து இயங்கிக் கொண்டிருப்பவர் இப்போது திரைக்கதை என்ற ஒரு புதிய வடிவத்திலும் இயங்கிக் கொண்டு இருக்கிறார்

இந்த திரைக்கதையை நூல் வரிசை ஐந்து நூலில் 11 திரைக்கதைகள் உள்ளன. .இவற்றை எடுத்துக் கொண்டுள்ள முக்கியமான மையங்கள். இன்றைய திரைப்பட உலகங்களுக்கு தேவையான விஷயங்க. ள் இதில் உள்ளன. ஜாதி பிரச்சனை, காதல் பிரச்சனை முதற்கொண்டு வாழ்விyaயில் அனுபவங்கள் பலவற்றை இதில் திரைக்கதைகள் ஆக்கியிருக்கிறார். படைப்பில் வித்யாசத்தன்மை காட்டும் அவரின் வித்தியாசத்தன்மை உள்ள திரைக்கதைகளில் உள்ளன

சீனத்து மருமகன் என்ற கதை நீலகிரி பின்னணியில் சுவாரஸ்யமான ஒரு காதல் கதை. சீனர்கள் எங்கே நீலகிரியில் உள்ளனர். .சீனர்கள் எங்கே நீலகிரிக்கு வந்தார்கள் என்று ஆச்சரியம் இருக்கலாம். ஆனால் அவர்கள் வந்திருக்கிறார்கள் தோட்டத் தொழிலில் இருந்திருக்கிறார்கள். அவர்களின் வாரிசுகள் இருக்கிற மிச்சத்தில் , இந்த காதல் கதை செல்கிறது. கொக்கோட்டி என்ற ஒரு திரைக்கதையின் தலைப்பே வித்தியாசமாக இருக்கிறது. கொக்கை ஒட்டுபவன். ஒரு தொன்மக்கதை இன்றைய வாழ்வியலில் இந்த காதல் மற்றும் ஆணவக் கொலைகள் எப்படி இருக்கின்றன என்று அந்த கொக்கோட்டி திரைக்கதை சொல்கிறது. குரலோசை போன்ற கதைகளில் தன்னம்பிக்கை மிகுந்த புதிய மனிதர்களை உருவாக்குகிறார். வெண்மணி சம்பவம் ஒரு திரைக்கதையாக இருக்கிறது .வழக்கமாக அவரின் கதைகளை எடுத்துக்கொண்டு திரைக்கதையாக்கும் முயற்சிகளில் இந்த நூலிலும் அவரின் புகழ் பெற்ற ” இன்னும் மீதம் இருக்கிற பொழுதுகளில் “ போன்ற சிறுகதைகள் திரைக்கதை வடிவமாகி இருக்கின்றன. இந்த கதைகள் எல்லாம் பல படமாக்க ஆதாரமாக இருப்பவை.

தமிழ் சூழலில் இவற்றை சிறந்த படைப்புகளாக திரைப்படங்களில் கொண்டு வரலாம்..

இயக்குனர் தங்கம் சமீபத்தில் ஒரு கருத்தை சொல்லியிருந்தார் : " சுப்ரபாரதி மணியனின் இப்படி திரைக்கதைகளை நூலாக வெளியிட்டு இருக்கிறார். இதில் எத்தனை திரைப்படங்கள் ஆகுமோ. எத்தனை திரைக்கதைகளத் தழுவி படம் எடுப்பார்களோ எத்தனை திரைக்கதைகளை அப்பட்டமாக காப்பியடித்து திரைப்படம் எடுப்பார்களோ. சுப்ரபாதிமணியின் எத்தனை வழக்குகள் போடுவாரோ" என்று ஒரு உரையில் குறிப்பிட்டு இருந்தார்

அது உண்மைதான் இந்த திரைக்கதைகள் நல்ல தமிழ் திரைப்படங்களாக ஆகும் தகுதி கொண்டவை. (இப்போது வெளிவந்திருக்கிற ஆறாவது நூல் கூட 870 பக்கங்களில் 750 ரூபாய் விலை.) இந்த எட்டு நூல்களை சேர்த்து மொத்தம் திரைக்கதைகளை இந்த ஆறு நூல்களும் கொண்டிருக்கின்றன. இவற்றை சென்னை சார்ந்த நிவேதா பதிப்பகம் வெளியிட்டு இருக்கிறது

இந்த திரைக்கதைகளை படிக்கிற போது தமிழ் திரை உலகம் எப்படி இருக்கிறது என்பதும், கதை பஞ்சத்தில் இருக்கிற தமிழ் திரை உலகம் எப்படி வெவ்வேறு வகையான கோணங்களில் இவ்வகைமையங்களை எடுத்துக் கொள்ள முடியும் என்பதற்கு அத்தாட்சியாக இந்த திரைக்கதை நூல்கள் அமைந்திருக்கின்றன.

- தூரிகை சின்னராஜ்

(தூரிகை சின்னராஜ் - ஓவியர்/ கலைஆசிரியர்/ குழந்தைகள் நூல் உட்பட பல நூல்களை எழுதியுள்ளார். அவரின் பல ஓவியக்கண்காட்சிகள் நடைபெற்றுள்ளன)

சுப்ரபாரதிமணியன்

25 நாவல்கள் உட்பட 110 நூல்களை வெளியிட்டிருக்கும் சுப்ரபாரதிமணியன்.

சிறந்த சிறுகதையாளருக்கான இந்திய ஜனாதிபதி வழங்கிய "கதா விருது ", தமிழக அரசின் சிறந்த நாவலாசிரியர் விருது உட்பட பலமுக்கிய விருதுகளை பெற்றுள்ளார்.

இவ்வாண்டில் இவர் பெற்ற இரு முக்கிய விருதுகள்: 2020 ஆண்டிற்கான சிறந்த நாவல் ஒரு லட்சம் பரிசுத் தொகையுடன் "அந்நியர்கள்" எழுத்து அறக்கட்டளை மற்றும் 2021 சார்ஜா புத்தகக் கண்காட்சியின் புக்கிஷ் விருது. இவரின் 1000 பக்க நாவல்

" சிலுவை " சமீபத்தில் வெளிவந்துள்ளது. (எஸ் ஆர் எம் பேராயம் புதுமைப்பித்தன் விருது என் சிலுவை நாவலுக்கு இவ்வாண்டு அறிவிக்கப்பட்டுள்ளது. ஒரு லட்சம் ரூபாய் பரிசுத் தொகையும் வெளியீடு செய்த என் சி பி எச் பதிப்பகம் இருபதாயிரம் ரூபாய் தொகையும் பெறுகிறது.)

இவரின் 6 சிறுகதைகள் குறும்படங்களாகியுள்ளன (அயலான் இயக்குனர் ரவிக்குமார், பேரெழில் குமரன் உட்பட பலரின் இயக்கத்தில் அந்தக்குறும்படங்கள் வந்துள்ளன).

இவரின் இயக்கத்தில் வந்த குறும்படம் " நாணல் ".

5 திரைப்பட நூல்கள் வெளியிட்டுள்ளார், இதைத் தவிர 8 திரைக்கதைகள் நூல்கள் வெளியிட்டுள்ளார். கனவு இலக்கிய இதழை 37 ஆண்டுகளாக நடத்தி வருகிறார். கனவு திரைப்பட சங்கத்தையும் நடத்தி வருகிறார். திரைப்பட சங்க கூட்டமைப்பின் ரீஜினல் கவுன்சில் உறுப்பினர். பல திரைப்பட விழாக்களில் தொடர்ந்து பங்கு பெறுகிறார்.

குறிப்புகளுக்காக....